द माउंटन इज यू

संपूर्ण परिवर्तन,
आत्मघाताकडून आत्मप्रभुत्वाकडे

ब्रियाना वीस्ट

अनुवाद : डॉ. शुभांगणा अत्रे

MANJUL

मंजुल पब्लिशिंग हाउस

First published in India by

MANJUL

Manjul Publishing House

Corporate and Editorial Office

• 2nd Floor, Usha Preet Complex, 42 Malviya Nagar, Bhopal 462 003 – India

Sales and Marketing Office

• C-16, Sector 3, Noida, Uttar Pradesh 201301, India

Website: www.manjulindia.com

Distribution Centres

Ahmedabad, Bengaluru, Bhopal, Kolkata, Chennai, Hyderabad, Mumbai, New Delhi, Pune

Marathi translation of *The Mountain is You* by Brianna Wiest

This edition first published in 2024

ISBN : 978-93-5543-508-8

Translation by Shubhangana Atre

Printed and bound in India by Thomson Press (India) Ltd.

''ब्रियानाचे हे पुस्तक मानसोपचारावरील एक सुंदर भाष्य आहे. आत्मघाताकडे असणारा कल, भावनिक बुद्धिमत्ता आणि अंतर्बाह्य परिवर्तन यांसंबंधींचे तिचे सूक्ष्म आकलन असाधारण आहे. बदलाची सुरुवात स्वत:पासून होते, याची तिला जाण आहे आणि तिचे हे पुस्तक म्हणजे समाजाला मिळालेली एक देणगी आहे.''

–डॉ. निकोल लेपेरा, द *होलिस्टिक सायकॉलॉजिस्ट*

''माझा असा विश्वास आहे की, आपल्या आंतरिक क्षमता पूर्णपणे उपयोगात आणण्याची दृश्य फलप्राप्ती, हा खरा पुरस्कार नसून, आपल्यामध्ये स्वत:ला परिपूर्णतेकडे नेण्याची जी क्षमता आहे, तिचा सर्वोत्तम आविष्कार हाच खरा पुरस्कार आहे. ब्रियाना वीस्ट हिच्या लेखणीतून उतरलेल्या या सुंदर पुस्तकातून, आपल्याला आपल्या अंतर्मनातील नकारात्मकतेचे डोंगर पार करून उंच शिखरे गाठण्याची अंतर्दृष्टी आणि प्रेरणा मिळते. कृतार्थता, नवलाई आणि आनंद यांनी सार्थ झालेले आयुष्य जगण्यासाठी साधना करण्यास जे तयार आहेत, अशा व्यक्तींनी वाचायलाच हवे, असे हे पुस्तक आहे!''

–सायमन अलेक्झांडर आँग, *आंतरराष्ट्रीय जीवन प्रशिक्षक आणि औद्योगिक तंत्रयोजक (इंटरनॅशनल लाइफ कोच आणि बिझनेस स्ट्रॅटेजिस्ट)*

'''द *माउंटन इज यू*' हे पुस्तक म्हणजे एक चेतावणी देणारा इशारा आहे. त्यामुळे कठीण परिस्थितीशी सामना करण्याची प्रेरणा मिळते. तुम्ही असाधारण आंतरिक व्यक्तित्व जागवावे आणि स्वत:ची कहाणी नव्याने घडवावी, सरतेशेवटी तुमच्या खोल मनातल्या आणि तुम्ही ज्यासाठी योग्य आहात, अशा इच्छांची पूर्तता करणारे, कृतार्थ आयुष्य घडवता यावे, यासाठी तुम्हाला बांधून टाकणारे जे नियम आतापर्यंत शिकवले गेले ते तोडून टाकण्याचे आवाहन या पुस्तकामध्ये आहे. तुमच्या अंतर्मनातील नकारात्मकतेचे डोंगर पार करून आत्मोन्नतीच्या सर्वोच्च शिखरावर विराजमान होण्यासाठी लागणारे धैर्य आणि वैचारिक स्पष्टता प्राप्त व्हावी म्हणून – विशेषत: तुमचे या आयुष्यातील अस्तित्वाचे खरे उद्दिष्ट काय आहे, हे समजण्यासाठी – ब्रियानाने या पुस्तकाद्वारे सहज आचरणात आणण्याजोग्या

साधनांची किमया तुम्हाला बहाल केली आहे. आत्मोद्धाराच्या सर्वोच्च शिखरावर विराजमान होण्याच्या मार्गावर चालणाऱ्या साधकासाठी, हे पुस्तक एक सर्वोत्तम मार्गदर्शक आहे.''

–जेना ब्लॅक, *आंतरराष्ट्रीय प्रशिक्षक*

''ब्रियाना वीस्ट ही माझी आवडती लेखिका आहे. तिने लिहिलेले शब्द माझ्या मनाला इतके खोलवर भिडले, की त्या द्वारे जाग्या झालेल्या जाणिवेमुळे आणि मनातील शंकांचे पूर्ण निरसन झाल्यामुळे, अनेकदा माझे डोळे पाण्याने भरून आले आणि मला काही वेळा वाचन थांबवावे लागले.''

–डॉन झुलवेता, *फिल्म आणि टेलिव्हिजन अभिनेत्री,*
सूत्रसंचालक व मॉडेल

''अत्यंत उत्कृष्ट असलेले ब्रियाना वीस्टचे हे पुस्तक म्हणजे आपण आत्मघाताकडे का झुकतो, तो स्वत:च कसा घडवून आणतो आणि त्यापासून स्वत:ला कायमस्वरूपी कसे वाचवायचे, याचा मार्ग दाखविणारा वाटाड्या आहे.''

–डॉ. स्टीव्हन आइसेनबर्ग, *मन:स्वास्थ्य तज्ज्ञ,*
इंटरनिस्ट आणि कर्करोग तज्ज्ञ

प्रस्तावना

निसर्गाचे चक्र नेहमीच जीवनाला अनुकूल अशी परिस्थिती निर्माण करत असते. आपल्यासमोर फक्त संकटे, अस्वस्थता आणि उलथापालथ यांनी भरलेली परिस्थिती उभी ठाकलेली आहे, असे वाटत असते, अशा वेळी आयुष्यही निसर्गाप्रमाणेच आपल्या समोर अनुकूल पर्याय ठेवत असते.

ज्याप्रमाणे, जंगलातले वणवे पारिस्थितिकीचा (ecology) समतोल राखण्यासाठी आवश्यक असतात - जमिनीखालील बियांना अंकुरण्यासाठी आवश्यक असलेली ऊब वणव्यांमुळे निर्माण होऊन नवीन वृक्षांची संख्या वाढीस लागण्यास मदत होते - त्याचप्रमाणे, आपल्या स्व-प्रतिमेबद्दल उणेपणा आणणाऱ्या कल्पना पुसल्या जाऊन, त्यांच्या जागी स्व-प्रतिमा उजळवणाऱ्या नवीन कल्पना प्रस्थापित होतील, अशा मोडतोडीच्या सकारात्मक अनुभवातून जाण्याची, त्याद्वारे मनाचे शुद्धीकरण होण्याची, आवश्यकता आपल्या अंतर्मनालाही असते. आपल्याला माहीत आहे की, ज्या प्रदेशातील विविध भागांत वेगवेगळ्या प्रकारचे हवामान असते, तिथे एकाच प्रकारच्या हवामानामुळे येणाऱ्या मर्यादा पार करून, निसर्ग अधिक जोमाने फळतो-फुलतो. तसेच, आपणही आपल्या सुरक्षिततेच्या भावनेला धक्का लागू नये म्हणून जी धडपड करत असतो, त्यामुळे येणाऱ्या आणि इतर प्रकारच्या मर्यादा यांची परिसीमा ओलांडून आपण नव्या वातावरणात प्रवेश करतो;[१] तेव्हा आपल्यातही परिवर्तन घडून येते. जेव्हा आपल्या आयुष्यातील समस्या विसरण्यासाठी आपण योजलेले सर्व पर्याय कुचकामी ठरतात, तेव्हा वैफल्याची/नैराश्याची भावना आपल्याला ग्रासू लागते. परंतु वस्तुस्थिती ही आहे की सर्व काही संपल्याची हीच भावना आपल्या आयुष्याला दीर्घकाळ वेढून टाकणाऱ्या समस्या स्वीकारण्याची क्षमता आपल्याला देते. सर्व काही

संपल्याच्या भावनेमुळे आपण ज्या क्षणी हताश होतो, तोच क्षण आपल्याला त्या भावनेच्या गर्तेतून बाहेर काढण्यासाठीही समर्थ असतो. हा क्षण, एखादा अंतर्गत स्फोट होऊन त्याचे परिवर्तन अति नवतार्‍यामध्ये (supernova) होण्याच्या क्षणासारखा असतो.

ज्याप्रमाणे भूपृष्ठाच्या बाह्य कवचाचा हिस्सा असलेल्या प्रस्तरांच्या दोन खंडांची (tectonic plates) एकमेकांशी टक्कर झाली की भूपृष्ठ उंचावले जाऊन पर्वताची निर्मिती होते, त्याचप्रमाणे एकमेकींशी विरोधी असणार्‍या तुमच्या गरजांमधील ओढाताणीतून निर्माण होणार्‍या, द्विधा मन:स्थितीतून नकारात्मक अडचणींचा डोंगर उभा राहतो. तो अडचणींचा डोंगर पार करण्यासाठी या द्विधा मन:स्थितीवर मात करण्याची आवश्यकता असते. जेव्हा तुम्हाला स्वत:ला नेमके काय हवे आहे हे कळत असते, परंतु ते साध्य करण्यापासून तुम्हाला रोखणारी बाब नेमकी काय आहे हे कळत नसते; अशा वेळेस ही द्विधा मन:स्थिती निर्माण होते.

'पर्वत/डोंगर' या प्रतीकाचा इतिहास लक्षात घेतला, तर असे लक्षात येते की, ज्याप्रमाणे आत्मभान जागृत होणे, आत्मोन्नयन या गोष्टींच्या संदर्भात 'पर्वतशिखरावर विराजमान होणे' या प्रतीकाचा उपयोग केला गेला; त्याचप्रमाणे 'डोंगराच्या पायथ्याशी अडकलेले असणे' या प्रतीकाचा उपयोग, 'पार करता येणार नाहीत', अशा अशक्य वाटणार्‍या आव्हानांचा निर्देश करण्यासाठी केला गेला. आपल्या क्षमतेचा अधिकतम उपयोग करून आत्मोन्नयन कसे साधायचे, याचे पिढ्यान्‌पिढ्या चालत आलेले ज्ञान आपल्याला निसर्गातल्या बहुतेक सर्व गोष्टींमधून मिळत असते आणि त्यांचा प्रतीकासारखा उपयोग केला जातो. 'पर्वत/डोंगर' हे प्रतीकही त्यातलेच एक आहे.

आत्मविकास हे मानवजन्माचे साध्य आहे. आपल्या आयुष्याचा प्रत्येक पैलू आपल्याला या गोष्टीची जाणीव करून देत असतो. प्राण्यांच्या प्रजाती प्रजनन करत असतात. प्रजननाच्या प्रक्रियेद्वारा पुढच्या पिढ्यांमध्ये जनुकीय उत्क्रांती घडून येत असते. त्यामध्ये काही आनुवंशिक गुणधर्म नष्ट होतात आणि काही नवे आनुवंशिक गुणधर्म उदयाला येतात. त्यातूनच आपल्या

भोवतालचे विश्व सतत विस्तारत राहते. आपल्या क्षमतांचेही तसेच आहे. जेव्हा नवनिर्मितीचे एक 'उत्प्रेरक' या दृष्टीतून, आपल्या समस्यांचे अवलोकन त्रयस्थ दृष्टीने करण्याची क्षमता आपल्यामध्ये विकसित होते, तेव्हा जीवनाची खोली आणि सौन्दर्य जाणण्याच्या आपल्या आंतरिक क्षमताही सतत विकसित होत राहतात, विस्तारत राहतात. परिवर्तन घडून येण्यासाठी जंगलांमध्ये वणव्याच्या धगीची, ज्वालामुखींमध्ये अंतर्गत स्फोट होण्याची, ताऱ्यांचा मृत्यू घडण्याची आवश्यकता असते. मानवाला संपूर्ण परिवर्तनासाठी स्वत:मध्ये सतत बदल घडवत राहणे, हाच एकमेव पर्याय मानवापुढे असू शकतो, दुसरा कुठलाही नाही.

तुमच्यासमोर अडथळ्यांचा डोंगर उभा असणे, याचा अर्थ असा मुळीच होत नाही की, तुमच्यातील कोणत्यातरी उणिवेमुळे तो पार करण्याचे सामर्थ्यच तुमच्यात उरलेले नाही. निसर्गातील कोणतीच गोष्ट परिपूर्ण नसते, त्यात काही ना काही अपूर्णता असते. त्या अपूर्णतेमुळेच विकासाची शक्यता निर्माण होते. जर प्रत्येक गोष्ट परिपूर्ण असती, तर त्यांच्यामध्ये भिन्नत्व राहिले नसते आणि भिन्न गुरुत्वाकर्षण बल असलेले तारे आणि ग्रह तसेच आपल्याला ज्ञात असलेल्या अनेक भिन्न वस्तू अस्तित्वातच नसत्या. कोणतेही अस्तित्व खंडित असणे, त्यात पोकळी असणे, भेगाळलेले असणे, यांसारख्या त्रुटींनी युक्त नसेल तर त्यातून नवे काहीही अंकुरणार नाही, निर्माण होणार नाही.[२] तुम्ही अपूर्ण आहात याचा अर्थ तुम्हाला अपयश आले, असा होत नाही; तुम्ही माणूस असल्याचे ते लक्षण आहे, आणि त्याहूनही महत्त्वाचे म्हणजे, दिसते त्यापेक्षा कितीतरी अधिक क्षमता तुमच्यामध्ये असल्याची ती खूण आहे.

कदाचित, तुम्हाला कोणता डोंगर पार करायचा आहे, हे तुम्हाला माहीत असेल. त्याचे स्वरूप एखादे व्यसन, लठ्ठपणा, नात्यामधली समस्या, नोकरी, उमेद किंवा पैसा, यांपैकी कोणत्याही प्रकारचे असेल. कदाचित तुम्हाला तो डोंगर कशाचा आहे, हे माहीतही नसेल. कदाचित तो डोंगर, सगळे जीवन व्यापून टाकणारी अस्वस्थतेची अस्पष्ट जाणीव, आत्मविश्वासाचा अभाव, भय किंवा असंतोष, यांपैकी काहीतरी असेल. समोर उभा असलेला डोंगर हा आपल्यासाठी असलेले आव्हान नसून, खरे आव्हान आपल्या

अंतर्मनातील अस्थिरतेच्या समस्येमध्ये दडलेले असते. ही समस्या कदाचित वरकरणी जाणवतही नसेल, पण ती आपल्या आयुष्याचा प्रत्येक हिस्सा अंतर्बाह्य ढवळून काढते.

सर्वसाधारणपणे, जेव्हा आपल्याला परिस्थितिजन्य समस्यांचा सामना करावा लागतो, तेव्हा आपण आयुष्यातील वास्तवाचा सामना करत असतो. जेव्हा आपण एखाद्या जुनाट समस्येचा सामना करत असतो, तेव्हा मात्र ती समस्या परिस्थितिजन्य नसून, ती आपले स्वत:चे, आपल्या व्यक्तित्वात मुरलेले आंतरिक वास्तव असते. बहुतेक वेळा डोंगर पार करायचा म्हणजे आयुष्यातल्या संकटांना मागे टाकायचे, अशी आपली समजूत असते. पण प्रत्यक्षात मात्र आपण वर्षानुवर्षे पचवलेले छोटे छोटे धक्के, कराव्या लागलेल्या तडजोडींमुळे आलेली निराशा आणि या सगळ्यांशी तडजोड करण्याची धडपड, यांच्या स्मृतींमधून तयार झालेल्या गोळाबेरजेचे फलित असते. ते आपले आंतरिक वास्तव असते.

तुमचे प्रत्यक्षातले जगणे आणि जगण्यासंबंधीची तुमची सहजप्रवृत्ती/ अंतऊर्मी यांच्यामध्ये उभी असलेली अदृश्य असणारी जाडजूड भिंत हा खरा तुमच्या समोर असलेला अडथळ्याचा डोंगर आहे. त्या अडथळ्याला सामोरे जाणे हा मुक्ततेचा आणि स्वत:ला घडवण्याचा एकमेव मार्ग आहे. तुम्ही इथेपर्यंत पोहोचलात, कारण कुठलीतरी कळ दाबली गेली आणि तुम्हाला तुमच्या जखमा कळल्या, त्या जखमा तुम्हाला पुढचा मार्ग दाखवतील आणि तो मार्ग तुम्हाला आत्मोन्नयनाच्या अंतिम ध्येयापर्यंत पोहोचवेल.

एका टोकाच्या स्थितीमध्ये तुम्ही अशा स्थानावर पोहोचाल – तिथे डोंगराचा पायथा, आगीची धग, तुमची अज्ञानरूपी झोप कायमसाठी उडवणारी रात्र यांचे सान्निध्य असेल – तुम्ही जर सर्वतोपरीने प्रयत्न करायला तयार असाल, तर तुमचे मागचे सगळे बंध तोडण्यासाठी, ते स्थान निर्णायक बिंदू ठरेल, तुम्हाला लक्षात येईल की आयुष्यभर ज्याच्या शोधात होतात, त्या महत्त्वाच्या टप्प्यावर पोहोचण्याच्या प्रवेशद्वारापाशी तुम्ही पोहोचला आहात.

ज्या प्रकारचे आयुष्य जगण्याचा तुम्ही आता प्रयत्न करणार आहात, ते आयुष्य तुमच्या आधीच्या व्यक्तित्वाला अनुसरून असणार नाही; ही वेळ स्वत:चा नव्याने शोध घेण्याची, नव्याने जन्माला येण्याची असेल.

तुम्हाला प्राप्त झालेल्या नवीन जीवन दृष्टीच्या अग्नीमध्ये तुम्हाला आधीच्या व्यक्तित्वाची आहुती द्यावी लागेल आणि पूर्वीची तुमची विचार करण्याची पद्धती सोडून, नव्या तऱ्हेने विचार करण्याची तयारी करावी लागेल. तुम्ही ज्यायोगे इथेपर्यंत पोहोचलात, ते तुमचे लहान वयातले व्यक्तित्व, त्याचा तुम्हाला त्याग करावा लागेल, कारण ते तुमच्या इथून पुढच्या मार्गक्रमणासाठी उपयोगी असणार नाही. तुमचे भविष्यातील व्यक्तित्व, जे इथून पुढच्या आयुष्यात तुमचे मार्गदर्शक असेल, ते नजरेसमोर साकार करून, त्याप्रमाणे स्वत:ला घडवावे लागेल. आता तुमच्या पुढे असलेली साधी, सरळ- पण प्रचंड आवाका असलेली आहे. ती साध्य करण्यासाठी प्रयत्न करावा, अशा निर्णयाच्या टप्प्यापर्यंतही बहुतेक जण कधी पोहोचत नाहीत. तुम्हाला आता मनाचे जडत्व टाकून द्यावे लागेल, मनाची दृढता आणि आत्मभान या गोष्टी जोपासाव्या लागतील. पुन्हा पूर्वीसारखे न होण्यासाठी, स्वत:मध्ये संपूर्ण परिवर्तन घडवावे लागेल.

पुढ्यात उभा असलेला डोंगर चढून जाणे, हे आता तुमच्या आयुष्यभराचे ध्येय, इथल्या तुमच्या अस्तित्वाचे उद्दिष्ट आहे; आणि त्यासाठीचा तुमचा मार्ग आता स्पष्ट झाला आहे. एक दिवस असा येईल, जेव्हा हा डोंगर तुम्ही मागे टाकलेला असेल, पण तो ओलांडून पुढे येण्याच्या प्रवासात तुम्ही स्वत:चे व्यक्तित्व जसे घडवाल, ते व्यक्तित्व मात्र कायम तुमच्या सोबत राहणार आहे.

सरतेशेवटी, तुम्हाला त्या डोंगरावर नव्हे, तर स्वत:वर प्रभुत्व मिळवायचे आहे, हेच खरे.

प्रकरण १

तू स्वत:च तो अडथळ्यांचा डोंगर आहेस

'आयुष्यात तुला मागे खेचणारे दुसरे-तिसरे कोणी नसून, तू स्वत:च आहेस.'

तुम्हाला मनोमन काय व्हावेसे वाटते आणि आता तुम्ही काय आहात, यांमधली दरी न मिटणारी असेल - तुमचा न बदलण्याचा अट्टाहास, बदलामुळे तुम्हाला होणारी वेदना, जाणवणारी असुरक्षितेची भावना, यांमुळे ती दरी मिटवण्याच्या तुमच्या प्रयत्नांत, सतत तुमचा स्वत:चाच अडथळा होत असेल - तर, लक्षात घ्या की तुमच्यामध्ये आत्मघाताची प्रवृत्ती अधिक प्रबळ आहे.

आत्मघाताची प्रवृत्ती ही 'स्व-ताडन' (masochism) या मानसिक विकृतीशी संबंधित आहे, असे वरवर पाहता वाटू शकते. स्वत:चा तिटकारा करणे, पुरेसा आत्मविश्वास नसणे किंवा इच्छाशक्तीचा अभाव यांसारख्या कारणांमुळे ती उत्पन्न होत असावी, असे दिसताना तरी दिसते. वास्तवात मात्र एखाद्या सुप्त स्वरूपातील गरजेच्या पूर्तीसाठी आत्मघाताच्या प्रवृत्तीचा उदय होतो. त्यातून सुटका करून घेण्यासाठी, आपल्या मनामध्ये खोलवर जाऊन शोध घेण्याची आवश्यकता असते.

आपल्याला अत्यंत खोलवर धक्का देणारी दु:खदायक घटना घडली असेल, तर ती नेमकेपणाने अधोरेखित करता यायला हवी, कोंडल्या गेलेल्या भावनांना मोकळे करता यायला हवे, आपल्या गरजांच्या पूर्तीसाठी अधिक

हितकारक मार्ग शोधता यायला हवेत, स्व-प्रतिमा नव्याने उजळायला हवी आणि भावनिक जाणतेपणा आणि नव्या ताकदीने उसळी घेऊन पुन्हा उभे राहण्याची क्षमता विकसित करता यायला हव्यात.

हे काही सहजसोपे काम नव्हे आणि तरीही आयुष्याच्या कुठल्यातरी वळणावर ते करणे आपणा सर्वांना भागच असते.

आत्मघाताची प्रवृत्ती, सुरुवातीला लक्षात येण्याइतकी ठळक असेलच, असे नाही

कार्ल युंग लहान असताना एकदा शाळेतील मैदानात पडला आणि त्याचे डोके आपटले. जेव्हा त्याला जोरात लागले, तेव्हा त्याने स्वत:शी विचार केला : 'हं, बहुधा आता मला शाळेत जावे लागणार नाही.'[३]

आज जरी कार्ल युंग अंतर्दृष्टीने युक्त असलेल्या त्याच्या कार्यासाठी प्रसिद्ध असला, तरी लहानपणी त्याला शाळेत जाणे आवडत नव्हते आणि बरोबरीच्या मुलांमध्ये तो रमत नव्हता. त्याच्या शाळेतील अपघातानंतर थोड्याच अवधीत त्याला मधूनमधून जोरकस चक्कर येऊ लागली. नकळत त्याला मज्जातंतूंचा विकार, किंवा त्याने म्हटल्याप्रमाणे 'न्युरोसिस' जडला. कालांतराने त्याच्या हे लक्षात आले की मज्जातंतूंचे या प्रकारचे 'सर्व विकार म्हणजे समाजामध्ये स्वीकारले जातील, असे दु:खाला वाट करून देण्याचे पर्याय असतात.'

युंगच्या बाबतीत, त्याने नकळत चक्कर येणे आणि शाळेत न जाणे या दोन गोष्टींची सांगड घातली. जिथे असुरक्षित आणि अस्वस्थ वाटते अशा शाळेतल्या वर्गात जाऊन बसणे टाळण्याच्या सुप्त इच्छेचा प्रकट आविष्कार म्हणजे त्याला मधूनमधून चक्कर येण्याच्या घटना, अशी त्याची दृढ कल्पना झाली. अनेक लोकांच्या बाबतीत त्यांच्या अंतर्मनात दडलेल्या, ज्यांचा ते उघड सामना करू शकत नाहीत - भय, मनात घट्ट रुतून बसलेले पूर्वग्रह, अशा गंभीर समस्यांची बाह्य लक्षणे असतात.

आत्मघाताची प्रवृत्ती ही प्रतिकूल वाटणाऱ्या परिस्थितीशी तडजोड करण्याची यंत्रणा आहे

जेव्हा आपल्या खोलवरच्या आंतरिक गरजांना आपण योग्य न्याय देऊ शकू, यावर आपला विश्वास नसतो, तेव्हा त्या गरजा आपण जाणीवपूर्वक दुर्लक्षित राहू देतो. असे वर्तन म्हणजे आत्मघाताची प्रवृत्ती होय.

कधीकधी आपण आपल्या नात्यांचा घात करतो, कारण आपल्या मनात एकटे राहण्याची भीती वाटत असली, तरी प्रत्यक्षात आपल्याला स्वत:चा शोध घेण्याची ओढ असते. कधी कधी आपण आपल्या व्यावसायिक यशावर पाणी सोडतो. समाजामध्ये अशा प्रकारच्या वर्तनाचा अर्थ महत्त्वाकांक्षेचा अभाव, असा केला जातो; पम आपण त्याकडे दुर्लक्ष करतो. कारण, प्रत्यक्षात आपल्याला कलनिर्मितीसारख्या गोष्टीमध्ये रस असतो. कधी कधी आपण आपल्या भावनांचे तार्किक मनोविश्लेषण करतो आणि आपला बरे होण्याचा प्रवास स्वत:च खंडित करतो, कारण तसे करण्यातून तर्कांच्या निकषावर न उतरणाऱ्या भावनांच्या प्रत्यक्ष अनुभवातून जाणे आपण टाळू शकतो. कधीकधी आपण स्व-संवाद होऊच देत नाही; कारण आपला स्वत:वरचा विश्वास जर दृढ झाला, तर बाहेरच्या जगाच्या विरोधात जाऊन मोकळेपणाने वावरण्याचे धाडस दाखवण्यास आपण उद्युक्त होऊ आणि तसे केल्याने आपली असुरक्षितता वाढेल अशी भीती आपल्याला वाटू शकते.

बहुतेकदा आत्मघाताची प्रवृत्ती म्हणजे, अडचणीच्या परिस्थितीचा प्रत्यक्ष सामना न करता, त्या परिस्थितीमुळे आलेल्या तणावातून मुक्तता करून घेण्याचा सोपा मार्ग शोधण्याचा प्रयत्न असतो. प्रत्यक्षात आपली आंतरिक गरज काय आहे याचा विचार न करता, तणावमुक्तीसाठी सोप्या मार्गाचा अवलंब करणं म्हणजे आत्मघात होय. पण कशापासूनतरी सुटका करून घेण्यासाठी केलेल्या कोणत्याही सोप्या उपायाप्रमाणेच, हा फक्त एक तडजोडीचा मार्ग आहे, मूळ समस्येचे उत्तर नव्हे; याने समस्या सुटली असे होत नाही, याने समस्या कायमची नष्ट झाली, असे खरोखरीच कधीही होत नाही. यामध्ये आपण फक्त आपल्या इच्छा दाबण्याचा प्रयत्न करतो आणि सुटकेचा तात्पुरता अनुभव मिळवतो.

तर्कविहीन भीती, हे आत्मघाताचे कारण असते

आत्मघाताला कारणीभूत होईल असे वर्तन, कधीकधी भीतीचा परिणाम असतो. ही भीती जगासंबंधीच्या आणि स्वत:संबंधीच्या, दीर्घकाळ दाबून ठेवलेल्या, प्रत्यक्षात ज्यासंबंधीचा विचार करण्याचे कायम टाळले गेले, अशा गोष्टीसंबंधीची असते.

कदाचित, आपण कमी बुद्धिमान आहोत, आपण विशेष आकर्षक नाही किंवा इतरांना आपण आवडत नाही; अशा कल्पना त्यामागे असतात. कदाचित, त्यामागे आपण आपली नोकरी घालवून बसू अशी भीती, उद्वाहनातून जाण्याची भीती किंवा कोणत्याही नात्याशी बांधले जाण्याची भीती असते. इतर काहींच्या बाबतीत ही भीती केवळ संशयाच्या स्वरूपातली असते. उदाहरणार्थ, कोणीतरी आपला पाठलाग करते आहे, कोणीतरी आपल्या खाजगी विश्वामध्ये घुसू पाहत आहे, 'पकडले' जाण्याची किंवा खोट्या आरोपात अडकवले जाण्याची शंका वगैरे.

काळाच्या ओघात, अशा प्रकारच्या भीतीच्या कल्पना किंवा संशयांमधून कायमस्वरूपी भावनिक पाश तयार होतात.

बहुतेकांच्या बाबतीत त्यांच्या मनातील संशयाच्या स्वरूपातील भीती, वास्तवातील कोणत्यातरी भीतीचे प्रतिनिधित्व करत असते. कारण वास्तवातील भीतीला सामोरे जाणे, हे आपल्यासाठी अत्यंत भयकारक असते, त्यामुळे आपण ज्या गोष्टी घडण्याची फारशी शक्यता नाही, अशा घटनांवर आपल्या भीतीचे प्रक्षेपण करतो. मग ज्या गोष्टी घडण्याचा संभव जवळजवळ नाहीच; त्या गोष्टींची चिंता केल्यामुळे एक प्रकारची सुरक्षिततेची भावना वाटू लागते. कारण आपल्या सुप्त मनाला हे नक्की ठाऊक असते की, या गोष्टी कधीच घडणार नाहीत. त्यामुळे प्रत्यक्षात कोणताही धोका न पत्करता आपल्या भावना व्यक्त करण्याचा एक सोपा मार्ग आपल्यासाठी खुला होतो.

उदाहरणार्थ, तुम्हाला कारमध्ये बसून प्रवास करण्याची भीती वाटत असेल तर कोणीतरी किंवा काहीतरी दुसरे तुमच्या आयुष्यावर नियंत्रण ठेवत आहे,

ही त्यामागील खरी भीती असते. कदाचित ही भीती आयुष्यात पुढे जाताना वाटणाऱ्या अनिश्चिततेसंबंधीची असते आणि पुढे जाणारी कार ही फक्त त्या गोष्टीची प्रातिनिधिक असते.

तुम्हाला जर भीतीमागील वास्तव कारण माहीत असेल, तर कदाचित तुम्ही तुमच्या हतबलतेची किंवा निष्क्रियतेची कारणे अचूकपणे शोधून काढाल आणि ती भीती कायमची घालवण्यासाठी प्रयत्न सुरू कराल. जोपर्यंत तुम्हाला खरी समस्या कळलेली नाही, तोपर्यंत कारमध्ये बसल्यानंतरचा सगळा वेळ, 'आता घाबरत राहण्याचे, काळजी करण्याचे कारण नाही,' असे तुम्ही स्वत:लाच बजावत राहाल पण प्रत्यक्षात परिस्थिती आणखीच बिघडली आहे आणि तुमची भीती आणखीच वाढली आहे हे तुमच्या लक्षात येईल.

समस्येचा उपाय शोधण्याचा वरवरचा प्रयत्न करत असाल, तर तुम्हाला नेहमीच समोर न भेदता येणारी भिंत उभी आहे, असे वाटेल. असे होते, कारण जखम बरी करण्यासाठी कोणता उपाय करायला हवा, हे माहीत करून घेण्याआधीच तुम्ही जखमेवर लावलेली तात्पुरती पट्टी ओढून काढण्याचा प्रयत्न करत आहात.

सुप्त मनात गोठवल्या गेलेल्या नकारात्मक गोष्टींमध्ये आत्मघाताच्या प्रवृत्तीचे मूळ असते

आत्मघाताकडे झुकणारे वर्तन, हे तुमच्या अंतर्मनात रचली गेलेली आत्मकहाणी कालबाह्य झाल्याची, तुम्हाला जखडत असल्याची किंवा साध्या शब्दांत सांगायचे तर अवास्तव चुकीची असल्याचे पहिले लक्षण आहे.

तुम्ही तुमच्या आयुष्याकडे कसे पाहता, एवढ्यानेच केवळ तुमचे आयुष्य काय वळण घेईल, हे ठरत नाही; तर ते तुमचे स्वत:बद्दलचे मत काय आहे, यावरही अवलंबून असते. तुमची स्व-प्रतिमा उभी करण्यासाठी तुम्ही पूर्ण आयुष्यभराचा वेळ दिलेला असतो. तुमच्या भोवती असलेल्या लोकांकडून ऐकलेली त्यांची तुमच्याबद्दलची मते आणि विविध गोष्टींचा तुमच्यावरील प्रभाव : तुमच्या पालकांचा तुमच्याबद्दलचा दृष्टिकोन, समवयस्कांचे

तुमच्याबद्दलचे विचार, स्वानुभवातून सिद्ध झालेले चित्र, इत्यादींचे तुकडे एकत्र जुळवून ही स्व-प्रतिमा निर्माण होत गेली. तुमच्या या स्व-प्रतिमेत काही बदल करणे सहज नसते, कारण तुमच्या स्वत:बद्दलच्या पूर्वग्रहांचे दृढीकरण करण्याची तुमच्या मेंदूतील यंत्रणा, तुम्हाला तसे करू देत नाही.

आपण आत्मघाताकडे झुकतो, कारण आपल्याला काय मिळवायचे आहे आणि ते मिळवण्यासाठी आपले व्यक्तित्व योग्य आहे की नाही, या दोन गोष्टींचा एक विरोधी, नकारात्मक आकृतिबंध आपल्या मनात तयार झालेला असतो. तुमची चिंता आर्थिक स्थैर्यासंबंधीची असेल आणि ती मिळवण्यासाठीचा तुमचा प्रत्येक प्रयत्न जर अपयशी ठरत असेल, तर तुम्हाला मागे वळून पाहायला हवे, पैशासंबंधीची तुमची मूलभूत संकल्पना तपासून पाहायला हवी. तुमचे पालक आर्थिक व्यवहारांचे नियोजन कसे करत होते? महत्त्वाचे म्हणजे जे श्रीमंत आहेत त्यांच्याबद्दल आणि जे श्रीमंत नाहीत त्यांच्याबद्दल त्यांनी तुम्हाला काय सांगितले आहे? आर्थिक टंचाईचा सामना करणारे अनेक जण त्यांच्या परिस्थितीचे समर्थन करण्यासाठी पैशाचे महत्त्वच नाकारतात. 'श्रीमंत लोक वाईट असतात,' अशी ग्वाही ते देत असतात. श्रीमंत लोक वाईटच असतात, असे सांगणाऱ्या लोकांच्या सहवासात तुम्ही मोठे झाला असाल, तर विचार करा- काय मिळवायला तुमचा विरोध असेल?

बहुतेकदा ज्या गोष्टीने अस्वस्थ वाटल्यामुळे तुम्ही आत्मघात ओढवून घेता, तीच गोष्ट तुमच्या क्षमता मर्यादित करणाऱ्या समजुतीचे प्रतिबिंब असते.

आरोगयसंपन्न असणे हे धोक्याचे असू शकते, असे समीकरण कदाचित तुमच्या मनात तयार होऊ शकते, कारण तुमचे पालक अतिशय आरोग्यसंपन्न असूनही, त्यांच्यातील एक जण आजारी पडल्याचे तुम्ही पाहिले असेल. तुमचा संकल्पित असलेला ग्रंथराज लिहायला तुम्ही कधीच सुरुवात करत नाही, कारण खरे म्हणजे तुम्हाला तो लिहायचाच नसतो; तुम्हाला फक्त काहीतरी करून लोकांनी तुमची प्रशंसा करायला हवी असते, बऱ्याचदा स्वत:ला समाजात मानाचे स्थान हवे, पण ते मिळत नाही म्हणून अनेक जण लेखनाकडे वळतात. हे म्हणजे असे झाले की काही पदार्थ खाल्ल्याने पोटात शांत वाटते म्हणून कुपथ्य झाले तरी ते खाल्ले जातात. पण क्षणभर

थांबून आपण स्वत:ला हे विचारत नाही की, मुळातच ज्यापासून सुटका मिळवण्यासाठी आपण ते पदार्थ खाल्ले त्या पोटातल्या अशांत वाटण्याचे कारण काय होते? कदाचित, स्वभावत: तुम्ही निराशावादी नसालही; परंतु लोकांशी संवाद साधताना, तक्रार करण्यापलीकडे आणखी काय बोलावे हे तुम्हाला कळत नाही. यावर उपाय व्हायला हवा असेल, तर तुम्हाला तुमच्या पूर्वग्रहांवर मात करावी लागेल आणि नवीन विचार स्वीकारावे लागतील.

सर्वच श्रीमंत लोक भ्रष्ट नसतात, या गोष्टीची दखल तुम्हाला घ्यावी लागेल. पैशाचा वापर स्वत:च्या स्वार्थासाठी करणारे लोक असतात, हे गृहीत धरले तरी, उदात्त उद्देश बाळगून काम करणारे चांगले लोक स्वत:साठी आणि इतरांसाठी अधिक वेळ, संधी आणि सुस्थिती निर्माण करण्यासाठी, साधन म्हणून पैसा मिळवताना कचरत नाहीत, ही गोष्ट महत्त्वाची आहे. तुम्हाला हे स्वीकारायला हवे की आरोग्यसंपन्न असण्याने तुमची असुरक्षितता कमी होते, वाढत नाही. लोकांच्या हितासाठी काही करायचे म्हटले की टीका ही होतेच; म्हणून टीका होईल, हे काही न करण्याचे कारण असू शकत नाही. आरोग्याला घातक असणारे अन्न ग्रहण करण्यापेक्षा, पोटात शांत वाटण्यासाठी अनेक वेगवेगळे, अधिक प्रभावी मार्ग असू शकतात आणि नकारात्मक बोलण्यापेक्षा लोकांशी संवाद साधण्याचे आणखी चांगले प्रकार असू शकतात, हे तुम्ही स्वत:ला पटवून द्यायला हवे.

एकदा का तुम्ही तुमच्या पूर्वग्रहांना प्रतिप्रश्न आणि निरीक्षण यांच्या आधाराने नीट तपासून पाहिलेत की ते किती पोकळ आणि तर्कहीन आहेत, हे तुम्हाला दिसू लागेल – ते पूर्वग्रह तुम्हाला तुमच्यातील क्षमतेची सर्वोच्च पातळी गाठण्यापासून मागे खेचतात, हे वेगळेपणाने सांगायची आवश्यकता नाही.

'जगाचे अनोळखीपण' हा आत्मघाताचे मूळ कारण आहे

अनोळखी, अज्ञात गोष्टींबद्दल मानवाला नेहमीच प्रतिकाराची भावना जाणवते, कारण अज्ञात जगावर त्याचे नियंत्रण नसते. जरी ते 'अज्ञात' त्याच्यासाठी शुभदायक किंवा हितकारक असले तरीसुद्धा अज्ञातावर आपले नियंत्रण नसते, हे सत्य आहे.

अनोळखीपणाला किंवा अज्ञाताला सामोरे जावे लागण्याची स्वाभाविक परिणती आत्मघातामध्ये होते. ते तसे होते, कारण कितीही चांगले असले तरी 'अज्ञात' हे परके असते, जोपर्यंत ते ओळखीचे, आपलेसे वाटत नाही तोपर्यंत ते धोक्याचे वाटते. अज्ञाताबद्दल वाटणाऱ्या असुरक्षिततेच्या भावनेबद्दल बहुतेक वेळा लोकांचा गोंधळ होतो, ते अज्ञाताला 'चुकीचे' किंवा 'वाईट' किंवा 'अपशकुन' समजतात. परंतु अज्ञाताची भीती घालवणे हा केवळ मानसिक तयारीचा भाग असतो.

प्रसिद्ध अमेरिकन मानसशास्त्रज्ञ गाय हेन्ड्रीक्सने या गोष्टीला तुमची अधिकतम (upper limit) किंवा 'आनंदी राहण्याची अधिकतम क्षमता' (tolerance for happiness), असे म्हटलेले आहे.[४] कशाबद्दल आणि किती काळ आनंदी राहायचे, यासंबंधीची प्रत्येकाची एक निश्चित मर्यादा असते. इतर मानसशास्त्रज्ञ, ज्याला 'आधाररेषा'(baseline) किंवा अंगभूत प्रवृत्ती (set predisposition) असे म्हणतात, जवळपास त्यासारखेच असणारे हे तत्त्व आहे. म्हणजे कोणतीही व्यक्ती एखादी विशिष्ट घटना किंवा परिस्थितिजन्य बदल यांमुळे त्या क्षणी निर्माण झालेल्या भावनिक स्थितीत कायम राहत नाही, ती एका ठरावीक काळानंतर स्वतःच्या मूळ स्वभावावर परत येते.

छोटे छोटे बदल पुन्हा पुन्हा घडत राहिले, तर कालांतराने त्याचा परिणाम म्हणून मूळ आधाररेषेत काही तडजोडी होतात. असे असले तरी, बहुतेक वेळा ही तडजोड कायमस्वरूपी असत नाही, कारण आपण पुन्हा आपल्या अंगभूत प्रवृत्तीकडे परततो. मूळ आधाररेषेत झालेले बदल आपण कायमस्वरूपी टिकू देत नाही, कारण आपल्याला ज्याची सवय असते, त्यापलीकडे आपल्या आनंदस्थितीच्या मर्यादा विस्तारू लागल्या, की आपण कळत नकळत, लगेचच, ज्यात सुरक्षित वाटते, अशा पूर्वस्थितीकडे परतण्याचे मार्ग शोधतो.

आपली मूलभूत घडण जे ज्ञात आहे, त्यालाच चिकटून राहण्याची असते. आपल्याला जरी वाटत असले, की आपण आनंदाच्या शोधात आहोत, तरी प्रत्यक्षात मात्र जे आपल्या सवयीचे आहे, तेच शोधण्याचा प्रयत्न आपण करतो.

आत्मघाताची प्रवृत्ती कालबाह्य विश्वासप्रणालीतून निर्माण होते

तुमचे आयुष्य तुम्ही प्रत्यक्षात कसे घडवाल, हे आयुष्याबद्दल असणाऱ्या तुमच्या मनातील दृढ विश्वासप्रणालीवर अवलंबून असते. म्हणूनच तुमच्या अंतर्मनातील विश्वासप्रणालीनुसार रचली गेलेली आत्मकहाणी कालबाह्य आहे, याची जाणीव तुम्हाला व्हायला हवी आणि ती बदलण्याचे धैर्य अंगी असायला हवे.

तुमची क्षमता एखाद्या चांगल्या कंपनीत, वर्षाला जास्तीतजास्त ५० हजार डॉलर्स एवढा पगार असणारी नोकरी मिळवण्याएवढीच आहे, या विश्वासावरच कदाचित तुम्ही तुमचे संपूर्ण आयुष्य व्यतीत केले असेल. कदाचित, इतकी सारी वर्षे तुम्ही ''माझा स्वभाव घाबरट आहे,'' असे स्वतःला सांगण्यात घालवली असतील आणि प्रत्यक्षात त्यावर विश्वास ठेवायला सुरुवात केली असेल; तर अशा तऱ्हेने स्वतःच्या व्यक्तित्वाबद्दलच्या विचारात तुम्ही चिंता आणि भय यांचा समावेश केलेला असतो. कदाचित, असे असू शकते की तुम्ही एका बंदिस्त सामाजिक वर्तुळात किंवा जिथे तुमच्या विशिष्ट विचारांचेच प्रतिध्वनी तुम्हाला पुन्हा पुन्हा ऐकू येतात, अशा वातावरणात लहानाचे मोठे झालात. त्यामुळे राजकारण किंवा धर्म यासंबंधात तुम्हाला पडणारे प्रश्न विचारण्यात काहीच गैर नाही किंवा त्या संबंधात तुम्ही नव्या निष्कर्षांपर्यन्त पोहोचू शकता, हे माहीत होण्याची संधी कदाचित तुम्हाला मिळालीच नसेल. तुम्ही दिमाखदार पद्धतीने राहू शकता, तुमच्या आयुष्यात संतुष्ट असू शकता किंवा जगभर प्रवास करू शकता; असा विचारच कदाचित तुम्ही कधी केला नसेल.

इतर बाबतींमध्ये तुम्हाला मर्यादित बनवणाऱ्या विचारांचा उगम कदाचित सुरक्षिततेला प्राधान्य देण्याच्या तुमच्या इच्छेत असेल.

म्हणूनच कदाचित तुम्ही अज्ञात जगातील संभाव्य असुरक्षिततेला टाळता आणि ज्ञात जगातील सुरक्षितता, जी तुमच्या सवयीची आहे, तिला प्राधान्य देता; तुम्ही रोमांचकतेपेक्षा उदासीनतेला प्राधान्य देता, दुःख सोसण्याने तुम्ही महान ठरता, असे तुम्हाला वाटते, किंवा तुमचा विश्वास असतो की प्रत्येक 'चांगले' त्याच्या बरोबर 'वाईट' घेऊनच येते.

तुम्हाला खरोखरीच यातून बरे व्हायचे असेल, तर तुम्हाला तुमची दिशा बदलावी लागेल. तुम्हाला तुमच्या नकारात्मक आणि स्वतःलाच फसवणाऱ्या विचारपद्धतीबाबत अतिशय जागरूक राहावे लागेल आणि तुमची मनोधारणा बदलून ती तुमच्यासाठी हितकारक असली पाहिजे, याची काळजी घ्यावी लागेल.

नकारात्मक मानसिकतेतून बाहेर कसे पडायचे?

कदाचित आत्मघातासंबधीची आतापर्यंतची ही प्राथमिक माहिती तुम्हाला थोडीशी तरी पटली असेल किंवा कदाचित पटलीच असेल.

दोन्हींपैकी काही खरे असले तरी, तुम्हाला तुमच्या आयुष्यात खरोखरी परिवर्तन व्हायला हवे असेल, तर तुमच्या व्यक्तिगत आयुष्यातील घडामोडींकडे नकारात्मक भावनेतून पाहणे थांबवले पाहिजे. स्वतःच्या बाबतीत तुम्ही वास्तववादी व्हायला हवे. तसे केल्याने तुम्हाला ठामपणे स्वत:ला वाटायला लागेल, की तुमचे तुमच्यावर खूप प्रेम आहे. इतके, की इत:पर तुम्ही तुमच्या योग्यतेपेक्षा कमी, असे काहीही स्वीकारणे पूर्णत: थांबवाल.

तुम्हाला जर असे वाटत असेल, की आयुष्यात आता जे आहे, त्यापेक्षा तुम्ही काहीतरी अधिक चांगले करू शकता, तर ते बरोबर असू शकते.

तुम्हाला जर असे वाटत असेल, की आताचे तुमचे जे व्यक्तित्व आहे, ते तुमचे मूळ 'स्व'रूप नाही, तर ते बरोबर असू शकते.

आपल्या आयुष्याच्या प्रवासात आपण नेमके कुठे आहोत, याबद्दलच्या आपल्या आताच्या भावनांची तीव्रता कमी करण्याचा उपाय म्हणून असंख्य सकारात्मक विधानांची केवळ उजळणी करत राहणे उपयोगाचे नसते. काही उपयोग होत नसतो. तसे करण्याने आपला वास्तवाशी असलेला संपर्क तुटतो आणि आपण आहे तिथेच अडकून पडतो.

'स्वतःवर प्रेम करण्याच्या' प्रयत्नात आपल्या व्यक्तित्वातील प्रत्येक गोष्ट कशी योग्य आहे, हे आपण स्वतःशी सिद्ध करू पाहतो. पण तसे करताना जाणवणाऱ्या स्वतःसंबंधीच्या आल्हाददायक भावना फार काळ टिकून राहताना दिसत नाहीत, त्या फक्त काही काळापुरत्या आपली अस्वस्थता बोथट करतात. त्यांचा उपयोग का होत नाही? कारण एक गोष्ट आपल्याला खोलवर अंतर्मनात माहीत असते. ती म्हणजे, मी आता जसे असावे, अशी माझी अपेक्षा आहे, ते माझ्या 'स्व'रूपाशी जुळणार नाही आणि या वास्तवाचा स्वीकार करेपर्यंत, मला शांती लाभायची नाही.

जेव्हा आपण नकारात्मक भावनेने ग्रासलेले असतो, तेव्हा आपण आपला 'दोष टांगण्यासाठी खुंटी शोधय'ची या मनःस्थितीत प्रवेश करतो. आपण असे का आहोत, याचे स्पष्टीकरण देण्यासाठी आपण कोणीतरी किंवा काहीतरी शोधण्याचा प्रयत्न करतो. त्याच्या आधारे आपण आपले समर्थन करायला लागतो. तुम्ही जर सतत – जवळजवळ रोजच – मी दुःखी का आहे, याची कारणे देत असाल, तर ते तुमच्यासाठी हितकारक नाही. अशाने स्वतःमध्ये कायमस्वरूपी परिवर्तन घडवून आणण्याच्या तुमच्या अतीव इच्छेच्या जवळपासही तुम्ही पोहोचणार नाही.

स्वतःला बरे करण्याची जबाबदारी स्वतः स्वीकारणे, ही बरे होण्याच्या प्रक्रियेतली पहिली पायरी असते. तसे केल्याने तुमचे आयुष्य आणि तुम्ही स्वतः यांबद्दलचे प्रामाणिक वास्तव नाकारण्याच्या मनःस्थितीतून तुम्ही कायमचे बाहेर पडता. वरकरणी तुमचे आयुष्य कसे दिसते, याला काही महत्त्व नाही; महत्त्वाचे आहे ते तुम्हाला त्याबद्दल आतून काय वाटते आहे. सतत तणावाखाली असणे, घाबरलेले असणे आणि दुःखी असणे हे चांगले नाही. एका बाजूला आपण चुकीचे आहोत असे वाटत असताना, दुसऱ्या बाजूला स्वतःवर प्रेम करण्याचा प्रयत्न तुम्ही करत असाल, तर तुम्ही दुःखाचेच धनी होत राहाल.

तुम्ही ज्या आयुष्याबद्दल नाखूश आहात, त्याचा स्वीकार न करणे हा स्वतःवर प्रेम करण्याचा सर्वात उत्तम मार्ग आहे. स्वतःची समस्या स्वच्छ आणि सरळ पद्धतीने मांडण्याची क्षमता मिळवणे म्हणजे स्वतःवर प्रेम करणे.

तुम्हाला खऱ्या अर्थी तुमचे आताचे आयुष्य मुळापासून बदलून, परिवर्तन घडवून आणायचे असेल तर खरोखरीचा बदल घडवण्याची ही पहिली पायरी आहे.

एक कागद आणि पेन घ्या, आणि ज्या ज्या बाबतीत नाखूश आहात, ती प्रत्येक गोष्ट, तुमच्या समोर असलेली प्रत्येक समस्या लिहून काढा. तुम्ही जर आर्थिक अडचणींशी लढत असाल, तर नेमके कुठे चुकले आहे, याचे स्पष्ट चित्र तुमच्या पुढे असायला हवे. तुमचे प्रत्येक कर्ज, चुकवायचे राहिले आहे असे प्रत्येक देणे, स्थावर-जंगम संपत्ती, आणि उत्पन्नाचा प्रत्येक बारीकसारीक स्रोत, याची नोंद करा. तुम्हाला तुमची स्व-प्रतिमा आवडत नसेल, तर तुम्हाला स्वत:मधले नेमके काय आवडत नाही, ते लिहून काढा. तुम्ही अस्वस्थ असाल तर, तुम्हाला छळणारी प्रत्येक चिंता, तुम्हाला अस्वस्थ करणारी प्रत्येक गोष्ट लिहून काढा.

सर्वांत आधी करण्याची आणि सर्वाधिक महत्त्वाची गोष्ट म्हणजे नकारात्मकतेतून बाहेर पडणे आणि खरोखरी काय चुकले आहे, याची स्पष्टता मिळवणे. या टप्प्यावर तुमच्या जवळ पर्याय आहे : एक तर तुम्ही आहे त्या परिस्थितीबरोबर तडजोड करा, किंवा ती मुळापासून बदलण्याचा निश्चय करा. कोणताच पर्याय न निवडता रेंगाळत राहिल्यामुळे तुम्ही अडकून पडले आहात.

तुम्ही आता ज्या बिंदूवर उभे आहात, त्या बिंदूपासूनच पुढचा मार्ग सुरू होतो

तुम्हाला कळले असेल की, तुमच्या आयुष्यात बदल घडवण्याची गरज आहे. ते साध्य करण्यापासून तुम्ही खूप दूर असलात किंवा तुम्हाला अजूनही तिथे कसे पोहोचायचे, हे कळत नसेल, तरी बिघडत नाही.

तुम्ही अगदी पहिल्यापासून सुरुवात करत असलात, तरी बिघडत नाही.

तुम्ही अगदी तळाच्या खडकावर उभे आहात आणि तुम्हाला तिथून पुढचा मार्ग अजूनही दिसत नसला, तरी बिघडत नाही.

तुम्ही तुमच्या डोंगराच्या पायथ्याशी आहात आणि जेव्हा जेव्हा तो डोंगर पार करण्याचा प्रयत्न तुम्ही केलात, तेव्हा प्रत्येक वेळी अपयश आले, असे असले तरी बिघडत नाही.

ज्या स्थितीतून बरे होण्याचा आपला प्रवास सुरू होतो, ती स्थिती डोंगराच्या तळाशी असलेल्या खडकासारखी असते. असे घडत नाही की, एकाएकी आपल्याला प्रकाश दिसला किंवा अचानक आपले अत्यंत वाईट दिवस सरल्याचा साक्षात्कार आपल्याला झाला किंवा कुणीतरी आपल्याला आपल्या वेडेपणापासून वाचवले आणि त्यामुळे आपला हा प्रवास सुरू झाला. डोंगराच्या तळाशी असलेला खडक, हा आपल्या परिवर्तनाचा प्रारंभीचा बिंदू बनतो, कारण तोच बिंदू आहे, की जिथे असताना बहुतेक लोकांना उपरती होते आणि ते निश्चय करतात, की *त्यांना आयुष्यात पुन्हा कधीही नाखूश असण्याची भावना अनुभवायची नाही.*

असा निश्चय करणे हा केवळ एक अव्यक्त काल्पनिक संकल्प नव्हे. ती एक उघड घोषणा आणि ठाम निश्चय असतो. आपल्या आयुष्याला प्रभावित करणाऱ्या अनेक गोष्टींमधली ही एक गोष्ट, आयुष्य बदलून टाकणारी आहे. पुढे जाऊन तुम्ही जे जे घडवणार आहात, त्या सगळ्याचा हा पाया आहे.

जेव्हा एखाद्या विशिष्ट अनुभवाची कधीही पुनरावृत्ती होऊ देणार नाही, असा निश्चय तुम्ही करता, तेव्हा तुमचा आत्मजागृती, आत्मप्रबोधन आणि स्व-विकास यांकडे जाणारा प्रवास सुरू होतो, ज्यायोगे तुमच्यात आमूलाग्र बदल होऊन, तुमचे व्यक्तित्व नव्याने घडणार असते.

त्या घडीला 'गुण-दोष' यांना महत्त्व उरत नाही. आता कुणी काय केले किंवा तुम्हाला कुणी दुखावले याचा विचार तुम्ही करत बसत नाही. त्या क्षणी एकच विचार तुम्हाला पुढचा मार्ग दाखवत असतो : 'काही झाले तरी *मी आता माझे आयुष्य पुन्हा या वळणावर येऊ देणार नाही.'*

डोंगराच्या तळाच्या खडकावर उभे असल्याची जाणीव होण्याचा दिवस वाईट नसतो. तुम्ही केवळ योगायोगाने त्या खडकापर्यंत पोहोचला नाहीत. आपण तिथे तेव्हाच पोहोचतो, जेव्हा आपल्या मुरलेल्या सवयींमुळे,

वास्तव परिस्थितीला बगल देत जगत राहण्यासाठी तयार झालेल्या आपल्या मानसिक आणि शारीरिक यंत्रणा आपल्या अधीन राहत नाहीत आणि ज्या भावना आपण लपवायचा प्रयत्न करत होतो, त्याच नेमक्या उघड व्हायला लागतात. डोंगराच्या तळाशी असलेला खडक म्हणजे, आपल्या वर्तमानातल्या स्वभावाचा सामना करायला आपण जिथून सुरुवात करतो, जिथून आपल्या परिवर्तनाच्या प्रवासाची सुरुवात होते, तो बिंदू. जेव्हा सगळेच बिघडते, तेव्हा त्याच्या मुळाशी फक्त एक आणि एकच गोष्ट (आपला स्वभाव) आहे, हे आपल्याला मान्य करावे लागते.

आपल्याला बरे व्हायला हवे आहे. आपल्याला बदलायचे आहे. पुन्हा गडगडत तळापाशी येऊन पोहोचल्याचा अनुभव आपल्याला नको असेल तर आपण आयुष्याबद्दलचा आपला दृष्टिकोन संपूर्ण बदलण्याचा संकल्प करायला हवा.

ज्या दिवशी आपल्याला उदास वाटत असते, त्या दिवशी आपल्याला *पुन्हा हा अनुभव घ्यायचा नाही, असा विचार आपण करत नाही.* असे का? उदास वाटण्यात काही आनंद नाही, हे खरे असले, तरी ते अगदी असह्यही नसते हे त्यामागचे कारण आहे. छोटे छोटे अपयश हा जीवनाचा अविभाज्य भाग आहे; आपण काही परिपूर्ण नसतो, पण तरी आपल्या कुवतीप्रमाणे सर्व प्रयत्न आपण करतच असतो आणि काही काळाने हा उदासपणा निघून जाईल, या गोष्टींचे भानही आपल्याला नेहमीच असते.

एखाददुसरी गोष्ट आपल्या मनासारखी झाली नाही, म्हणून आपण लगेच मोडून पडलो, असे होत नाही. आपण तेव्हाच मोडून पडतो, जेव्हा जग कसे आहे, ही खरी समस्या नसून, आपण कसे आहोत ही खरी समस्या आहे या गोष्टीची जाणीव आपल्याला होते. ही जाणीव सुंदर आहे. एयोदिगी अव्होशिका यस या लेखकाने त्याच्या स्वत:च्या अवस्थेचे वर्णन पुढीलप्रमाणे केले आहे : 'इतर कोणत्याही भावनेची थोडीसुद्धा झाक असणार नाही, अशा अगदी शुद्ध स्वरूपात कंटाळलेपणाची भावना तुम्हाला जाणवायला हवी. त्याचा सल तुम्हाला असह्य व्हायला हवा.' माझ्या बाबतीत जेव्हा ही अवस्था आली तेव्हा मी 'आता पुन्हा असे जगणे मला शक्य नाही!' असे म्हणत अक्षरश: किंचाळलो.

माणसे सुखाच्या शोधात असतात. जे ओळखीचे असते, तेच पत्करतात आणि वास्तवात जरी हिताचे असले तरी जे अनोळखी असेल ते नाकारतात.

हे असे आहे खरे, लोकांना त्यांच्या सवयी बदलण्याचा पर्याय, आहे त्या आयुष्याच्या तुलनेत कमी अवघड आहे, अशी खात्री वाटत नाही; तोपर्यंत ते बदल करायला तयार होत नाहीत. याचा अर्थ असा की त्यांना जोपर्यंत बदलण्याखेरीज दुसरा कोणताही पर्याय उरत नाही, तोपर्यंत त्यांच्या अंगवळणी पडलेल्या सवयी बदलल्यामुळे होणारी अडचण पत्करायला ते तयार होत नाहीत. त्यातून 'धरले तर चावते, सोडले तर पळते,' अशी त्यांची स्थिती होते. सद्य:स्थितीत ते जिथे आहेत, तिथे राहणे तर आता व्यवहार्य राहिलेले नसते. तिथे अजूनही राहण्याची इच्छा असण्यासारखे काही उरलेले असल्याचे सोंगसुद्धा ते आणू शकत नाहीत. अगदी प्रामाणिकपणे सांगायचे तर त्यांना आता तळाच्या खडकाचाही आधार उरलेला नसतो, ते त्या खडकाखाली दबले जात आहेत आणि त्या दबावाखाली समोरची खडी चढण कधी चढून जाता येईल, याची शक्यताही धूसर होऊ लागते.

तुम्हाला खरोखरीच बदलायचे असेल तर क्रोधाचा अग्नी प्रज्वलित करा : हा क्रोध जगावर नव्हे, इतरांवर नव्हे, तर तो तुमच्या स्वत:च्याच अंतर्मनात प्रज्वलित करायला हवा.

स्वत:वर रागवा, कठोर निश्चय करा आणि तुम्ही जसे आता आहात तसे इथून पुढे कधीच असणार नाही, हे एकच एक लक्ष्य तुमच्या समोर असू दे, फक्त तेवढेच तुम्हाला दिसू दे.

मुळापासून बदलण्यासाठी तयारी करताना

लोक स्वत:च्या मन:स्थितीवर काम करायला का तयार होत नाहीत, याचे सर्वांत मोठे कारण म्हणजे त्यांना कळलेले असते की जर ते बरे झाले, तर त्यांचे आयुष्य बदलून जाईल – कदाचित संपूर्णपणे बदलेल. मुळातच, सध्याच्या आयुष्यात ते *किती* नाखूश आहेत, हे त्यांनी मान्य करणे अवघड

असते. कारण पुन्हा, पूर्णत: नव्याने सुरुवात करायची असे ठरवले तरीसुद्धा सध्याची नाखुशी, अवहेलना, भय हे सगळे लगेच बदलत नाही, ते काही काळ तरी सोसतच राहावे लागते.

एक गोष्ट आपल्याला स्पष्टपणे ध्यानात घ्यायला हवी : तुमचे आत्मघाती वर्तन पूर्णत: थांबवणे. याचा अर्थच हा आहे की, समोर असलेले क्षितिज तुमच्या आयुष्यात येऊ घातलेल्या आमूलाग्र बदलाचे संकेत देत आहे.

तुमच्या नव्या आयुष्याच्या मोबदल्यात तुम्हाला तुमचे जुने आयुष्य गमवावे लागेल.

त्यामुळे तुम्हाला तुमचे सुरक्षिततेचे कवच आणि तुमचा सध्याचा रुळलेला मार्ग, यांवर पाणी सोडायला लागेल.

तुमची नाती आणि मित्र-मैत्रिणी तुटतील.

लोकांना आपण आवडतो आणि ते आपल्याला समजून घेऊ शकतात, या समजुतीला तडा जाईल.

पण यातले काहीच महत्त्वाचे नाही.

तुम्ही पलीकडे गेल्यानंतर तुम्हाला आपलीशी वाटणारी माणसे भेटतील. तुम्हाला पुढे जायला मदत होईल, अशा गोष्टींच्या आधाराने तुम्ही सुरक्षिततेचे एक नवे कवच उभाराल. तिथे तुम्ही लोकांना आवडता की नाही, हा प्रश्न असणार नाही, कारण तिथे लोक तुमच्यावर खरोखरीच प्रेम करतील. लोकांनी तुम्हाला समजून घेण्याचा प्रश्न तिथे असणार नाही, कारण लोकांना तुमचे खरे 'स्व'रूप समजलेले असेल.

यात तुम्ही काही गमावणार असालच, तर जे तुमचे कधी नव्हतेच ते वर्तमानात प्रतीत होणारे तुमचे वरवरचे व्यवहारी रूप.

तुमच्या भूतकाळातील आयुष्याशी बांधलेले राहणे, ही आत्मघाताकडे नेणारी प्रथम आणि अंतिम कृती असते आणि आणि तुम्हाला खरोखरी बदलायचे असेल तर त्या बंधनातून मुक्त होण्याची तयारी करणे अत्यावश्यक आहे.

प्रकरण २

आत्मघात, असे काही नसते

तुम्ही आयुष्यात पुढे जाऊ शकाल, अशा सवयी जेव्हा आत्मसात करता, तेव्हा त्या सवयी तुमची कौशल्ये बनतात. ज्या सवयी तुम्हाला मागे खेचतात, त्या सवयींची गणना आत्मघाती सवयींमध्ये होते. दोन्ही प्रकारच्या सवयींचे कार्य एकच आहे.

कधीकधी हे अचानक घडते. कधीकधी आपण एकाच ठरावीक जीवनपद्धतीच्या इतके अधीन होतो की, आयुष्य यापेक्षा काही वेगळे असू शकते; याची दृष्टीच हरवून बसतो. कधीकधी आपण एखाद्या गोष्टीची निवड करतो, कारण त्यापेक्षा अधिक चांगली निवड कशी करावी किंवा त्याहून वेगळ्या गोष्टी निवडीसाठी उपलब्ध आहेत, हे आपल्याला ठाऊक नसते. कधीकधी आपल्याला जे दिले गेले ते आपण मुकाट्याने स्वीकारतो; कारण त्यापेक्षा अधिकाची मागणी करणे आपल्या हक्काचे आहे, हे आपल्याला ठाऊक नसते. कधीकधी आपण आपले आयुष्य इतका दीर्घ काळ एकाच यांत्रिक पद्धतीने जगत असतो, की हळूहळू निवडीसाठी दुसरे कोणत्याच प्रकारचे आयुष्य उपलब्ध नाही, असेच आपल्याला वाटू लागते.

असे असले तरी, हे अचानक घडलेले नसते. आपल्याला घातक असणाऱ्या सवयी आणि वर्तनपद्धती सोडायला जमत नाहीत – त्या कितीही घातक किंवा आपली क्षमता उणावणाऱ्या असल्या तरीही – कारण अपूर्ण राहिलेल्या

गरजा, विस्थापित भावना किंवा दुर्लक्षित इच्छाआकांक्षा यांची पूर्ती व्हावी म्हणून आपल्या सुप्त मनाने त्या सवयींची जाणीवपूर्वक रचना केलेली असते.

आत्मघाती प्रवृत्तीवर विजय मिळवणे म्हणजे तुमच्या आवेगावर नियंत्रण कसे मिळवायचे, याचा शोध घेणे नव्हे; त्यासाठी मुळातच त्या आवेगाचा स्रोत कुठे आहे हे निश्चित करणे जरुरीचे असते.

आत्मघात म्हणजे काय हे समजून घेताना एक गफलत होताना दिसते, स्व-ताडन, स्व-निंदा किंवा जाणीवपूर्वक स्वतःला इजा करून घेणे म्हणजे आत्मघात, असे समजले जाते. वरकरणी पाहता ते बरोबर आहे, असे वाटते. आत्मघात हे समतोल आहार घेण्याचा संकल्प केल्यानंतर लगेचच थोड्याच वेळात 'गाडी चालवता चालवता घेऊन जा,' अशी सोय असलेल्या (drive-thru) बाजारातल्या एखाद्या खाद्यपदार्थांच्या दुकानात शिरण्यासारखे आहे. बाजारात उपलब्ध नसलेली एखादी सुविधा नेमकी हेरून, एका अपूर्व उद्योगाची उत्तम कल्पना सुचावी, आणि त्यानंतर मन 'विचलित' व्हावे आणि त्या कल्पनेचे रूपांतर एका विकसित उद्योगात करण्यासाठी आवश्यक असणारे नियोजन आणि कष्टच करू नयेत, हा आत्मघात असतो. हे म्हणजे, तुमच्या आयुष्यात महत्त्वाचे बदल घडून येण्याच्या बेतात असताना किंवा प्रगतीचा पुढचा टप्पा तोंडावर आला असताना, काहीतरी विचित्र, भयावह विचार मनात आल्याने, तुमच्या अंगातले सर्व त्राणच गळून जावे (रणांगणातल्या गलितगात्र अर्जुनासारखी स्थिती व्हावी), असे आहे. तुम्हाला कृतज्ञता वाटावी, तुम्ही प्रोत्साहित व्हावे, असे खूप काही तुम्हाला मिळाले आहे, हे तुमच्या अंतर्मनाला माहीत असूनही, तुम्ही चिंतेतच बुडलेले असण्यासारखे आहे.

बहुतेकदा अशा प्रकारच्या वर्तनाचा अर्थ लावताना यामागे हुशारी, इच्छाशक्ती किंवा क्षमता यांची कमतरता आहे, असे आपण समजतो. पण बऱ्याच वेळा तसे नसते. प्रत्यक्षात आत्मघात हा स्वतःला इजा पोहोचवण्यासाठी नव्हे, तर स्वसंरक्षणाच्या हेतूने घडतो.

आत्मघात म्हणजे काय?

आत्मघात म्हणजे तुमच्या मनात दोन परस्परविरोधी इच्छा असणे. त्यांतली एक जागृत मनाच्या जाणिवांमध्ये, तर दुसरी सुप्त मनाच्या जाणिवांमध्ये असते. तुम्हाला तुमचे आयुष्य पुढे नेण्यासाठी काय करण्याची इच्छा आहे, हे माहीत असते आणि तरीही तुम्ही पुढे सरकत नाही, कोणत्यातरी कारणाने एकाच जागी खिळून राहिलेले असता.

जेव्हा तुमच्या आयुष्यात मोठ्या, सततच्या, पार न करता येणाऱ्या अडचणी असतात - विशेषत: त्यासाठीचे उपाय सरळ, सोपे असल्याचे दिसत असते आणि तरीही ते उपाय योजण्यामधले सातत्य टिकवणे आपल्याला जमत नाही - तेव्हा तुमच्या अडचणी मोठ्या नसतात तर तुमच्या जुनाट सवयींचे पाश मजबूत ठरतात.

लोक स्वत:ला हवेसे वाटते तेच करण्याबाबत (ते घातक असले तरी), कोणालाही आश्चर्य वाटावे इतके ठाम असतात.

मानवी आयुष्यातील प्रत्येक बाबतीत हे खरे आहे. संभाव्य परिणामांचा विचार न करता स्वत:ला वाटते तेच करणे, या मानवी स्वभावाच्या पैलूचा प्रत्यय आश्चर्यकारक रीतीने पुन्हा पुन्हा येत राहतो. आपल्या कृतीमुळे कोण दुखावले जाईल, कोणत्या संघर्षाचा भडका उडेल किंवा भविष्यामध्ये काय पणाला लागेल याचा यत्किंचितही विचार न करता, स्वत:ला जे काही करण्याची उबळ येईल तेच करण्याची असाधारण प्रवृत्ती लोकांमध्ये असते. या सगळ्याचा विचार केला तर तुमच्या लक्षात येईल की तुम्ही आयुष्यात एखादा विचार किंवा एखादी गोष्ट घट्ट पकडून बसलेले असाल, तर आहे ती परिस्थिती तुम्हाला स्वत:ला तशीच असायला हवी आहे; हे त्याचे कारण असते. पण ते तसे 'का' असते, हा कळीचा मुद्दा आहे.

अतिश्रीमंत होण्याचे त्यांचे स्वप्न पूर्ण करण्यासाठी, नवीन उद्योग प्रस्थपित करण्यासाठी, ते स्वत:ला का प्रेरित करू शकत नाहीत, हे काही लोकांना स्वत:लाच उलगडत नाही. कदाचित, त्यांच्या हे लक्षात येत नाही, की

त्यांच्या अंतर्मनात असा पक्का विश्वास रुजलेला असतो की आपण श्रीमंत झालो तर लोकांमध्ये आपण 'स्वकेंद्रित' आहोत, असा समज निर्माण होईल आणि त्यामुळे आपण लोकांमध्ये अप्रिय होऊ. किंवा मनातल्या मनात, त्यांना प्रत्यक्षात अतिश्रीमंत व्हायचेच नसते. कदाचित, पुरेसे सुरक्षित वाटावे, आमचे आयुष्य सुखवस्तू असण्यासाठी आम्ही पुरेशी काळजी घेतली आहे, असे लोकांना वाटावे यासाठी निर्माण केलेला तो आभास असतो. किंवा कदाचित त्यांच्या कलाकौशल्याच्या बळावर त्यांना सामाजिक मान्यता मिळावी, ही त्यांची खरी इच्छा असते. ते कधीकाळी घडेल, अशी शक्यताही त्यांना दिसत नाही. त्यांच्यासाठी श्रीमंती दुय्यम असते. श्रीमंत होण्यासाठी, जे प्रयत्न करायला हवे ते करण्यासाठी त्यांना कसलीही अंत:प्रेरणा जाणवत नाही. तरीही श्रीमंतीच्या स्वप्नांचा आधार घेऊन ते जगू पाहतात.

काही लोक अशी इच्छा व्यक्त करतात की, काहीही करून त्यांना यश संपादन करायचे आहे आणि तरीही ते मिळवण्यासाठी जे अथक परिश्रम करायला हवेत, त्यासाठी जितके तास खर्ची घालायला हवेत, तितके तास द्यायला मात्र ते तयार नसतात. कदाचित मनोमन त्यांना हे उमजलेले असते की, नुसते 'यशस्वी' होण्यात खरा आनंद नसतो किंवा ते खरोखरी आवडतेच असेही नाही. खरे तर त्याच्या उलटेच असते. तुम्हाला यश मिळते आहे, असे दिसले की तुमच्या वाट्याला इतरांचा मत्सर येतो, तुमच्या बारीकसारीक चुका शोधण्यासाठी ते धडपड करू लागतात. आपण समजतो तसे प्रेम यशस्वी माणसांच्या वाट्याला येत नाही; सहसा त्यांना वेगळे काढले जाते, कारण त्यांनी सर्वसाधारण माणसांच्या जोडीला येऊन बसावे, अशी त्यांचा हेवा करणाऱ्यांची इच्छा असते. बहुतेकांची 'यशस्वी' होणे ही काही खरी इच्छा नसते, प्रत्यक्षात त्यांना काहीतरी करून चारचौघांमध्ये महत्त्व मिळवायचे असते. यातला विरोधाभास असा की त्यांची यशस्वी होण्याची महत्त्वाकांक्षा सरळसरळ नेमकी त्या इच्छेलाच धोकादायक ठरते.

काही लोकांना उमगत नाही, की ते चुकीची नाती जोडतात; त्यांच्या वाट्याला दुसऱ्यांकडून झिडकारले जाणे, नात्यातली हिंसा, निष्ठा नसलेला जोडीदार, या गोष्टी सातत्याने येताना दिसतात. लहान वयात त्यांच्या आयुष्यात घडलेल्या काही घटनांमुळे, त्यांच्या मनात प्रेम या भावनेशी,

एखादे नाते हरवण्याची भीती किंवा आपण कोणालाच नको आहोत, या भावनेची सांगड घातली गेली, हे कदाचित त्यांना उमजलेले नसते. त्यायोगे आलेल्या अनुभवातून त्यांच्या मनातील नातेसंबंधातील देवाणघेवाणीच्या संदर्भात काही विशिष्ट कल्पना घट्ट रुजतात आणि त्यासंबंधी मनात एक अढी बसते. त्यांच्या हे लक्षात येत नाही की, मोठेपणीच्या त्यांच्या नातेसंबंधात हीच अढी पुन्हापुन्हा अडचणी उभ्या करते. कदाचित, ते लहान असताना त्यांच्या कौटुंबिक नात्यांमुळे, त्यांच्या मनात प्रिय माणसांना गमावणे किंवा आपल्याच माणसांनी नाकारणे, या गोष्टींशी प्रेमाची सांगड घातली गेलेली असते. कदाचित आता, तीच नाती पुन्हा मोठेपणी निर्माण करून, त्या नात्यांमधले चैतन्य अनुभवण्याची त्यांना इच्छा असते. परंतु त्यासाठी नव्याने नाती निर्माण करताना एक प्रौढ व्यक्ती या नात्याने ते व्यसनी, सवयीने खोटे बोलणाऱ्या, पूर्णपणे हताश झालेल्या, अशा व्यक्तींना ते मदत करू पाहतात.

जेव्हा आत्मघाती वर्तनाचा प्रश्न असतो, तेव्हा तुम्ही हे ध्यानात घ्यायला हवे, की कधीकधी आपल्याला समस्या आहेत, ही भावना जोपासणे जास्त सोपे-सोयीचे असते :

यशस्वी झाल्यानंतर तुमची लोकप्रियता उणावू शकते.

तुमचे प्रेम तुम्हाला सापडले, तर प्रेमात तुम्ही खूप हळवे होण्याची आणि म्हणून फसण्याची शक्यता असते.

तुम्ही कमी आकर्षक असाल, तर तुम्ही अधिक सुरक्षित राहू शकता.

मान खाली घालून राहिले, तर तुम्ही इतरांच्या चौकस नजरा टाळू शकता.

दिलेले काम वेळेत न करता, नुसतीच टंगळमंगळ करत राहिलात, तर तुमच्यावर कामाचा फारसा बोजा पडत नाही.

अशा प्रकारे तुमचे सर्व प्रकारचे आत्मघाती वर्तन, तुमची कुठलीतरी सुप्त गरज भागवत असते आणि तुम्हाला त्याची जाणीवही होत नाही. यातून

बाहेर पडायचे असेल, तर केवळ स्वत:चे स्वत:ला समजून घेणे पुरेसे नाही; तुमच्या समस्या या प्रत्यक्षात कोणत्यातरी गोष्टीची बाह्य लक्षणे आहेत, हे समजून घ्यावे लागेल.

समस्यांशी जुळवून घेण्याच्या आंतरिक यंत्रणांचे कार्य थांबवले तर आपोआपच सगळे ठीक होईल; असा विचार जर तुम्ही करत असाल, तर त्याने तुमच्या समस्या सुटणार नाहीत.

आत्मघाताचे स्वरूप कसे असते?

आत्मघाताचे स्वरूप कसे असते किंवा कसे नसते, याबद्दल नेमकेपणाने काही सांगता येणे अशक्य आहे, कारण एका व्यक्तीच्या संदर्भात सशक्तपणाचे लक्षण असणारी विशिष्ट सवय किंवा वर्तनपद्धती दुसऱ्या व्यक्तीच्या संदर्भात नेमकी दुर्बलतेचे लक्षण असू शकते.

असे जरी असले तरी वर्तनाच्या काही पद्धती आणि त्यांची ठरावीक चाकोरी, या गोष्टी निश्चितपणे आत्मघाताची निदर्शक आहेत, असे म्हणता येते. आयुष्यातील समस्यांची जाणीव असूनही, त्या समस्यांचे निराकरण न करता त्या तशाच राहू देणे ही काहींची आंतरिक गरज असते. अशा प्रकारचे वर्तन आत्मघाती प्रवृत्तीचे निदर्शक असते. तुम्ही आत्मघाताच्या चक्रात गुरफटले गेला आहात, याची काही लक्षणे इथे देत आहे.

अंतर्विरोध

आपल्या पुढे जेव्हा एखाद्या नव्या प्रकल्पाचे काम येते, तेव्हा आपल्या मनाची पहिली प्रतिक्रिया विरोधाची असते. नवा प्रकल्प स्वीकारण्यासाठी आपण सहजासहजी तयार होत नाही. एखादे नाते छान प्रस्थापित व्हावे आणि मग त्या नात्यातून सुटका करून घेण्याच्या तयारीला लागायची वेळ यावी, किंवा आपल्याला नवीन उद्योगाची एखादी बेफाट कल्पना सुचावी आणि मग ती प्रत्यक्षात कशी आणायची याचे नियोजन करायला लागल्यानंतर, त्याचा तणाव येऊन, उगाचच खूप राग राग व्हावा, तेव्हाही

त्याच्या मुळाशी हीच अंतर्विरोधाची भावना असते. गंमत म्हणजे, जेव्हा आपल्या आयुष्याची घडी बिघडू लागते, तेव्हा अशा प्रकारचा अंतर्विरोध जाणवत नाही. सगळे काही व्यवस्थित चाललेले असते, तेव्हा मात्र तो प्रकर्षाने जाणवतो. जेव्हा आपल्याला एखाद्या समस्येचा निरास करायचा असतो, तेव्हा त्या अंतर्विरोधाचा कुठे मागमूसही नसतो. पण जेव्हा आनंद साजरा करावा, काही नवीन निर्माण करावे किंवा कशाचीतरी उभारणी करावी, अशी वेळ असते तेव्हा आपण मनातल्या त्या अंतर्विरोधाच्या कप्प्यात प्रवेश करतो, जिथे केवळ जिवंत राहण्यासाठीची धडपड नव्हे, तर समृद्ध जीवन जगण्याची ऊर्मी असते आणि मनाच्या त्या कप्प्याचा अनोळखीपणा आपल्याला घाबरवणारा असतो.

यावर मात कशी करायची?

एखाद्या नवीन आणि महत्त्वाच्या गोष्टीचा परिचय करून घेताना आपली गती थोडी मंद करून, ती गोष्ट सुरक्षित आहे ना, याची खात्री करून घेण्याचे कार्य अंतर्विरोध करत असतो. दुसऱ्या एखाद्या परिस्थितीत, सगळे काही ठीक नाही आणि आपल्याला थांबून पुन्हा विचार करायला हवा, अशी धोक्याची सूचना या अंतर्विरोधात असू शकते.

अंतर्विरोध म्हणजे दिरंगाई किंवा अनास्था नव्हे. अंतर्विरोधाकडे त्या दृष्टीने पाहूही नये. जेव्हा आपल्याला एखाद्या गोष्टीसाठी अंतर्विरोध जाणवू लागतो, तेव्हा त्यामागे नेहमीच काहीतरी कारण असते आणि त्या कारणाकडे आपण लक्ष द्यायला हवे. अंतर्विरोध जाणवत असताना आपण बळेच काम पुढे रेटायचा प्रयत्न केला, तर अंतर्विरोधाची ती जाणीव अधिकच तीव्र होते, कारण आपण आपल्या आत चाललेल्या संघर्षाला बळ देत असतो, ज्याची भीती आपल्याला कार्यप्रवृत्त होण्यापासून रोखत असते, नेमके त्या भीतीलाच चालना देत असतो.

उलटपक्षी, अंतर्विरोध शांत करायचा असेल, तर आपल्याला नव्याने लक्ष केंद्रित करावे लागते. आपल्याला नेमके काय, कसे आणि केव्हा हवे आहे, हे सुस्पष्ट होणे आवश्यक असते. आपल्या सुप्त मनातल्या, आपल्याला मागे खेचणाऱ्या पूर्वग्रहांचे स्वरूप आपण स्पष्टपणे ओळखायला हवे, पुन्हा काम

करायला स्फूर्ती मिळाली की कामाला सुरुवात करायला हवी. अंतर्विरोधाची भावना मावळल्यानंतर जागी झालेली, स्वेच्छेने काम करण्याची भावना पुन्हा जोमाने कामाला लागण्यासाठी आवाहन करत असते.

आनंदी राहण्याची अधिकतम मर्यादा संपुष्टात येणे

आधी म्हटल्याप्रमाणे, आपल्यातील बहुतेकांमध्ये आनंदी राहण्याची एक अधिकतम मर्यादा असते. गाय हेन्ड्रिक्सने त्याला 'अधिकतम' असे म्हटलेले आहे.

तुमचे आयुष्य 'नीट चाललेले' असेल, अशा चांगल्या परिस्थितीतही आनंदात राहण्याची एक परिसीमा असते, त्या परिसीमेच्या आत असेपर्यंत तुम्हाला सुरक्षित वाटत राहते. ती परिसीमा म्हणजे तुमची अधिकतम मर्यादा होय. तुम्ही तुमच्या अधिकतम मर्यादेच्या आत असता तोपर्यंत तुम्हाला सकारात्मक भावनांचा प्रत्यय येतो किंवा सकारात्मक घटनांचा अनुभव घेण्याची तुमची क्षमता टिकून राहते.

ज्या क्षणी तुमची अधिकतम मर्यादा संपण्याची शक्यता निर्माण होते, त्या क्षणी तुमच्या आयुष्यात जे चांगले आहे, ते कसे उणावेल, या दिशेने तुम्ही, माघार घ्यायला सुरुवात करता आणि त्यायोगे सुरक्षित व ओळखीच्या वातावरणात परत येण्याचा प्रयत्न करता. काहींच्या बाबतीत अशा पद्धतीने माघार घेत असल्याच्या खुणा शारीरिक पातळीवर अंग दुखणे, वेदना, डोकेदुखी किंवा शारीरिक थकवा, अशा पद्धतीने प्रकट होतात. काहींच्या बाबतीत त्या भावनिक पातळीवर विक्षिप्त वागणे, राग, अपराधी भावना किंवा भीती या स्वरूपात प्रकट होतात.

हे सगळे आपल्या सहजप्रवृत्तींच्या अगदीच विरोधी आहे, असे तुम्हाला वाटू शकेल, पण आपली घडण खरोखरीच आनंदी राहण्यासाठी झालेली नाही; आपली घडण सुरक्षित राहण्यासाठी झालेली आहे, आणि जे जे काही त्या सुरक्षित क्षेत्राच्या बाहेरचे आहे; जोपर्यंत त्याची व्यवस्थित ओळख होत नाही, तोपर्यंत ते आपल्याला धोक्याचे आणि भीतिदायक वाटते.

यावर तोडगा कसा काढायचा?

तुमची आनंदाची अधिकतम मर्यादा संपुष्टात येणे, ही वास्तविक एक चांगली खूण आहे. त्याचा अर्थ तुम्ही आधीच्या मर्यादा पार करून, आयुष्याच्या अधिक प्रगत पातळीवर पोहोचणार आहात. ही अशी अत्यंत महत्त्वाची गोष्ट तुमच्या आयुष्यात घडत आहे म्हणून तुम्ही स्वतःचे अभिनंदन करायला हवे. या क्षणी तुम्हाला तुमच्या प्रस्थापित अधिकतम मर्यादेच्या सीमारेषेची अडचण होऊ नये, यासाठी उत्तम मार्ग म्हणजे, तुमचे नव्याने सिद्ध झालेले आत्मभान स्वीकारणे.

नवीन आत्मभान स्वीकारताना, न झेपणारे खूप मोठे बदल घडवण्याचा प्रयत्न करणे आवश्यक नाही. त्यापेक्षा होत असलेल्या बदलांशी सहजपणे जुळवून घेता येईल, इतका अवधी स्वतःला द्या. लक्षात असू दे, तुम्ही तुमच्या कल्पनेतल्या, तुम्हाला हव्या असलेल्या या नवीन आयुष्यात, स्वतःभोवती एक सुरक्षित क्षेत्र नव्याने उभे करणार आहात. काही अवधीतच तुम्ही तुमच्या अधिकतम मर्यादेची आधाररेषा (baseline) नव्या उंचीवर नेणार आहात.

जुनी पाळेमुळे पूर्णपणे उखडून टाकणे

असलेल्या नात्यांमधले तणाव कमी करण्याचा प्रयत्न करण्यापेक्षा, काही लोक ती नाती तोडून, सतत नवीन नाती जोडायला पाहतात; असलेल्या ग्राहकांच्या तक्रारी दूर करण्यापेक्षा, त्यांना तसेच सोडून देऊन नवीन ग्राहकांना आकर्षित करण्याचा प्रयत्न करतात किंवा स्वतःची वेबसाइट पुन्हा पुन्हा बदलतात. असे करण्यामुळे ते स्वतःची रुजलेली जुनी पाळेमुळे स्वतःच उखडून टाकतात. जुनी पाळेमुळे उखडून टाकण्याच्या या क्रियेत, तुम्ही स्वतःला पूर्णपणे फुलण्याचा अवसरच देत नाही, फक्त अंकुर फुटले यातच तुम्ही समाधान मानलेले असते.

सतत नव्याने सुरुवात करण्याची आवश्यकता भासणे, हा बहुतेक वेळा तणाव दूर करण्याच्या प्रयत्नांचा किंवा संघर्ष मिटवण्याचे संतुलित मार्ग सापडत नसल्याचा परिणाम असतो. जुनी पाळेमुळे उखडून नव्याने सुरुवात

करायची असेल तर तुम्हाला प्रत्येक वेळी नवीन नोकरीवर किंवा नवीन शहरात पुन्हा प्रस्थापित होण्यावर लक्ष द्यावे लागते, आयुष्यातल्या मूळ समस्येपासून स्वत:चे लक्ष हटवण्याचा हा मार्ग असू शकतो.

जुनी पाळेमुळे उखडून टाकण्याच्या प्रयत्नात तुम्ही दर वेळेस आयुष्याच्या एका नव्या अध्यायाला सुरुवात करत असता; पण तो प्रयत्नही तुम्ही कधीच पूर्णत्वाला नेत नाही. पुढे जाण्याचा प्रयत्न करूनही तुम्ही शेवटपर्यंत आहात तिथेच गोल गोल फिरत राहता.

यावर उपाय काय?

सर्वप्रथम या सर्व प्रक्रियेत दिसणारी घटनांची पुनरावृत्ती लक्षात घ्या.

जुनी पाळेमुळे उखडली जात असल्याचे पहिले लक्षण म्हणजे, आपण आपली पाळेमुळे उखडत आहोत, हेच माहीत नसणे. त्यामुळे सर्वांत आधी काही करायला हवे असेल, तर ते म्हणजे जे घडत आहे, त्याबाबत सजग होणे. मागे जाऊन गेल्या काही वर्षांमध्ये डोकावून पहा : तुम्ही आतापर्यंत किती ठिकाणे हिंडलात किंवा कामाची किती ठिकाणे बदललीत? तुम्हाला सापडलेली प्रत्येक नवी गोष्ट सोडून दूर जावे लागते, याची कारणे काय आहेत ती शोधा आणि त्यांचे नीट मनन करा.

त्यानंतर तुम्हाला नक्की काय हवे आहे, हे स्वत:शी स्पष्ट करण्याची गरज आहे. कधीकधी आपल्याला नक्की काय हवे आहे याचा विचार करता करता, तो विचार आपण मध्येच अर्धवट सोडून दिलेला असतो. केव्हातरी आपल्या लक्षात येते की, आपण पूर्ण विचार केला नाही आणि तेव्हा आपल्याला जे हवे, असे वाटले होते, ते खरे म्हणजे हे नव्हते. सुस्पष्टता ही सगळ्याची गुरूकिल्ली आहे, कारण आता तुम्हाला आयुष्याच्या दीर्घकालीन टप्प्याचा विचार करायचा आहे. तुम्ही तुमच्यासाठी नवीन घर शोधल्यानंतर, तिथे असलेल्या आसपासच्या लोकांशी संबंध प्रस्थापित करण्यासाठी काय करावे लागेल? एकाच ठिकाणी दीर्घ काळ काम करत असाल, तर वरच्या पदावर बढती मिळवण्यासाठी किंवा तुमच्या प्रस्थापित उद्योगाचा विस्तार करण्यासाठी काय करावे लागेल?

लक्षात असू द्या की, जुनी पाळेमुळे पुन्हा पुन्हा अखडत राहण्याच्या सवयीतून बरे होण्याचा संबंध, तुम्हाला जे नको आहे ते स्वीकारण्याशी किंवा न स्वीकारण्याशी नाही, तुम्हाला आगीतून उठून फुफाट्यात पडलो, असे होऊन, पुन्हा असुरक्षित किंवा अहितकारक परिस्थितीत राहावे लागण्याच्या भीतीशीही याचा संबंध नाही. त्याचा संबंध केवळ जिवंत राहण्याशीही नाही, तर आयुष्यासंबंधी सुस्पष्टता यावी, याच्याशी त्याचा संबंध आहे. तुम्हाला समृद्ध जीवन जगण्यासाठी नियोजन करता यावे, त्याचा योग्य मार्ग कोणता आहे हे ठामपणे ठरवता यावे, या आंतरिक इच्छेशी त्याचा संबंध आहे. जेव्हा नेहमीप्रमाणे तुम्हाला पळ काढण्याची ऊर्मी अनावर होईल, तेव्हा तुमच्या असुरक्षिततेच्या भावनेला सामोरे जा आणि ज्या परिस्थितीत आहात, त्यातच पाय रोवून ठाम उभे रहा. तुम्हाला एखाद्या गोष्टीविषयी ओढ वाटू लागली, की त्यासोबत लगेच असुरक्षिततेची भावना *का* जाणवते, याचा शोध घ्या आणि मग ठरवा, की तुमच्या मनात *ओढ निर्माण व्हावी, अशी कोणती हितकारक गोष्ट आहे.*

परिपूर्णतेचा अट्टाहास

जेव्हा आपले काम प्रथम प्रयत्नातच परिपूर्ण झाले पाहिजे, अशी आपली अपेक्षा असते, तेव्हा आपण परिपूर्णतावादाच्या चक्रात अडकतो.

परिपूर्णतावादाचा अर्थ, आयुष्यातली प्रत्येक गोष्ट, अगदी प्रत्येक बारीकसारीक तपशिलांसह परिपूर्णच असायला पाहिजे असा अट्टाहास करणे नव्हे. तसा अट्टाहास असणे हिताचेही नाही. किंबहुना त्यामुळे कार्यपूर्तीमध्ये अडथळेच निर्माण होऊ शकतात. कारण त्यामुळे स्वतःच्या क्षमतेसंबंधी किंवा आपल्या आयुष्याचे फलित कसे असावे, यासंबंधी अवास्तव अपेक्षा तयार होतात. जिथे गरज आहे, तिथे प्रत्यक्ष हजर राहण्यापासून आणि प्रयत्न करण्यापासून किंवा आपल्या आयुष्यातील महत्त्वाची कामे पार पडण्यापासून आपल्याला परिपूर्णतावादाचा अट्टाहास रोखून धरतो. असे होते कारण, आपण अपयशाला घाबरतो, आपल्याला असुरक्षित वाटत असते, किंवा आपण प्रत्येक गोष्टीत परिपूर्ण आहोत अशी प्रतिमा लोकांच्या मनात उभी करू शकलो नाही तर काय, अशी भीती आपल्या मनात असते. आपल्याला

वाटते तितके परिपूर्ण आपण नाही याची जाणीव झाल्यामुळे वाटणारी ती भीती असते, त्या भीतीपोटी, खरोखरी परिपूर्ण होण्यासाठी, जे आणि जसे काम करणे आवश्यक आहे, ते काम मात्र प्रत्यक्षात केले जात नाही. प्रत्येक गोष्टीत, ती परिपूर्ण होईपर्यंत स्वतः लक्ष घालण्याची, पुन्हा, पुन्हा आणि पुन्हा स्वतःच *काम करण्याची* इच्छा, याद्वारे आपल्याला परिपूर्णता मिळवण्याची नव्हे, तर सर्व ठिकाणी स्वतःचेच प्रभुत्व प्रस्थापित करण्याची इच्छा जास्त असते.

यावर मात कशी करायची?

काम चांगले कसे होईल याची नुसतीच काळजी करत बसू नका; काम करा.

सर्वाधिक खप असलेले पुस्तक कसे लिहिता येईल, याची नुसती काळजी करू नका, लिहा, ग्रॅमी पुरस्काराला पात्र ठरण्याच्या तोडीचे संगीत कसे निर्माण करता येईल याची काळजी करत बसू नका, क्रियाशील होऊन संगीतनिर्मिती करा. अपयश येईल याची काळजी करू नका, जे करायचे आहे ते करण्यासाठी सज्ज व्हा आणि यश मिळवण्यासाठी प्रयत्न करत रहा. तुम्हाला जे करण्याची मनापासून इच्छा आहे, ते प्रत्यक्षात करणे, याला सर्वाधिक महत्त्व आहे. तसे करताना तुमच्या चुकांमधून तुम्ही शिकत जाल आणि जसा जसा काळ जाईल तसे तुमच्या इच्छित ठिकाणी तुम्ही पोहोचलेले असाल.

यामागचे सत्य हे आहे की काहीतरी विशेष ठसा उमटवणारे, जग बदलून टाकणारे, असे काहीतरी आपल्या हातून घडेल का, याची काळजी आपण करत बसलो तर आपल्याला प्रत्यक्षात उत्तम कामगिरी करता येत नाही. आपल्या हातून तेव्हाच उत्तम कामगिरी घडते, जेव्हा आपण थेट कामाला लागतो आणि स्वतःला जे अर्थपूर्ण आणि महत्त्वाचे वाटते, ते करण्यासाठी सर्वस्वाने तयार होतो.

परिपूर्णतेपेक्षा प्रगतीकडे लक्ष द्या. आपण करू ते परिपूर्णच व्हायला पाहिजे असा विचार करत बसण्याऐवजी, काम पूर्ण करण्यावर लक्ष केंद्रित करा. ते पूर्ण झाले की तुम्ही त्याचे संपादन, त्यात आणखी भर घालणे, विस्तार

करणे, विकास करणे, अशा गोष्टींद्वारे, ज्याची तुम्ही कल्पना केली होती, तंतोतंत त्यानुसार निर्मिती करू शकता. पण मुळात सुरुवातच केली नाहीत, तर तुम्ही इच्छित मुक्कामावर कधीच पोहोचणार नाही.

भावना नियंत्रित करण्याची पुरेशी कौशल्ये अवगत नसणे

आपल्याला अस्वस्थ करणारे, चीड आणणारे, दुःखी करणारे, खूप संतापायला लावणारे लोक, तसेच कठीण प्रसंग आणि परिस्थिती आपल्या आयुष्यात असणारच आहेत. पण त्याचप्रमाणे आपल्याला स्फूर्ती देणारे, आपली आशा वाढवणारे, मदत करणारे, आपल्या आयुष्याला एक हेतू, अर्थ देणारे लोक, प्रसंग आणि परिस्थितीही आपल्या आयुष्यात असणार आहेत.

जेव्हा तुमच्या भावनांचे नियंत्रण करण्याची पुरेशी कौशल्ये तुमच्याजवळ नसतात, तेव्हा तुम्ही स्वतःच स्वतःच्या प्रगतीला खीळ घालता. एखादा निराशाजनक किंवा अस्वस्थ करणाऱ्या प्रसंगामुळे निर्माण होणाऱ्या भावना हाताळण्यासाठी तुमच्या जवळ पुरेशी साधने नसतात त्यामुळे तो प्रसंग टाळण्यासाठी म्हणून तुम्ही वाट वाकडी करता. याचा अर्थ असा की, तुमच्या आयुष्याचे कायमचे भले करणारा बदल घडून येण्यासाठी कसलीही जोखीम पत्करायला किंवा त्यासाठी कृती करायला तुम्ही तयार नसता.

तुमच्या भावना तुम्हाला नियंत्रित करता आल्या नाहीत तर तुम्ही त्यांच्यात अडकून पडता, ते वेगळेच. बाकी सगळे बाजूला ठेवून, तुम्ही फक्त तुमच्या रागाचा आणि दुःखाचाच विचार करत राहता. कारण राग आणि दुःख या भावनांना कसे झटकून टाकायचे हेच तुम्हाला माहीत नसते. जेव्हा आपण आपल्या भावनांचे अर्धवट नियंत्रण करतो, तेव्हा आयुष्याकडून असलेल्या आपल्या अपेक्षाही अर्धवटच राहतात.

यावर मात कशी करता येईल?

प्रत्येक व्यक्तीची भावनांवर नियंत्रण मिळवण्याची प्रक्रिया वेगवेगळी असली, तरी सर्वसाधारणपणे त्यामध्ये पुढील पायऱ्यांचा अंतर्भाव असतो :

- नेमके काय घडले, याची स्पष्ट कल्पना असणे.
- स्वतःच्या भावनांची योग्यायोग्यता तपासून पाहणे.
- स्वतःच्या मार्गात काय सुधारणा करायला हवी, हे निश्चित करणे.

सर्वांत आधी तुम्हाला- तुम्ही एवढे अस्वस्थ होण्याचे मूळ कारण किंवा तुम्हाला नेमके काय सलते आहे, हे समजून घ्यायला हवे. याबद्दलची सुस्पष्टता आल्याखेरीज तुम्हाला कशाचे दुःख आहे हे समजणारच नाही आणि तुम्ही उगीचच नको ते तपशील पुन्हा पुन्हा मनात घोळवत राहाल.

त्यानंतरची पायरी म्हणजे तुमच्या स्वतःच्या भावना तपासून पाहणे. एक लक्षात घ्या की, तुमच्या एकट्याच्याच बाबतीत काही तरी अनिष्ट घडले आहे, असे नाही; तुमच्या जागी दुसरे कोणीही असते तरी त्यालाही काही अनिष्ट घडले तर दुःखच वाटले असते (किंबहुना वाटते) व तुम्हाला जे आणि जसे वाटते आहे, ते ठीकच आहे. स्वतःच्या भावना तपासून पाहताना रडावेसे, जोरजोरात हातपाय आपटावेसे वाटले, तुमच्या भावना कागदावर लिहून काढाव्याशा वाटल्या किंवा एखाद्या विश्वासातल्या माणसाजवळ मन मोकळे करावेसे वाटले, तर तुम्ही तसे नक्कीच करा.

एकदा का तुम्हाला समजले की, नेमके कुठे चुकते आहे आणि तुमच्या भावनांना तुम्ही पूर्णपणे वाट करून देऊ शकलात; तर तुम्ही तुमचे भविष्य तुमच्या मनाप्रमाणे घडवण्यासाठी, स्वतःच्या वर्तनात किंवा विचारात काय आणि कसे बदल करायला हवेत, हे तुम्हाला समजेल.

समर्थनाला महत्त्व नाही

तुमच्या आयुष्याचे मोजमाप, शेवटी तुमच्या वर्तनाच्या अंतिम फलितावर अवलंबून असते, त्यामागील हेतूंवर नाही. तुम्हाला काय करायचे होते किंवा तुम्ही काय केले असते, पण तुम्हाला ते करायला कसा वेळ मिळाला नाही, या गोष्टींशी त्या मोजमापाचा काहीही संबंध नाही. ते का करता

आले नाही, याबद्दल तुम्हाला काय वाटते, याच्याशीही त्याचा काही संबंध नाही; शेवटी एवढेच पाहिले जाते की, ते तुम्ही पूर्ण केले की नाही. जेव्हा तुम्ही आत्मघाती वर्तनाच्या चाकोरीत अडकता, तेव्हा तुमच्या वर्तनाच्या फलिताप्रमाणेच, तुम्ही करत असलेले समर्थनही तुमच्या आयुष्याचे मोजमाप करण्यासाठी तितकेच महत्त्वाचे आहे, असे तुम्हाला वाटत असते. तुम्ही तात्पुरते स्वत:चे समाधान करण्यासाठी त्या समर्थनांचा उपयोग करता, जणू काही कार्यपूर्ती का झाली नाही याचे समर्थन करणे पूर्णपणे वाजवी आहे.

जेव्हा आपल्या समोर एखादे लक्ष्य, एखादे स्वप्न असते किंवा आपण काहीतरी योजना आखलेली असते, तेव्हा त्यामागील तुमच्या उद्देशाचे काही मोजमाप नसते. तुम्ही ते लक्ष्य, ते स्वप्न प्रत्यक्षात उतरवलेत की नाही एवढेच महत्त्वाचे असते. तसे न करण्याचे कोणतेही समर्थन तुम्ही देऊ लागलात, तर त्याचा अर्थ एवढाच होतो की, तुमच्या सर्वांत अग्रणी असलेल्या महत्त्वाकांक्षेपेक्षाही, तुम्ही त्या समर्थनामागे असलेल्या कारणाला अधिक महत्त्व देत आहात. म्हणजेच ते कारण तुमच्या आयुष्यात कायमच इतर कोणत्याही गोष्टीपेक्षा अधिक महत्त्वाचे होते.

तुम्ही जेव्हा समर्थन देऊ कर करता तेव्हा असेही असू शकते की, एखाद्या गोष्टीमुळे जरी तुमची प्रगती होणार असली तरीसुद्धा त्या गोष्टीमुळे तुम्हाला जर अस्वस्थ वाटणार असेल, तर तुम्ही त्या भावनेपासून स्वत:ला वाचवण्याचा प्रयत्न करत आहात.

यावर मात कशी करता येईल?

तुम्ही आतापर्यंत केलेल्या कृतींचे एकूण फलित काय आहे याचा आढावा घ्यायला सुरुवात करा आणि दिवासभरामध्ये एक तरी सर्जनशील कृती करण्यावर लक्ष केंद्रित करा.

तुम्हाला जिममध्ये किती दिवस जाण्याची इच्छा आहे, या गोष्टीला काही महत्त्व नाही, तुम्ही तिथे प्रत्यक्षात किती दिवस गेलात, हे महत्त्वाचे आहे. तुम्हाला मित्रांना भेटायची इच्छा आहे, याला काही अर्थ नाही, तुम्ही

प्रत्यक्षात त्यांना भेटलात की नाही, हे महत्त्वाचे आहे. तुमच्या उद्योगात कसा बदल घडवायचा, याबद्दलच्या तुमच्या डोक्यात असणाऱ्या महान कल्पनांना काही किंमत नाही, तो बदल तुम्ही प्रत्यक्षात घडवलात की नाही, याला किंमत आहे.

केवळ स्वतःचे समर्थन करत राहू नका. आपण देत असलेल्या समर्थनांनी आत्मसंतुष्ट होऊ नका. दिवसभरात आपण किती हितकारक, सकारात्मक गोष्टी केल्या, यांच्या आधाराने तुमचा प्रत्येक दिवस किती सार्थकी लागला, त्याचा आढावा घेत राहा, मग तुम्हाला तुमची प्रगती वेगाने होताना दिसेल.

आयुष्यातला शिस्तीचा अभाव

आपले आयुष्य आणि आपण वावरतो त्या जागा, दोन्हींमध्ये शिस्तीचा अभाव असेल, तर आपण भोवतालच्या गोष्टींकडे पुरेसे लक्ष द्यायला विसरलो, एवढेच कारण त्यामागे नसते. प्रत्यक्ष व्यवहारात आपण संभ्रम आणि विस्कळीतपणा निर्माण होऊ देतो, कारण आपल्या सुप्त मनातील हेतू साध्य करण्यासाठी, त्याचा अप्रत्यक्षपणे उपयोग होत असतो.

कोणतीही जागा – राहण्याची आणि कामाची, दोन्हीही – स्वच्छ आणि नीट आवरलेली असणे, हे आपले जगणे चैतन्यपूर्ण होण्यासाठी गरजेचे असते. जिथे कपडे हाताशी असतील, अशा रीतीने दररोज सकाळी आवरून ठेवलेले असतात, एक स्वच्छ स्वयंपाकघर आणि नीट आवरून ठेवलेले कामाचे टेबल असते, अशा रीतीने आपले घर नीटनेटके आवरलेले असावे. घरातले कामाचे दस्तऐवज फाईलमध्ये नीट लावून, फायली एका ठिकाणी ठेवलेल्या असाव्यात, तुमच्या शयनगृहातले वातावरण आल्हाददायक असावे, आणि प्रत्येक गोष्टीची जागा ठरलेली असावी. कामासाठी जागेवरून हलवलेली प्रत्येक गोष्ट दिवसाच्या शेवटी आपापल्या जागी ठेवली जावी.

अस्वच्छ जागेत आपण मिळालेल्या संधीचा सदुपयोग करून घेऊ शकत नाही. गैरशिस्तीतून सुंदर, सकारात्मक असे काही साकार होत नाही. आपल्या मनात, खोलवर आपल्याला हे चांगलेच ठाऊक असते. बरेचदा

अति स्वच्छतेच्या आणि फार व्यवस्थितपणाच्या वातावरणात आपल्याला अस्वस्थ वाटायला लागते, ती अस्वस्थपणाची भावना आपल्याला नकोशी असते. ती अस्वस्थता हे आपल्या बेशिस्तीमागचे एक कारण असू शकते. आता सगळे व्यवस्थित आहे, तेव्हा आपल्याला भविष्यात जे साध्य करायचे आहे, त्यासाठी उठून कामाला लागले पाहिजे, असे त्या अस्वस्थतेतून सूचित होत असते, जे आपल्याला नकोसे वाटते. काम टाळण्याच्या प्रवृत्तीतून आत्मघाताकडे जाणारी वाटचाल सुरू होते.

जेव्हा आपण आपल्या भोवतीच्या जागा कायम अस्ताव्यस्त पसरलेल्या ठेवतो तेव्हा ताबडतोब करायला हवीत अशी काही ना काही कामे आपल्या समोर सतत असतात. अशा साचून राहिलेल्या कामांमुळे आपल्याला बाहेर पडायला आणि जिथे आवश्यक आहे तिथे हजर राहायला जमणार नसते.

यावर मात कशी करता येईल?

इतर कोणत्याही गोष्टींप्रमाणे, इथेही सावकाश सुरुवात करून हळूहळू पुढे जाण्याची गरज आहे. अडगळ कमी करून पुन्हा सगळे शिस्तशीरपणे आवरून ठेवण्यासाठी एका खोलीपासून सुरुवात करा. तेही एकदम झेपणार नसेल तर एका कोपऱ्यापासून, नाही तर एका ड्रॉवरपासून किंवा कपाटापासून सुरुवात करा. तेवढ्यावर आणि तेवढ्यावरच लक्ष केंद्रित करा, आणि मग ही शिस्त टिकावी म्हणून कामाचा रोजचा क्रम लावून घ्या.

तिथून तुमच्या वावरण्याची व्यक्तिगत जागा, ज्यामुळे तुमची कोणत्याही प्रकारची गैरसोय होणार नाही, तुमच्यासाठी सगळे सोयीचे असेल अशा पद्धतीने लावायला सुरुवात करा. तुमच्या बिछान्याच्या बाजूला असणाऱ्या टेबलावर सुगंध पसरवण्याचे यंत्र किंवा त्यासारखे दुसरे काही ठेवा, किंवा स्वयंपाकघरामध्ये एक अशी दिनदर्शिका लावा, की ज्यामध्ये घरातल्या सर्वांचे दैनंदिन कार्यक्रम नीट नोंदवलेले असतील आणि ते सर्वांना कळतील. आलेले टपाल नीट लावून ठेवण्याचा प्रश्न असेल, तर अशी एक जागा तयार करा, की प्रत्येक दिवशी ते तिथेच ठेवले जाईल. धुवायचे कपडे इतस्ततः पसरत असतील, तर अशी व्यवस्था करा की ज्यात आठवड्यातले

एक किंवा दोन दिवस कपडे धुण्यासाठी निश्चित केलेले असतील आणि त्या दिवशी तुम्ही साठलेले कपडे एकदम धुवाल.

हळूहळू अनावश्यक गोष्टींची गर्दी नसलेल्या साफ टेबलावर काम करण्याची सवय तुम्हाला लावून घ्यायला हवी. काही काळानंतर तो तुमचा स्वभावच होऊन जाईल. तुमच्या हे लक्षात येऊ लागेल की असे करण्याने तुमचा तणावही कमी झाला आहे आणि तुमच्या आयुष्याची सूत्रे आता बऱ्यापैकी तुमच्याच हातात आहेत.

ज्या वातावरणात तुम्हाला व्यक्ती म्हणून तुमचे स्वत्वच हरवले आहे असे वाटते, तिथे तुमचे 'स्व'रूप लक्षात येणार नाही अशा पद्धतीने वावरणे कठीण जाते.

जे करण्याची इच्छा नाही, त्यापासून सुटका करून घेता न येणे

कधीकधी तुम्ही तुमच्या आयुष्याची स्वप्ने इतर लोकांच्या आवडीनुसार बेतलेली असतात. काही वेळा तुम्ही तुम्हाला काय हवे आहे ते नक्की ठरवता आणि मग तुम्ही तुमच्या जुन्या महत्त्वाकांक्षांमधून बाहेर पडून पुढचे पाऊल टाकता.

कधीकधी आपल्याला खरोखरीच आवडत नसलेल्या गोष्टी बळेच आवडून घेण्यासाठी आपण खूप प्रयत्न करतो आणि त्यामुळे आपल्याला आतून एक प्रकारचा रितेपणा आल्यासारखे जाणवायला लागतो. कारण आपण आपल्या आंतरिक इच्छेविरुद्ध वागत असतो. ही गोष्ट प्रेरणेचा अभाव असणे किंवा आतून विरोध वाटणे, यांपेक्षा वेगळी आहे. प्रत्यक्ष कृती करण्याची अक्षमता, आपल्याला भीती वाटते किंवा आपल्याजवळ आवश्यक ती कौशल्ये नसतात म्हणून नसते. आपल्याला आयुष्यात जी गोष्ट हवी आहे, ती ही नव्हे, या आंतरिक जाणिवेतून किंवा कदाचित आपण आपल्यालाच हरवून बसलो आहोत आणि आता आपण मार्ग बदलू शकत नाही, असे वाटल्यामुळे ती अक्षमता आलेली असते.

जेव्हा तुम्ही कशाशीतरी झगडत आहात असे तुमच्या लक्षात येते, तेव्हा तुम्ही स्वत:ला विचारायला हवे : 'मला खरेच हे करायचे आहे का?' तुम्ही करत असलेली नोकरी तुम्हाला खरेच हवी आहे, की त्यामुळे तुम्हाला मिळालेल्या पदाचे नाव जास्त आवडते आहे? तुम्ही तुमच्या जोडीदाराच्या प्रेमात आहात की तुम्हाला नात्यात असण्याची केवळ कल्पनाच आवडते आहे? तुमचे सर्वोच्च यश कशात असेल याबद्दलची कल्पना कालबाह्य झाली आहे, तरी तुम्ही अजूनही तिलाच पकडून बसलेले आहात का आणि तसे असेल, तर तिचा त्याग करण्याने तुम्हाला काय वाटणार आहे?

सरत्या दिवसाबरोबर आत्मघाताची भावना कधीकधी आपल्याला हे दाखवून देण्याचे काम करत असते की आपला मार्ग योग्य नाही, आणि जरी काही लोकांना किंवा आपल्या तरुण मनाला रुचले नाही, तरी आता या क्षणी, आपल्या आयुष्यासाठी जे सर्वोत्तम आहे, असे आपल्याला जे वाटते आहे, त्याचा पुनर्विचार करण्याची गरज आहे.

खूप तरुण असताना, जेव्हा आपण स्वत:चे स्वत:लाच अजून कळलो नव्हतो, तेव्हा यशाचे जे आदर्श मोजमाप आपण ठरवले होते, त्यानुसार यश मिळवण्यासाठी आपले उर्वरित आयुष्य खर्ची घालण्याची गरज नाही. आपली जबाबदारी फक्त आपल्या आताच्या व्यक्तित्वाला न्याय देण्याची आहे.

यावर मात कशी करता येईल?

कधीकाळी तुम्हाला तुमची 'यशोगाथा' जशी दिसेल असे वाटले होते, तशी ती आजमितीला दिसत नाही, हे स्वत:शी हे मान्य करायला तयार व्हा.

कदाचित, ज्या प्रकारच्या यशाची तुम्हाला आंतरिक आस आहे, ते यश मनाला रोज शांत वाटण्यात असेल, किंवा ते तुमच्या आयुष्यात नोकरीपेक्षा खूप प्रवास करायला मिळण्यात असेल. कदाचित, ते यश फुलत जाणाऱ्या मैत्रीत असेल, किंवा कदाचित ते समाधान देणाऱ्या प्रेमसंबंधात असेल. कदाचित, दहा वर्षांपूर्वी तुम्ही जो व्यवसाय सुरू केला होता, त्याच व्यवसायातून बाहेर पडण्यात तुमचा आताचा आनंद असेल. कदाचित,

ज्या कामाबद्दल मनापासून प्रेम वाटेल, अशी आशा तुम्हाला होती, ते प्रेम आता सहजपणे जाणवत नसेल.

जेव्हा आपण आपल्यासाठी योग्य नसलेली गोष्ट सोडून देतो, तेव्हा आपण आपल्यासाठी काय योग्य आहे, हे शोधण्यासाठी पुरेसा वाव द्यायला लागतो. असे करण्यासाठी आपला अहं बाजूला सारून, गोष्टी जशा आहेत तशाच त्या स्वीकाराव्या लागतात. त्यासाठी प्रचंड धैर्य असावे लागते.

दुसऱ्यांबद्दल मत तयार करणे

दुसऱ्यांबद्दल त्यांच्या मागे चर्चा करणे, त्यांच्या आयुष्याबद्दल किंवा निवडीबद्दल मत तयार करणे, या गोष्टी लोकांशी खरा संवाद साधण्यासाठी उपयोगी पडत नाहीत किंवा ते मार्ग सकारात्मकही नाहीत, हे आपणा सर्वांना ठाऊक असते. पण त्याहीपेक्षा वाईट म्हणजे या गोष्टींमुळे आपल्या लक्षात येणार नाही इतके आपले स्वतःचेच नुकसान होत असते, कारण तसे करण्याने आपण आपल्याच यशाच्या मार्गावर अडथळे उभे करत असतो.

जेव्हा आपल्याला दुसऱ्या एखाद्या व्यक्तीइतके यशस्वी नसण्याचे वैषम्य वाटते, तेव्हा त्या व्यक्तीमध्ये काहीतरी दोष काढून, आपण समाधान वाटून घेण्याचा प्रयत्न करतो. जेव्हा जेव्हा आपल्यापेक्षा अधिक यशस्वी असलेल्या एखाद्या व्यक्तीशी आपली गाठ पडते, तेव्हा प्रत्येक वेळेस आपल्याला वैषम्य वाटत राहिले, तर हळूहळू आपण यशस्वी झालो, तर लोकांना आपणही असेच आवडणार नाही, असे वाटायला लागते, यश आणि लोकांमध्ये अप्रिय असणे, या दोन गोष्टींची मनात सांगड घालायला आपण सुरुवात करतो. आपल्या आयुष्यात प्रगती साधण्यासाठी जेव्हा पाऊले उचलायची वेळ येते, तेव्हा आपण ते टाळण्याचा प्रयत्न करतो; कारण अधिक यशस्वी होणे ही गोष्ट स्व-प्रतिमेतील आपल्या लोकप्रियतेला तडा देणारी ठरू शकते, अशी भीती आपल्याला वाटते.

काही प्रसंगी, ज्या लोकांमध्ये तुम्ही मोठे झालात, त्या लोकांनी श्रीमंतांबद्दल वाईटसाईट बोललेले तुम्ही ऐकले असेल. कदाचित, त्यांनी असे म्हटले

असेल, "छ्या, हे श्रीमंत लोक अत्यंत वाईट असतात, बरं!" कदाचित त्यांनी सगळे श्रीमंत लोक कसे भ्रष्ट असतात, याचे चित्रही रंगवले असेल. हे असे श्रीमंतांचे सरसहा केलेले चारित्र्यहनन तुमच्या सुप्त मनामध्ये कायमचे घट्ट बसले असेल, त्यामुळे आता तुम्ही स्वत:चेच आर्थिक सुबत्ता मिळवण्याचे प्रयत्न हाणून पाडताना दिसता, कारण तुमच्या मनात श्रीमंती आणि लोकांमध्ये अप्रिय असणे, या दोन गोष्टींची घट्ट सांगड बसलेली आहे.

जेव्हा आपण दुसऱ्यांबद्दलची घट्ट मते बनवतो, तेव्हा त्यांचे रूपांतर आपोआपच, आपण काय करायला हवे किंवा आपण काय करायला नको, यांसाठीच्या नियमांमध्ये होते. आपल्या जवळ जे नाही, त्यावरून किंवा आपल्याला हेवा वाटतो म्हणून जेव्हा आपण दुसऱ्यांबद्दल मत बनवतो, तेव्हा आपण दुसऱ्या कुणाचा कधीच करणार नाही, तेवढा आपल्या स्वत:च्याच आयुष्याचा घात करत असतो.

यावर मात कशी करता येईल?

खूप लोक सांगत असतात की, दुसऱ्यांवर प्रेम करण्याआधी तुम्ही स्वत:वर प्रेम करायला हवे; पण खरे म्हणजे तुम्ही दुसऱ्यांवर प्रेम करायला शिकलात तर तुम्ही स्वत:वरही प्रेम करायला शिकाल.

गोष्टी गृहीत धरण्याची सवय सोडून द्या आणि त्याबरोबरच दुसऱ्याबद्दल उगीचच काहीतरी मत बनवण्याची सवयही सोडून द्या. अपुऱ्या माहितीच्या आधारावर एखादा निष्कर्ष काढू नका. हे लक्षात असू द्या, की तुम्ही संपूर्ण चित्र पाहिलेले नाही आणि तुम्हाला संपूर्ण गोष्टही माहीत नाही.

तुम्ही जर दुसऱ्या लोकांच्या आयुष्याबद्दल अधिक सहृदय असाल, तर तीच सहृदयता तुम्हाला स्वत:च्या बाबतीतही जाणवेल. तुम्हाला हवे आहे असे काहीतरी जवळ असलेला कुणी एखादा तुम्हाला भेटला, तर सुरुवातीला अवघडल्यासारखे वाटले, तरीही त्याचे अभिनंदन करा. अभिनंदन करण्यातून मिळालेले सुख अधिक मोठे होऊन माघारी येईल आणि तुमच्या पदरात पडेल. आपोआपच तुम्ही ते खुल्या दिलाने तुमच्या हृदयात सामावून घ्याल.

वृथाभिमान

आपण घेतलेल्या अनेक वाइटांतल्या वाईट निर्णयांसाठी, आपला वृथाभिमान कारणीभूत असतो.

कधीकधी आपल्याला माहीत असते की, एखादे नाते निभावण्याचा प्रयत्न करत राहणे निरुपयोगी आहे, परंतु त्या नात्यातून बाहेर पडण्याबद्दल वाटणारी लोकलाज, ते नाते निभावण्याच्या ओढाताणीपेक्षाही वाईट असते. कधीकधी आपण एखादा व्यवसाय सुरू करतो आणि मग आपल्या लक्षात येते की तो आपल्या आवडीचा नाही, परंतु आपण हे सहजासहजी स्वीकारत नाही की, आपल्याला तो बदलायला तरी हवा किंवा कुणाकडून मदत तरी मागायला हवी. अशा परिस्थितीत आपला वृथाभिमान आडवा येतो. वास्तवात काय घडते आहे याचा विचार न करता, लोक आपल्याबद्दल काय म्हणतील, याचा विचार करून आपण निर्णय घेत असतो. हे नुसते चुकीचेच नव्हे तर अहितकारकही असते.

यावर मात कशी करता येईल?

आपल्या मनात घट्ट बसलेल्या या वृथाभिमानावर मात करण्यासाठी आपण जसे आहोत तसे, सर्वांगाने आणि प्रामाणिकपणे स्वतःचे परीक्षण करायला हवे.

आपल्या भोवती असणाऱ्या प्रत्येकाला आपण किती परिपूर्ण आहोत आणि आपल्यात कसा कसलाच दोष नाही, हे पटवून कसे देता येईल याचा विचार करत बसण्यापेक्षा, आपल्या अंगभूत क्षमतेचा अधिकात अधिक वापर करून हातातली कामगिरी उत्तम रीतीने पार पाडणारा, अशी आपली अधिक वास्तववादी ओळख कशी निर्माण करता येईल, याचा विचार करू शकतो. गोष्टी तिथल्या तिथेच सोडून देणे तुमच्यासाठी हितकारक असूनही तुम्ही इतर लोकांना काय वाटेल याची काळजी करत, काय चुकीचे आहे, याचाच सतत विचार करत बसणे अतिशय वाईट आहे. तुम्ही जर मान्य केलेत की, तुम्हीही इतरांसारखेच अपरिपूर्ण आहात, त्यांच्यासारखेच चुकतमाकत शिकता आहात, जुळवून घेता आहात आणि तुमची कामगिरी

शक्य तितक्या उत्तम रीतीने पार पाडत आहात, तर लोक तुम्हाला कितीतरी अधिक सन्मानाने वागवतील.

असे होण्यासाठी योग्य अशी मन:स्थिती तयार झाली तर तुम्ही खुल्या दिलाने नवीन गोष्टी शिकण्यासाठी तयार होता. 'मला सगळ्यातले सगळे समजते,' असे गृहीत धरणे किंवा 'मी परिपूर्ण आहे असेच सगळ्यांना वाटले पाहिजे,' असा अट्टाहास असणे, या गोष्टी सोडून दिल्या की, स्वत:ची चूक मान्य करायला, मदत मागायला आणि कधीकधी दुसऱ्यांवर विसंबायला हरकत राहत नाही. त्यामुळे स्वत:मध्ये सुधारणा घडवण्यासाठी तुम्ही तयार होता आणि काळाबरोबर तुमचे आयुष्यही अधिकाधिक चांगले होत जाते.

स्वत:च्या यशाबद्दल अपराधित्वाची भावना येणे

'प्रचंड वेदना, भय आणि दुर्दैव यांनी भरलेल्या या जगात आनंदी, समृद्ध आयुष्य जगायला आपण असे कोण लागून गेलो आहोत?'

अनेक लोकांच्या मनात हा प्रश्न घोळत असतो. भरपूर किंवा गरजेपेक्षा अधिक मिळाल्यानंतर वाटणारी अपराधित्वाची भावना हा मानसिक स्तरावर सामोरे जावा लागणारा सर्वांत मोठा अडसर असतो. ही भावना उत्पन्न होण्याची विविध करणे असू शकतात, पण सरतेशेवटी त्याची परिणती, हे सगळे मिळण्याची आपली 'पात्रता नाही' असे वाटण्यात होते.

जेव्हा आपल्याला जास्त पैसा मिळू लागतो किंवा आपल्या जवळ छान छान गोष्टी असतात, तेव्हा ही अपराधित्वाची भावना प्रबळ होऊ लागते. बहुतेक वेळा लोक स्वत:ला हवी तशी पैशाची उधळपट्टी करतात किंवा त्यांचे ग्राहक आणि कामाचा व्याप यांकडे दुर्लक्ष करू लागतात, ज्यामुळे त्यांचे उत्पन्न घटते; आपल्या मूलभूत गरजांपेक्षा आपल्याकडे अधिक संपत्ती आहे, ही गोष्ट त्यांना टोचू लागते आणि त्यामुळे अपराधी वाटण्याची शक्यताच उरणार नाही, इतक्या अभावाच्या परिस्थितीत ते स्वत:ला आणून ठेवतात.

यावर मात कशी करता येईल?

कृपा करून हे लक्षात घ्या की, यशाच्या शिखरावर असणाऱ्यांना त्यांच्या यशाबद्दल अपराधित्वाची भावना अजिबात नसते. किंबहुना, तुम्ही जेव्हा अभाव असणे आणि अपार समृद्धी असणे यांच्या मधल्या अधांतरी असणाऱ्या टप्प्यावर असता, फक्त तेव्हाच अपराधित्वाच्या भावनेचा अनुभव येतो.

तुम्हाला हे ध्यानात घ्यायला हवे की, पैसा आणि यश ही फक्त साधने आहेत. इतरांना मदत करणे, त्यांना रोजगार मिळवून देणे, त्यायोगे त्यांची आयुष्ये प्रभावित करणे, त्यात सकारात्मक बदल घडवून आणणे, या गोष्टी करण्यासाठी आवश्यक असणारा वेळ आणि संधी मिळवण्यासाठी त्या साधनांचा उपयोग होतो. तुमच्या प्रतिष्ठेचा स्तर उंचावणारी गोष्ट या दृष्टीने तुमच्या यशाकडे पाहू नका - कारण त्यामुळे तुम्हाला नेहमीच वाईट आणि अस्वस्थ वाटेल - त्याऐवजी जगामध्ये आणि तुमच्या आयुष्यामध्ये महत्त्वाच्या आणि सकारात्मक कामे करण्यासाठी असलेले एक साधन म्हणून तुमच्या यशाकडे पहा.

अपयशाची भीती

किती वेळा असे होते की आपली चारचौघांत फजिती होईल किंवा आपल्याला लगेचच अपयश येईल, या भीतीपोटी आपण एखादी गोष्ट करून पाहण्याचा प्रयत्नही करत नाही.

अपयशाची भीती ही अशी गोष्ट आहे, जी अनेकदा लोकांना एखाद्या गोष्टीत खरोखरी पारंगत होण्यासाठी आवश्यक असलेले कष्ट करण्यापासून रोखते, पण या भीतीचा आणखी एक धोकादायक पैलू आहे. आपल्या आयुष्यात आपण जेव्हा एखाद्या नव्या टप्प्यावर स्थिरावतो, तेव्हा पुन्हा एकदा सततच्या तर्कविसंगत काळजीच्या स्वरूपात हे भय डोकावू लागते, 'काहीतरी चुकते आहे,' असे वाटायला लागते. उदाहरणार्थ, आपल्या जोडीदाराच्या निष्ठेबद्दल शंका येणे, किंवा आपल्या हातातून लवकरच सगळे निसटून जाणार आहे, अशी भीती वाटणे.

जेव्हा आपल्याला काही तरी नुकसान होऊ शकेल अशी संभावना जाणवते, तेव्हा स्वत:ला त्यापासून वाचवायची आवश्यकता भासते, तेव्हा असे विनाशकारी विचार मनात येऊ लागतात. जेव्हा आपल्याला खरोखरी हवे ते मिळते आणि ते आपल्या हातून निसटू द्यायचे नसते, तेव्हाच असे विचार मनात येतात.

यावर मात कशी करता येईल?

तुम्ही काहीतरी नवे आणि धाडसी करण्याचा प्रयत्न करताना आलेले अपयश आणि तुमची अनुपस्थिती, काम *न* करणे, किंवा स्वत:च्या वागण्याची जबाबदारी न घेणे यांमुळे आलेले अपयश यात मूलत: फरक आहे.

हे दोन अनुभव पूर्णत: वेगळे आहेत आणि तुमच्या मनातही त्या अनुभवांचे हे भिन्नत्त्व स्पष्ट असायला हवे.

कधीच प्रयत्न न करणे किंवा स्वत:कडे नेहमीच गौणत्व घेणे यांमुळे आलेल्या अपयशाचा अनुभव, सुरुवातीला एखाद्या गोष्टीत प्रावीण्य मिळवण्यात अपयश येणे किंवा हातात असलेल्या गोष्टी गमावल्याच्या अनुभवाइतकाच किंवा त्याहूनही अधिक भीती वाटायला लावणारा अनुभव असतो. अपयश टाळता येत नाही परंतु त्यामागील कारणे समर्थनीय असावीत, याची तुम्ही काळजी घ्यायला हवी.

जेव्हा आपल्या हलगर्जीपणामुळे आपल्याला अपयश येते तेव्हा आपण आपल्या प्रगतिपथावर एक पाऊल मागे आलेले असतो. त्याउलट, काहीतरी नवीन करण्याचा प्रयत्न करत असताना, जेव्हा अपयश येते तेव्हा आपण आपल्यासाठी योग्य असलेल्या गोष्टीच्या नजीक जाण्यासाठी एक पाउल पुढे टाकलेले असते.

स्वत:च्या यशाला दुय्यम लेखणे

जेव्हा आपण आपल्या यशाला दुय्यम लेखतो, तेव्हा एक तर आपल्यामुळे दुसऱ्यांना दडपण येऊ नये आणि त्यांनी आपल्याला त्यांच्यातलेच समजावे,

हा आपला उद्देश असतो, म्हणून आपण आपले महत्त्व न भासवण्याचा प्रयत्न करत असतो, किंवा आपल्याला आपण यशस्वी आहोत, ही भावना स्वत:मध्ये येऊ द्यायची नसते; कारण आपण यशाच्या शिखरावर टिकून राहू का, याबद्दल आपल्या मनात शंका असते.

आपल्याला जे तीव्रतेने मिळवावेसे वाटत होते ते आपण मिळवले आणि यशाचे सर्व मापदंड हस्तगत केले, असे वाटण्याच्या क्षणाची वाट आपण अनेक जण पाहत असतो. मात्र, प्रत्यक्षात जेव्हा असे क्षण येतात, तेव्हा त्यांचे स्वागत करताना ते क्षण फार महान किंवा भारावून टाकणारे वाटत नाहीत, किंवा अशा क्षणी आपल्याला जितका आनंद होईल असे वाटले होते, तितका आनंद होत नाही.

असे होते, कारण आपणच आपले यश काही फार महान नाही, असे भासवण्याचा प्रयत्न करतो. 'मी हे करून दाखवले,' असे मनात आले की लगेचच आपल्याला आपण यशाच्या शिखरावर पोहोचलो आहोत आणि तिथून आपण खाली कोसळू, अशी भीती वाटू लागते.

त्याचप्रमाणे आपल्या मनावर हे बिंबवले गेलेले असते की, जेव्हा आपण इतर लोकांबरोबर असू, तेव्हा आपल्या कर्तृत्वाचा आपल्याला फार गर्व असल्यासारखे वर्तन करणे वाईट आहे. (आणि उद्धट वाटेल अशा पद्धतीने ते केले, तर ते फारच वाईट आहे.) आपण काही यश मिळवले आहे, म्हणजे आपण 'इतरांपेक्षा अधिक चांगले' आहोत, असे आपल्याला वाटू लागते. असे वाटणे आपल्याला अस्वस्थ करू शकते, कारण आपल्याला माहीत असते की, तसे वाटणे वस्तुत: खोटे आणि उद्धटपणाचेही आहे. हो, आणि समजा आपण आपण आपले यश उघडपणे स्वीकारले, तर मग आता मिळवण्याजोगे काय राहिले, हा प्रश्नही निर्माण होतो. मिळवण्यासारखे सगळे मिळवले, आता मिळवण्यासारखे काहीच राहिले नाही, असे वाटण्यातून सगळे संपल्याची भावना येते, जी मृत्यूसमान भासणारी असते. म्हणून मग, आपण ज्यासाठी कंबर कसली पाहिजे, असे यशाचे नवीन मापदंड शोधू लागतो.

यावर मात कशी करता येईल?

विविध क्षेत्रांमध्ये इतरांनी गाजवलेले कर्तृत्व आणि विशेष कौशल्य मान्य करून आपण त्याचे कौतुक करू शकतो आणि त्याच वेळेस स्वत:चे कर्तृत्व आणि यश याचा आनंदही मानू शकतो. आपल्या वाट्याला आलेली प्रशंसा झटकून टाकण्याऐवजी आपण त्या प्रशंसेला प्रतिसाद देत असे म्हणू शकतो: ''आभारी आहे, मी खूप कष्ट घेतले होते आणि त्या कष्टांमुळे मी इथे पोहोचलो, याचा मला आनंद आहे.''

आपण यशाचे शिखर अपेक्षेपेक्षा फार लवकर गाठले, याची भीती असेल तर प्रगतीची आपली कल्पना आपण पुन्हा नव्याने मांडायला हवी. आपण आपल्यात सुधारणा करत राहतो ते पुन्हा मागे, शून्याकडे परत जाण्यासाठी नव्हे. आपण एखादी गोष्ट यासाठी मिळवत नाही की, ती आपल्या हातातून निसटावी आणि आपण पुन्हा आधी जिथे होतो तिथेच परत जावे. तसे करण्याची ऊर्मी आपल्याला सुरुवातीच्या सुरक्षित वाटणाऱ्या परिघातच थांबून राहण्यास भाग पाडते आणि तसे करणे हे आत्मघाती वर्तन असते.

त्याऐवजी आपण हे मान्य करायला हवे की, जेव्हा आपल्या आयुष्याचा एक पैलू सुधारतो, तेव्हा त्याच्या प्रकाशाने आयुष्यातील बाकीचे सर्व पैलू उजळून निघतात. एक कामगिरी छान पार पाडली की त्याच्या चांगल्या परिणामांचा उपयोग आपल्याला भविष्यातही होतो. जसेजसे आपण सातत्याने काम करत राहतो, तसेतसे आपले आयुष्य सुधारत जाते; ते तेव्हाच कठीण होते जेव्हा आपण एका यशानंतर पुढे काहीच न करता, सगळेच थांबवून टाकतो, कारण आपल्याला स्वत:च्याच कर्तृत्वाचे भय वाटू लागते.

अहितकारक सवयी

लोक स्वत:च्याच यशाचा घात करतात, त्यातला एक प्रकार असा आहे: त्यांना त्यांच्या लक्ष्यापासून दूर नेणाऱ्या सवयींनाच ते चिकटून राहतात.

असे तेव्हा घडते, जेव्हा एखादी व्यक्ती तिला उत्तम आरोग्य कमवायचे आहे असे जाहीर करते, पण ते प्रत्यक्षात उतरवण्यासाठी म्हणून तिच्या दिनक्रमामध्ये कसलाही बदल करत नाही. किंवा काहींना त्यांच्या व्यवसायात बदल करायचा असतो, पण त्यात ते स्वतःच काहीतरी अडथळे निर्माण करतात आणि तसा बदल पूर्णपणे अशक्य नाही, तरी अवघड मात्र बनवतात.

अशा वर्तनाच्या मुळाशी आपल्या अंतर्मनातील घडामोडी असतात. आपल्या एका मनाला हे समजत असते की, आपण एक व्यक्ती म्हणून उत्क्रांत व्हायला हवे आणि आपले आयुष्य पुढे न्यायला हवे. त्याच वेळेस पुढे जाण्यासाठी करायच्या प्रवासात, आता सुरळीत चालू असलेल्या आयुष्यात काही गडबड होऊ शकते; या कल्पनेने दुसरे मन मात्र घाबरून जाते. या कल्पनेमुळे बऱ्याचदा इतका आंतरिक तणाव आणि वैफल्य येते की पूर्णपणे हताश व्हायला होते. पण नेमका हाच क्षण बदलाची सुरुवात होण्याचा असतो.

मात्र, अशा रीतीने पूर्णपणे हताश होण्याचा तो क्षण येण्याआधी, नेमके कोणत्या गोष्टीमुळे तुमचे सुरळीत चाललेले, शांत आणि सुखदायी आयुष्य ढवळून निघते आहे, हे तुम्हाला नीटपणे समजायला हवे.

यावर मात कशी करता येईल?

सशक्त असणे म्हणजे काय, याची व्याख्या तुमची तुम्ही ठरवा. सशक्त आयुष्याचे तुमच्या डोळ्यांसमोरील चित्र कसे आहे? अशा आयुष्यात तुमच्या भावना काय असतील आणि त्यात तुम्ही काय करत असाल?

दुसऱ्या कोणाचीतरी सशक्तपणाची व्याख्या पूर्णपणे स्वीकारणे आपल्यासाठी कठीण असते, कारण आपण सर्व वेगवेगळे असतो आणि आपल्या गरजा, आवडनिवड आणि आपली प्रत्येकाच्या दिवसाची वेळापत्रके भिन्न भिन्न असतात.

त्यामुळे तुम्हाला स्वतःला कशामुळे सर्वांत छान वाटते त्याचा स्वतंत्रपणे शोध घ्या. समतोल आहार, व्यायाम आणि झोप यांची तुमच्यासाठी योग्य

ठरेल अशी सांगड कशी घालायची हे ठरवा आणि ते कटाक्षाने पाळा. बळेबळे सकाळी ६ वाजता जिममध्ये जाऊन १ तास मेहनत करण्याचा प्रयत्न करण्यापेक्षा १५ मिनिटेच योग्य व्यायाम करा आणि तुम्हाला मनापासून आवडणाऱ्या क्लासला जा किंवा जिमला तुमच्या सोयीच्या वेळेला जा.

यश मिळवणे तुमच्यासाठी सहज होऊ दे. दिवसभराच्या खाण्याची व्यवस्था आधी करून ठेवा, तुमच्या टेबलाच्या बाजूला पाणी ठेवलेले असू द्या, म्हणजे दिवसभरात तुम्ही थोडे थोडे पाणी पीत राहाल. अशा पद्धतीने हळूहळू तुमच्या जीवनसरणीसाठी योग्य अशा चांगल्या सवयी तुमच्या अंगवळणी पडतील.

सतत 'कामात बुडलेले असणे'

परिस्थितीपासून सुटका करून घेण्यासाठी स्वत:ला टप्प्याटप्प्याने संपवत नेणे, हा आत्मघातचा दुसरा प्रकार खूप लोकांमध्ये आढळतो.

आपण सतत कामामध्ये बुडलेले असण्याचा आभास निर्माण करणारे लोक स्वत:पासूनच पळ काढत असतात.

कोणीही स्वत:च्या इच्छेविरुद्ध सतत कामात बुडून राहत नाहीत, आणि हे तुम्हाला निश्चितच मान्य होईल; कारण अत्यंत धावपळीचा दिनक्रम असलेले लोकसुद्धा 'मी फार कामात असतो,' असे स्वत:बद्दल कधी सांगत नाहीत. काम संपतच नाही, अशी स्थिती असणे हा काही फार मोठा गुण नाही, उलट तुम्हाला हातातले काम वेळेत कसे संपवायचे हे कळत नाही, असा त्याचा अर्थ होतो.

सतत कामात बुडलेले असणे म्हणजे कोणीतरी फार महत्त्वाची व्यक्ती असणे, असे काहींना वाटू शकते; त्यातून दिसताना असे दिसते की, कोणालाही तुमची भेट सहजासहजी मिळू शकत नाही. सतत कामात गुंतलेले-बुडलेले असण्यामुळे शारीरिक स्वास्थ्यावरही परिणाम होतो, त्यामुळे तुम्ही फक्त अशाच कामांवर लक्ष केंद्रित करू शकता, जी अगदी गळ्याशी आलेली

आहेत आणि लगेचच संपवायला हवीत. अशा प्रकारे गुंतलेले राहणे, हा खरोखरी बिघडलेल्या परिस्थितीपासून पळ काढण्याचा एक सरळसाधा उपाय असू शकतो.

यावर मात कशी करता येईल?

तुमचे दिवसाचे वेळापत्रक जर तुमच्या आवाक्यातले नसेल तर तुमचा कामाच्या ठिकाणी प्रभाव पडणार नाही आणि प्रत्यक्षात तुमची जी उत्पादनक्षमता आहे, तीही पूर्णपणे वापरली जाणार नाही. तुमच्या बाबतीत हे जर खरे असेल, तर तुम्हाला तुमच्या कामाची दिशा नियोजनपूर्वक रीतीने निश्चित करावी लागेल, कामांच्या महत्त्वानुसार त्यांचा क्रम लावून घ्यावा लागेल, बाहेरून करून घेणे शक्य आहे, अशी कामे बाहेर पाठवावी लागतील आणि मग बाकीची कामे थोडी सावकाशीने घेता येतील.

तुम्ही जाणूनबुजून गोंधळ घालता आणि गरज नसतानाही दिवसभर फार कामात असल्याचे दर्शवता, ही जर तुमची समस्या असेल तर तुम्हाला साधेपणा आणि एक निश्चित दिनक्रम, या गोष्टींची सवय करून घ्यावीच लागेल. संपवायला हवीत, अशा सर्वाधिक महत्त्वाच्या पाच कामांची रोजच्या रोज यादी करा आणि मग त्या कामांवर आणि फक्त त्याच कामांवर लक्ष केंद्रित करा.

तुम्हाला या गोष्टीचाही विचार करायला हवा की, कामात सतत गुंतलेले असण्यामुळे तुम्हाला अधिक 'सुरक्षित' असल्यासारखे वाटते का? त्यामुळे इतर कार्यक्रमांना नाही म्हणण्याचे किंवा काही लोकांना टाळण्याचे आयते निमित्त तुम्हाला सापडते का? असे असेल तर या मन:स्थितीचा सामना करण्यासाठी तुम्ही अधिक हितकारक आणि अधिक परिणामकारक मार्ग शोधणे गरजेचे आहे. उदाहरणार्थ, ज्याबद्दल तुम्हाला अभिमान वाटेल, असे काम करून तुमचा खराखुरा आत्मविश्वास जागा करणे किंवा नात्यातल्या तुमच्या मर्यादा आणि गरजा शांतपणे, पण प्रांजळपणे मांडण्याची क्षमता मिळवणे.

चुकीच्या लोकांच्या संगतीत वेळ घालवणे

हे खरे आहे की, आपण ज्या लोकांमध्ये मिसळतो, त्या लोकांच्या संगतीने आपले आयुष्य घडत असते. आणि चुकीच्या संगतीत वेळ घालवणे हा लोकांमध्ये नेहमी आढळणारा आत्मघाताचा प्रकार आहे.

हे नक्की की, तुमच्या आयुष्यातील काही लोकांच्या बरोबर असताना तुम्हाला खूप मानसिक ताण जाणवतो, त्यांच्या संगतीत तुम्हाला असुरक्षित वाटते आणि तरीही तुम्ही त्यांच्या संगतीत परत परत जाता. ही नाती लगेचच हानिकारक ठरतात, असे नाही; पण तरीसुद्धा ती हळूहळू स्वनाशाला कारणीभूत होतात.

एखाद्याशी असलेली मैत्री किंवा नाते, तुमच्यात काही 'उणीव' आहे असे तुम्हाला वारंवार वाटायला लावत असेल किंवा तुम्हाला त्यामुळे 'मत्सर' जाणवत असेल तर तुम्हाला हळूहळू त्या मैत्रीतून बाहेर यायला हवे. त्यासाठी कोतेपणा करण्याची, उद्धटपणे वागण्याची किंवा त्या व्यक्तीला तुमच्या आयुष्यातून पूर्णपणे बाहेर काढण्याची आवश्यकता नसते.

असे असले तरी, तुम्हाला हे समजून घ्यायला हवे की, ज्या लोकांबरोबर तुम्ही अधिकात अधिक वेळ घालवता, त्यांच्या संगतीचा तुमच्या भविष्यावर न पुसता येणारा परिणाम होत असतो आणि म्हणून तुम्ही त्यांची निवड सुज्ञपणे करायला हवी.

यावर मात कशी करता येईल?

जे तुम्हाला आधार देतील, ज्यांच्यापासून तुम्हाला स्फूर्ती मिळेल, अशा लोकांचे एक कडे तुमच्या भोवती तयार करा. त्यांना भेटल्यानंतर तुम्हाला दमल्याची, चिडचिड झाल्याची भावना यायला नको, तर नवा जोम मिळाल्यासारखे, स्फूर्ती मिळाल्यासारखे वाटायला हवे.

तुम्हाला तुमच्या मनाजोगे मित्र सापडायला कदाचित वेळ लागेल आणि कदाचित ते सगळे एकदम सापडणार नाहीत. तुम्हाला आवडणाऱ्या एखाद्या व्यक्तिला सोबत घेऊन कधी कॉफी प्यायला घेऊन गेलात आणि तिच्या बरोबर पुन्हा संवाद साधता आला, जर आवडेल असे वाटले, तर अशा व्यक्तीबरोबर मिळून काम करताना मैत्रीची सुरुवात होऊ शकेल. तुमचे संबंध सावकाश, परंतु मनापासून वाढवत न्या आणि मग त्या संबंधांना खतपाणी घाला, त्यांना जपा.

मनातील काल्पनिक भीती आणि असंभाव्य असणाऱ्या गोष्टींची सतत काळजी करत राहणे

लोकांना नकळत आत्मघात करायला प्रवृत्त करणारी, नेहमीची आणखी एक पद्धत म्हणजे अत्यंत वाईट काहीतरी घडेल अशी कल्पना करून, त्याचीच सतत काळजी करत राहणे.

कदाचित, याचा थोडातरी अनुभव तुम्हाला कधीतरी आला असेल : तुमच्या मनात एखाद्या विचित्र किंवा अशक्य अशा गोष्टीचा विचार येतो, त्यामुळे तुमच्या मनात खोलवर भीतीची शिरशिरी निर्माण होते आणि डोक्यामध्ये विनाशाच्या दिवसाची अनेक चित्रे तरळू लागतात. त्यानंतर तुम्हाला पुन्हा पुन्हा त्या अनुभवाची आठवण होत राहते, इतकी की ती तुमच्या आयुष्याचा ताबा घेते.

कधीही प्रत्यक्षात उतरणार नाहीत, अशा गोष्टींची भीती म्हणजे बऱ्याचदा आपल्या सुप्त मनात दडलेल्या खऱ्या भीतीचे, आपण केलेले प्रक्षेपण असते.

अशा प्रकारची काल्पनिक भीती तशी धोक्याची नसते; कारण आपल्या अंतर्मनात आपल्याला माहीत असते की, ती भीती कधीही प्रत्यक्षात उतरणार नाही. ती भीती म्हणजे जे घडणार नाही, हे आपल्याला माहीत असते, त्यासंबंधीच्या मनातील भावनेला जागा करून देण्यासाठी तयार झालेला केवळ एक कप्पा असतो.

जेव्हा तुम्ही अशा भीतिचक्रात अडकता, ज्यामध्ये कधी प्रत्यक्षात उतरण्याची शक्यता नाही, अशी कुठलीतरी विचित्र, आगापिछा नसलेली किंवा जिची दखल घेण्याचीही आवश्यकता नाही, अशी दुर्मीळ परिस्थिती पुन्हा पुन्हा सातत्याने समोर येत राहते तेव्हा स्वत:ला विचारा की, या भीतिचक्राशी संबंधित काही भावना तुमच्या मनात खरोखरीच आहेत का?

उदाहरणार्थ, कारमधून प्रवास करताना तुम्हाला अस्वस्थ वाटत असेल, तर हे तपासून पहा की तुमची भीती 'पुढे जाणे' किंवा 'नियंत्रण सुटणे' यासंबंधीची आहे का? किंवा तुम्हाला नोकरीवरून काढून टाकतील अशी काळजी वाटत असेल, तर कदाचित दुसरी नोकरी मिळवण्याची पात्रता तुमच्या जवळ नाही किंवा तुमचे वरिष्ठ तुमचा अपमान करतील, याची ती भीती असते का?

यावर मात कशी करता येईल?

काहीतरी भयंकर घडेल, ते कसे थांबवता येईल, हे पाहण्यात तुमची सगळी शक्ती वाया घालवण्यापेक्षा त्या भीतीतून मिळणारा संदेश काय आहे आणि त्यातून आयुष्यात तुम्हाला कशाची गरज असल्याची सूचना मिळते आहे, याचा विचार करा.

तुम्हाला वाटणारी भीती अमूर्त रूपकाच्या स्वरूपात असेल, तर त्याचा काय अर्थ असू शकतो याचा विचार करावा लागेल. तुम्हाला भविष्याबद्दल वाटणारी भीती ही आताच्या घडीला आयुष्य अपूर्ण वाटत असल्याचे प्रतीक आहे का? तुम्हाला खरोखरी जे हवे आहे, ते निवडण्याचे धैर्य न होणे, हे निर्णय घेण्याची भीती वाटण्यामागचे खरे कारण आहे का? आपल्याला खरोखरच जे आवडते तेच करण्याचा प्रयत्न आपण करणार आहोत, याचीसुद्धा भीती वाटू शकते आणि ती निर्णय घेता न येण्याच्या मुळाशी असू शकते. आपण नेमकी कोणती गोष्ट सुरक्षित करण्याचा प्रयत्न करत आहोत, हे जर ओळखता आले तर आपल्याला अधिक हिताचे आणि सुरक्षित मार्ग शोधता येतील.

तुम्ही आत्मघाताच्या दुष्टचक्रात सापडला आहात का, हे कसे ओळखायचे?

तुम्हाला आत्मघाती वर्तनाची लक्षणे तत्त्वत: समजलेली असली तरी कधीकधी तुम्ही स्वत:च तसे वागता आहात हे ओळखता येणे, ही सर्वांत अवघड पायरी असते.

खरे म्हणजे, कधीकधी त्याची लक्षणे इतकी सूक्ष्म असतात की ती ओळखू येत नाहीत आणि जोपर्यंत ती लक्षणे अति गंभीर समस्येचे रूप धारण करत नाहीत किंवा दुसरे कोणीतरी त्यांच्याकडे आपले लक्ष वेधत नाहीत, तोपर्यंत बऱ्याचदा ती आपल्या ध्यानातही येत नाहीत. आत्मघाती वर्तनाची काही ठळक लक्षणे पुढीलप्रमाणे आहेत :

तुम्हाला काय हवे आहे यापेक्षा तुम्हाला काय नको आहे, याबद्दल जास्त जागरूक असणे.

काय करायचे आहे, ते लक्षात घेऊन त्यासंबंधीचे धोरण आखणे, नियोजन करणे, यापेक्षा अमुक एक गोष्ट घडायलाच नको अशी आशा करण्यात, फक्त त्याच्याचकडे लक्ष देण्यात, त्याचीच काळजी करण्यात, मनात सतत तेच तेच घोळवण्यात तुम्ही सर्वाधिक वेळ घालवता.

जे लोक तुम्ही जसे आहात तसे तुम्हाला स्वीकारून तुमच्यावर प्रेम करत असतात, त्यांच्या बरोबर शक्य तितका जास्त वेळ घालवण्याऐवजी, ज्या लोकांना तुम्ही फारसे आवडत नाही, अशा लोकांना प्रभावित करण्यासाठी जास्त वेळ घालवता.

तुमच्यावर प्रेम करणारे तुमच्या कुटुंबातील सदस्य, तुमचे मित्र, यांच्या प्रेमाला पात्र बनण्याचा प्रयत्न करणे आणि त्यांना अधिक महत्त्व देणे, या गोष्टी तुम्ही करत नाही. काही झाले तरी तुम्ही अधिक लक्ष कशावर केंद्रित करता? तुमचे जे तथाकथित शत्रू आहेत, त्यांना तुमचा हेवा वाटावा असे व्यक्तित्व घडवण्यावर तुमचा सगळा भर असतो.

तुम्ही परिस्थिती टाळायचा प्रयत्न करत असता

तुम्हाला किती कर्ज आहे किंवा तुम्ही ज्या प्रकारचे काम करता त्याच प्रकारचे काम करणाऱ्या तुमच्या क्षेत्रातील इतर व्यक्तींना किती मेहनताना दिला जातो, यांसारख्या आयुष्यातील मूलभूत गोष्टी तुम्हाला माहीत नसतात. जेव्हा ठामपणे आपली बाजू मांडण्याची पाळी येते, तेव्हा काय चुकते आहे हे सांगून त्यावर उपाय सुचवण्याऐवजी तुम्ही तेथून पळून जाता. दुसऱ्या शब्दांत सांगायचे झाले तर तुम्ही सत्य परिस्थिती नाकारण्याच्या मनोवस्थेत असता आणि त्यातून बाहेर पडाल, अशी आशा करणे व्यर्थ असते.

खरोखरी ठीक होण्यापेक्षा तुम्ही ठीक आहात, असे लोकांना भासवण्यात तुम्हाला जास्त स्वारस्य आहे.

तुम्ही खरोखरी मजेत आहात की नाहीत, याचा विचार करण्यापेक्षा तुम्ही खूप मजेत आहात, असे दाखवणारे फोटो समाजमाध्यमांवर टाकणे तुम्हाला महत्त्वाचे वाटते. तुम्हाला मदत करू शकतील किंवा आधार देऊ शकतील अशा लोकांशी प्रामाणिकपणे संवाद साधण्याचा प्रयत्न करण्यापेक्षा तुमचे सगळे कसे मस्त चालले आहे, असे लोकांना पटवून देण्याचाच तुमचा जास्त प्रयत्न असतो.

तुमच्या स्वतःच्या आनंदावर पाणी सोडावे लागले तरी चालेल, पण इतरांना आपण आवडायला हवे, या गोष्टीला तुमच्या आयुष्यात अधिक प्राधान्य आहे.

तुम्ही जे काही कराल, त्यामुळे तुम्हाला स्वतःचा सार्थ अभिमान आणि स्वतःबद्दल समाधान वाटते का, यापेक्षा तुम्ही जे कराल त्याला 'लोकां'ची मान्यता मिळेल की नाही (आणि हे 'लोक' म्हणजे कोण असतात?) या गोष्टीचा तुम्ही अधिक विचार करता.

तुम्हाला इतर कशापेक्षाही स्वतःच्या भावनिकतेची भीती जास्त वाटत असते.

तुम्हाला तुमच्या भावनांवर नियंत्रण ठेवता येईल की नाही याची शंका वाटावी, अशी अवस्था जर आयुष्यात निर्माण झाली तर काय, याची भीती

जेव्हा वाटू लागते तेव्हा ते तुमच्यासाठी सर्वांत भयावह आणि अडचणीचे असते. अशा अवस्थेत तुमच्या वाटेत अडचणी निर्माण करणारे तुम्ही स्वत:च असता – इतर कुणीही, दुसरे काहीही नाही.

तुम्ही ज्या ध्येयांमागे पळत असता ती तुम्हाला का गाठायची आहेत, हा प्रश्न स्वत:ला न विचारताच आंधळेपणाने तुम्ही त्यांचा पाठलाग करत राहता.

'ज्या ज्या गोष्टी करणे तुमच्याकडून अपेक्षित आहे,' त्या केल्यानंतरही दिवसाच्या शेवटी तुम्हाला रितेपणाची आणि वैफल्याची जाणीव होत असेल, तर तुमची समस्या ही असू शकते की, तुम्हाला जे मनापासून करावेसे वाटते ते न करता तुम्ही दुसऱ्या कुणीतरी तयार केलेली आनंदी होण्याची संहिता उसनी घेतली आहे.

परिस्थितीशी तडजोड करण्याच्या तुमच्या क्षमतेलाच तुम्ही समस्या मानता आहात.

खादाडपणा, खर्चीकपणा, दारूचे व्यसन, अतिमैथुन किंवा अशा इतर कोणत्याही सवयीपासून मुक्त होणे गरजेचे आहे, असे तुमच्या लक्षात आल्यावर त्याविरुद्ध लढाई पुकारून स्वत:वर अत्याचार करण्याऐवजी, कोणत्या भावनिक गरजेपोटी तुम्ही अशा सवयींच्या अधीन झालात हे स्वत:ला विचारा. ते जोपर्यंत तुम्ही करत नाही तोपर्यंत तुमची स्वत:विरुद्धची लढाई सुरूच राहील.

तुम्हाला तुमच्या क्षमतेपेक्षा तुमचा संशय अधिक मोलाचा वाटतो

नकारात्मक पूर्वग्रहामुळे आपण चांगल्या गोष्टींपेक्षा 'वाईट' गोष्टीच अधिक खऱ्या असल्याचे मानतो. जोपर्यंत या प्रवृत्तीवर आपण काबू मिळवत नाही, तोपर्यंत ज्या गोष्टी खरोखरी चांगल्या आहेत, त्यांच्या चांगलेपणावर आपण विश्वास ठेवत नाही. त्यामुळे आपल्याला खात्रीने असे वाटत राहते की, ज्या ज्या गोष्टींची आपल्याला भीती वाटते, त्याच गोष्टी खऱ्या आहेत.

तुम्ही प्रत्येक गोष्टीची काळजी घेण्यासाठी झटता

तुमच्या इच्छाशक्तीला, ऊर्जेचा स्रोत या दृष्टीने एक विशिष्ट मर्यादा असते. दिवसभरात त्या मर्यादेत बदल होत नाहीत. प्रत्येक गोष्ट उत्कृष्टच व्हायला पाहिजे असा आग्रह न धरता, तुमच्यासाठी सर्वांत महत्त्वाचे काय आहे ते ठरवा. तुमचे लक्ष त्यावर केंद्रित करा आणि उरलेल्या गोष्टी बाजूला ठेवा.

कोणीतरी येऊन तुमच्यासाठी दरवाजा उघडेल, तुमची दखल घेईल किंवा ज्या आयुष्याची तुम्ही वाट पाहत आहात त्याचे आयते दान तुमच्या पदरात टाकेल, त्याची तुम्ही वाट पाहत राहता.

जो लायक असेल किंवा अधिक कुशल असेल किंवा ज्याला विशेष हक्क प्राप्त असतील, त्याच्या पदरात यशाचे दान आपोआप पडेल, अशा भ्रमात आपण मोठे होत राहतो. पण जेव्हा आपण यश मिळवतो तेव्हा आपल्या लक्षात येते की, हा भ्रम त्या लोकांनी निर्माण केला आहे, ज्यांना त्यांचा स्वार्थ, त्यांची तीव्र इच्छा, कौशल्ये आणि त्या सर्व गोष्टींना बाजारात असलेली मागणी, या गोष्टी नेमक्या कुठल्या बिंदूपाशी एकत्र येतात, याचे इंगित कळलेले आहे. तुमच्या प्रयत्नांत अढळ रहा आणि हे लक्षात ठेवा की प्रयत्न सोडून देणे हे अपयशाचे एकमेव कारण असते.

तुम्ही किती मजल मारली आहे, हे तुम्हाला माहीत नाही

पूर्वी तुम्ही जसे होतात, तसेच आता नाही आहात. तुमच्या स्व-प्रतिमेबरोबर तुम्हीही उत्क्रांत होत असता. त्यामुळे तुमची स्व-प्रतिमा यथार्थ आहे, याची खात्री करून घ्या. ज्या अडचणी तुम्ही पार करू शकणार नाही, असे तुम्हाला वाटत होते, त्या सर्व पार केल्याचे आणि तुम्ही जे कधीच उभे करू शकणार नाही असे वाटले होते, ते सर्व उभे केल्याचे श्रेय स्वत:ला जरूर द्या. तुम्हाला वाटले होते त्यापेक्षा तुम्ही खूप मोठी मजल मारली आहे. आणि तुम्हाला कल्पनाही नाही, इतके तुम्ही अंतिम यशाच्या जवळ पोहोचला आहात.

तुमच्या सुप्त जाणिवांमध्ये स्थित असलेली 'आंतरिक बांधिलकी' ओळखणे

आपल्याला बऱ्याचदा तीव्र आंतरिक संघर्ष किंवा आत्मघाताचा अनुभव येतो, त्याला आपल्या सुप्त जाणिवांत स्थित असलेली 'आंतरिक बांधिलकी' (core commitment) कारणीभूत असते. ही बांधिलकी तुमच्या आयुष्याचे मूलभूत उद्दिष्ट किंवा हेतू असतो.[५]

तुमच्या सुप्त जाणिवांत स्थित असलेली 'आंतरिक बांधिलकी' म्हणजे इतर कशाहीपेक्षा तुम्हाला प्राधान्याने हव्या असलेल्या गोष्टींसंबंधी असते. आंतरिक बांधिलकीमध्ये ज्यांचा समावेश आहे, अशा प्रेरणा कशा ओळखायच्या? ज्या प्रेरणांसाठी तुम्ही खूप लढा देता आणि ज्या प्रेरणांमुळे तुम्ही सर्वाधिक सक्रिय होता, त्या प्रेरणा तुमच्या आंतरिक बांधिलकीचा भाग असतात. तुम्ही ज्यामुळे अधिक सक्रिय होता, अशा प्रेरणांचे पापुद्रे जर एकेक करून बाजूला करू शकलात तर तुम्हाला तुमच्या प्रत्येक गोष्टीच्या मुळाशी असलेले कारण लक्षात येईल. अशा तऱ्हेने, प्रत्येक प्रेरणेच्या मुळाशी असलेले कारण सापडणे याचा अर्थ असा होतो की, तुम्हाला तुमची आंतरिक बांधिलकी काय आहे, हे पूर्णत: कळले.

लोकांचे वरकरणी विक्षिप्त वाटणारे आणि काही अंदाज बांधता येत नाही असे वर्तन, त्यांची मूलभूत बांधिलकी कशाशी आहे, हे समजेपर्यंत उमगत नाही.

उदाहरणार्थ, स्वातंत्र्य ही जर एखाद्याची आंतरिक बांधिलकी असेल तर ते अबाधित राखण्यासाठी त्या व्यक्ती नोकरीच्या संधी हातच्या घालवताना दिसतात. कोणाची आंतरिक बांधिलकी जर लोकांना आपण हवेसे वाटावे अशी असेल, तर ते अनेक नात्यांमध्ये गुंततात, त्या नात्यांशी असलेली त्यांची जवळीकही घट्ट असते, पण ते त्या नात्यांशी कायमचे बांधले जात नाहीत, त्या नात्यातील 'जीव' कमी होत असल्याची जाणीव त्यांना होऊ लागली, की ते त्या नात्यापासून दूर होतात. कोणत्याच नात्याशी ते फार काळ बांधलेले राहत नाहीत. जर कोणाची आंतरिक बांधिलकी त्यांच्या आयुष्यावर त्यांचे पूर्ण नियंत्रण असले पाहिजे अशी असेल तर

ज्या गोष्टींमुळे त्यांचे नियंत्रण सुटण्याची शक्यता असते, ज्याचे कारण कळत नाही, अशा गोष्टींबद्दल त्यांना भीती वाटते. जर कोणाची आंतरिक बांधिलकी इतरांना त्यांच्याबद्दल प्रेम वाटावे, अशी असेल तर ते असाहाय्य असल्याचे भासवतात, कारण त्यांना कोणाची *गरज* नाही असे वाटले तर लोक आपल्याला *सोडून* जातील अशी भीती वाटते.

पण हे लक्षात घ्यायला हवे की, आंतरिक बांधिलकीमध्ये समाविष्ट असलेल्या प्रेरणा प्रत्यक्षात त्या व्यक्तीच्या सुप्त मनातील आंतरिक गरजांवर पांघरूण घालण्याशी संबंधित असतात. तुमच्या आंतरिक गरजा आणि तुमच्या आंतरिक बांधिलकीमध्ये समाविष्ट असलेल्या प्रेरणा परस्परविरोधी असतात. तुमच्या आंतरिक गरजा ओळखणे हा तुमच्या आयुष्याचे *उद्दिष्ट* ओळखण्याचा एक मार्ग आहे. उदाहरणार्थ, तुमची आंतरिक बांधिलकी नियंत्रण ठेवणे ही असेल, तर तुमची आंतरिक गरज विश्वास ठेवण्याची क्षमता असणे ही असते. तुमची आंतरिक बांधिलकी लोकांना तुमची गरज भासावी ही असेल, तर तुमची आंतरिक गरज लोकांना तुम्ही हवेसे वाटता, हे तुम्हाला कळण्याची असते. तुमची आंतरिक बांधिलकी तुमच्यावर इतरांनी प्रेम करावे अशी असेल तर तुमची आंतरिक गरज स्वत:बद्दल प्रेम वाटण्याची असते.

> **तुमची आंतरिक गरज जितकी दुर्लक्षित राहील, तितकी तुमच्या आंतरिक बांधिलकीची लक्षणे अधिक ठळक होतील.**

विश्वास ठेवण्याची क्षमता असणे ही जर तुमची आंतरिक गरज असेल आणि म्हणून नियंत्रण ठेवणे ही तुमची बांधिलकी बनली असेल आणि अशा परिस्थितीत तुम्हाला कोणाचा फारसा आधार नाही, असे वाटून जर तडजोड करण्याची वेळ आली तर तुमच्याकडून नकारात्मक प्रतिसाद अधिक तीव्रतेने प्रकट होऊ लागतील. ते प्रतिसाद कदाचित खाण्याच्या त्रासदायक सवयी, एकलकोंडेपणा किंवा आपण कसे दिसतो याबद्दल नको एवढे जागरूक होणे (hyperfixation), या स्वरूपाच्या असू शकतात. स्वत:चे स्वातंत्र्य जपणे ही तुमची आंतरिक बांधिलकी असेल आणि तुमच्यावर कसलेही बंधन नाही असे वाटणे ही तुमची आंतरिक गरज असेल तर तुम्ही स्वत:ला

हवे तसे आयुष्य उभे करू शकाल ही शक्यता कमी असते, कारण तुम्ही मिळालेल्या संधी घालवण्याची आणि त्यामुळे होणाऱ्या धडपडीत तुम्हाला तुमच्या स्वातंत्र्याचा आनंद होण्याऐवजी गळून गेल्याची, थकल्याची भावना येण्याची शक्यताच अधिक असते.

तुम्ही तुमच्या आंतरिक गरजांची पूर्तता करण्याकडे जितके अधिक लक्ष द्याल, तितका तुमच्या आंतरिक बांधिलकीचा संकोच होत जाईल.

तुम्हाला एकदा एखाद्या व्यक्तीला खरोखरी काय हवे हे समजले की, तुम्हाला तिच्या सवयी आणि वर्तन यांचे बारकावे समजून घेता येतील. प्राप्त परिस्थितीत ती व्यक्ती नेमकी कशी वागेल याचे प्रत्येक तपशील तुम्हाला आधीच सांगता येतील. महत्त्वाचे हे आहे की, एकदा स्वत:ला खरोखरी काय हवे आहे, हे विचारायला सुरुवात केली की नकारात्मक लक्षणांशी लढावा लागणारा लढा थांबवण्याची क्षमता प्राप्त होते आणि मग आयुष्यातल्या खरोखरीच्या समस्येकडे लक्ष द्यायला सुरुवात करता येते. ती खरी समस्या म्हणजे तुमच्या आंतरिक गरजा आणि आंतरिक बांधिलकीतील प्रेरणा परस्परविरोधी असण्याची अवस्था.

दबलेल्या भावनांना सामोरे जाणे आणि त्यावर कृती करणे

आपण आत्मघात का करतो, हे समजणे आणि पुढे कधीही आत्मघाती वर्तन न करणे या दोन स्वतंत्र गोष्टी आहेत.

याचा अर्थ असा की, एकदा आपल्याला आपल्या वर्तनाचे मूळ कारण आणि उद्देश समजला की आपण आपल्या विचारात आवश्यक ते बदल करतो. आणि त्यानुसार आपल्या वर्तनातही अनुकूल असे बदल करतो. आत्मघातावर विजय मिळवणे म्हणजे केवळ तुम्ही पुढे जाण्यापासून स्वत:ला का रोखून धरता, याचे आकलन होणे नव्हे. सुरुवातीला जरी अस्वस्थ करणारे वाटले किंवा अस्वस्थतेस कारणीभूत ठरणारे असले तरी तुम्हाला जे हवे आणि तुमची जी गरज आहे, त्या दिशेने योग्य ते पाऊल उचलणे हा खरा विजय आहे.

हा परिवर्तनाच्या प्रक्रियेतला अत्यंत महत्त्वाचा टप्पा आहे, कारण ज्या भावनांचा सामना करणे तुम्ही आतापर्यंत टाळत आलात त्यांनाच तुम्ही आता सामोरे जाणार आहात.

जेव्हा तुम्ही आत्मघाती कृती करण्यापासून स्वत:ला थांबवाल तेव्हा तुम्हाला माहीतही नव्हत्या अशा दबलेल्या भावना डोके वर काढू लागतील आणि तुम्ही कदाचित पहिल्यापेक्षाही अधिक अस्वस्थ व्हाल.

आत्मघाती प्रवृत्तीतून बाहेर पडण्याच्या बाबतीत एक गोष्ट असते; आपण काय करायला हवे आहे, ते कोणी सांगण्याची गरज नसते. आपल्याला काय करण्याची इच्छा आहे आणि आपण काय करायची गरज आहे, ते आपल्याला माहीत असते. परंतु बरे होण्याचा प्रवास सुरू करताना, सुरुवातीला आपल्याला वाटणारी भीती आपल्याला मागे खेचत असते. मागे खेचले जाण्यासाठी कारणीभूत होणारे जे भावनिक अडथळे असतात, त्यांचे स्वरूप समजून घेणे अधिक सोपे व्हावे, त्यासाठी पुरेसा अवकाश आणि मोकळेपणा मिळायला हवा. त्यासाठी पुढे सांगितले आहे त्याप्रमाणे आपण काम करू शकतो.

आत्मघाती वर्तनाच्या सवयींचा त्याग करण्याच्या प्रवासात अडथळ्याप्रमाणे डोके वर काढणाऱ्या, भावनात्मक संवेदना (Triggers)

तुम्हाला सर्वप्रथम ज्या भावनेचा सामना करावा लागेल, ती भावनात्मक संवेदना अंतर्विरोधाची असेल. अंतर्विरोध ही अशी भावनात्मक संवेदना असते, जिने डोके वर काढले तर आपण काही शारीरिक हालचाल करूच शकत नाही. एकाच जागी खिळून राहिलो आहोत किंवा आपले शरीर दगडासारखे जड झाले आहे, जणू काही आपण एखाद्या भिंतीला धडक देत आहोत असे वाटते. त्या अवस्थेच्या खाली दडलेल्या मूळ संवेदनांची तीव्र वेदना बोथट करण्याचे काम हा अंतर्विरोध करत असतो.

जेव्हा हा अंतर्विरोध जाणवू लागतो तेव्हा त्या भावनेतून बाहेर पडण्यासाठी 'जोर लावावा' असे तुम्हाला वाटणार नाही. तसे करण्याचा प्रयत्न करणे म्हणजे ज्या भिंतीवर धडक घेण्याचा प्रयत्न तुम्ही आधीपासूनच करता आहात, त्याच भिंतीवर पुन्हा पुन्हा जाऊन धडकल्यासारखे होईल. असे करण्याने तुम्ही तुमच्या आत्मघाती वर्तनालाच आणखी बळकटी देता, कारण असे केल्याने तुम्ही केवळ मूळ समस्या बाजूला सारण्याचा प्रयत्न करत असता. त्यावर कायमचा उपाय करत नाही.

त्याऐवजी योग्य प्रश्न विचारायला सुरुवात करा.

> *'मला असे का वाटते आहे?'*
>
> *'मी जे करण्याचा प्रयत्न करत आहे, त्याबद्दल ही भावनात्मक संवेदना काय संदेश देण्याचा प्रयत्न करत आहे?'*
>
> *'यातून मी काही शिकण्याची गरज आहे का?'*
>
> *'माझ्या आंतरिक गरजांना न्याय देण्यासाठी, मी या क्षणी काय करण्याची गरज आहे?'*

मग तुम्ही तुमच्या आयुष्याचे ध्येय किंवा तुम्ही पाहिलेले आयुष्याचे स्वप्न पुन्हा मनामध्ये जागवा. तुम्ही आता जे करत आहात ते करून होणारा बदल तुम्हाला *का* घडवायचा आहे? तुमच्या अस्तित्वाला एक वेगळा आणि चांगला आयाम प्राप्त व्हावा या हेतूने तुम्ही आयुष्याकडे पाहाल, तेव्हा तुमच्या हे लक्षात येईल की तुमच्या आयुष्याबद्दलचा तुमचा दृष्टिकोन तुमच्या भीतीपेक्षा अधिक प्रभावी आहे आणि तोच तुम्हाला पुढे जाण्याची स्फूर्ती देत आहे. त्यामुळे तुमचा अंतर्विरोध मावळत जाईल.

अंतर्विरोधाबरोबर तुमच्या मनात कदाचित संताप, दुःख किंवा अपुरेपणा यांसारख्या आणखी काही भावना जाग्या होतील. जेव्हा त्या भावना जाणवतील, तेव्हा त्यांचे व्यक्त होणे आणि त्यासाठी त्यांना पुरेसा अवकाश

मिळणे हे अत्यंत महत्त्वाचे आहे. त्याचा अर्थ त्या भावना ज्या शारीरिक संवेदनांद्वारे तुमच्यापर्यंत पोहोचतात, त्या संवेदना उत्पन्न होऊ देण्याला आणि त्यांचे निरीक्षण करण्याला तुम्ही पुरेशी मोकळीक द्यायला हवी. त्या विशिष्ट संवेदनेमुळे तुमच्या शरीरात कुठे ताण जाणवतो किंवा आवळले गेल्याची जाणीव होते ते पहा. त्यातून तुम्हाला कोणती भावना जाणवते, त्याकडे नीट लक्ष द्या. शारीरिक संवेदनेद्वारे तिच्या मुळाशी असलेल्या भावना उघड्या पडण्याची भीती वाटणे याइतके वाईट आणखी काही नाही, कारण ज्याभोवती आपण आपली सारी भावनिक कहाणी रचली, ती शेवटी दुसरे-तिसरे काही नसून फक्त एक शारीरिक संवेदना होती, हे उघड होते.

लक्षात असू द्या की, यातील अनेक जाणिवांचे मूळ आत्मघाती वर्तनातील कोणत्यातरी गोष्टीशी संबंधित असू शकते. तुम्हाला नाती टिकवता येत नाहीत, यामागे नात्यांबद्दलचा राग आणि अविश्वास कारणीभूत आहेत, यात काही आश्चर्य वाटण्याचे कारण नाही.त्यामागचे कारण तुमच्या पालकांपैकी कोणीतरी तुम्हाला नीट वागवलेले नसणे, हे असते. आत्मघाताशी जोडल्या गेलेल्या संवेदना अचानक उत्पन्न होत नाहीत. किंबहुना या संवेदनांमुळेच आपल्या खऱ्या गरजा आणि आपल्या न सुटलेल्या आंतरिक समस्या समजून घेण्याची अंतर्दृष्टी आपल्याला प्राप्त होते.

तुम्ही त्या संवेदनांचे स्वरूप नीट समजून घेतल्यानंतर त्यातून मोकळे होण्यासाठी स्वत:लाच पत्र लिहिण्याचा प्रयत्न करा. तुमच्या आतल्या बालवयीन स्वत:ला किंवा भविष्यातल्या तुमच्या कल्पनेतल्या तुम्हाला उद्देशून लिहिलेले हे पत्र असू दे. किंवा कागदावर तुमच्या इच्छा व्यक्त करणारे एखादे प्रतीकात्मक अक्षर, वाक्य किंवा एखादा संकल्प लिहा. स्वत:च स्वत:ला आठवण करून द्या की तुम्ही स्वत:वर प्रेम करता आणि त्यामुळे तुम्ही स्वत:कडे कमीपणा येईल असे काही स्वीकारणार नाही किंवा अन्यायकारक, निराशाजनक परिस्थितीत तुम्हाला राग आला तरी त्यात काही गैर नाही. तुमच्या भावनांच्या मुळापर्यंत जाऊन त्या समजावून घेण्याची मोकळीक स्वत:ला द्या, जेणेकरून तुमच्या वर्तणुकीवर त्यांचा नकारात्मक परिणाम होणार नाही.

बाह्य कृती आणि भावनात्मक संवेदना यांमध्ये गोंधळ होऊ न देणे

आत्मघातावर विजय मिळवताना शिकायचा सर्वांत महत्त्वाचा धडा म्हणजे बाह्य कृती आणि भावनात्मक संवेदना यांच्यात गोंधळ होऊ नये, म्हणून काय करायला हवे हे शिकणे.

आपण आयुष्यात पुढे न जाण्याचे कारण आपण बदल घडवायला अक्षम असणे, हे नसते. आपण पुढे जात नाही, कारण आपल्याला बदलण्याची इच्छा *नसते* आणि म्हणून आपण ते करत नाही.

सत्य हे आहे की, आपल्याला आयुष्यात काय हवे आहे याची योग्य ती दृष्टी असू शकते. आपल्याला जे वाटते आहे, तेच आपल्यासाठी योग्य आहे हे कळत असते, फक्त त्या मार्गाचा पाठपुरावा करण्यासाठी जी पाउले उचलायला हवीत, ती आपल्याकडून उचलली जात नाहीत, जी कृती करणे आवश्यक आहे, ती केली जात नाही.

याचे कारण असे आहे की, आपल्या भावनात्मक संवेदनांची जोडणी मुळातच आपल्या सुरक्षित वाटत राहावे, अशी यंत्रणा तयार करण्यासाठी झालेली असते. आपण कायम जे करत आलो तेच करत राहण्याने सगळे छान, 'जैसे थे' चालल्याची 'सुखद' भावनात्मक जाणीव निर्माण होते. ही जाणीव आपल्या शारीरिक स्मृतीमध्ये 'सुरक्षितता' या सदरात साठवली जाते. असे काही प्रसंग असतात, जेव्हा आपण केलेल्या काही कामांमधले यश आपल्याला खूप आनंद देते. असे यश हा आपल्यासाठी अधिक सुरक्षिततेचा मापदंड ठरतो. जे यश मिळवण्याचा प्रयत्न करण्यात आपल्याला काही धोका असू शकतो अशी जाणीव होते किंवा ज्या गोष्टींमुळे आपल्याला एखाद्या अनोळखी क्षेत्रात प्रवेश करावा लागेल असे वाटते, अशा गोष्टी जरी आपल्या आयुष्यासाठी सकारात्मक ठरणार असल्या तरीसुद्धा सुरुवातीला तरी त्यामध्ये आपल्याला आनंद जाणवत नाही.

असे असले तरी, आपल्यासाठी हितकारक असणाऱ्या वर्तनाची आपण निवड करू शकतो, ते सरावाने आपल्या अंगी खरोखरच बाणवू शकतो.

त्याद्वारे आपण आपल्यासाठी सुरक्षित असलेले क्षेत्र नव्याने बनवू शकतो. जे आपण पुन्हा पुन्हा करत राहतो, ते करणे आपल्याला प्रकर्षाने आवडू लागते. पण सुरुवातीला मात्र त्याबद्दल एक प्रकारचा अवघडलेपणा असतो, आपल्याला ते नकोसे वाटते. सुरुवातीची ही नावड बाजूला सारता येण्याची युक्ती साधली तर आपण आपल्या आयुष्याला केवळ भावनिकतेएवजी, तर्कशुद्धता आणि कार्यकारणभाव यांची जोड देऊ शकतो.

आपल्या भावनात्मक संवेदना नक्कीच वैध असतात, आणि त्यांची *वैधता* अजमावून पाहण्याची गरजही असते. पण आयुष्यात काही करून दाखवण्याच्या तुमच्या क्षमतेचे मोजमाप करण्यासाठी त्या पुरेशा नसतात. त्यांच्यात वास्तवाच्या प्रतिबिंबाचे यथायोग्य दर्शन घडत नाही. कारण त्या भावनात्मक संवेदना फक्त तुमच्या भूतकाळातल्या सुखद अनुभवांशी जोडलेल्या कृतींशीच संबंधित असतात.

तुम्हाला कदाचित असे वाटेल की तुम्ही कशाच्याच योग्यतेचे नाही, पण ते नक्कीच खरे नाही. तुम्हाला असे वाटू शकेल की जीवनात कसलीही आशा उरलेली नाही. पण जीवनात आशेला निश्चितच जागा आहे. तुम्हाला असेही वाटेल की तुम्ही कुणालाच आवडत नाही, परंतु ते पूर्णत: खरे नाही. तुम्हाला असे वाटेल की प्रत्येक जण तुमच्याबद्दल साशंक आहे, पण तो तुमचा गैरसमज आहे.

सर्वांत महत्त्वाचे म्हणजे तुम्हाला असे वाटेल की, तुमच्यात कृती करण्याची क्षमता नाही, पण प्रत्यक्षात कृती करण्यासाठी तुम्ही सक्षम आहात. तुमच्यामध्ये त्याबद्दल फक्त *अनिच्छा* आहे, कारण तुम्हाला प्रत्यक्ष कृती करण्याची सवय नाही.

स्वत:ला मार्गदर्शन करण्यासाठी वैचारिक सुस्पष्टता आणि योग्य अंतर्दृष्टी यांचा उपयोग केला तर आपल्यासाठी योग्य असणारे एक वेगळे आणि चांगले आयुष्य कसे असावे हे आपण ठरवू शकतो. अशा आयुष्याची आपण कल्पना करतो तेव्हा आपल्याला शांतता आणि स्फूर्तीचा अनुभव येतो. आयुष्याचे हे स्वरूप प्रत्यक्षात उतरवण्यासाठी आपण आपला

अंतर्विरोध आणि अस्वस्थता यांवर विजय मिळवायला हवा. अर्थातच, ते करणे कितीही योग्य असले तरी *सुरुवातीला* आपल्याला ते आनंददायी वाटणार नाही.

प्रत्यक्ष कृती करण्यासाठी तयार होण्यापूर्वी तुम्ही ती कृती करायला शिकणे अत्यंत गरजेचे आहे. प्रत्यक्ष कृती करण्यामुळे कोणत्याही प्रक्रियेच्या गतीला चालना मिळते आणि चालना मिळाली की स्फूर्ती मिळते. यासाठी लागणाऱ्या भावनात्मक संवेदना आपोआप निर्माण होत नाहीत; त्या तुम्हाला प्रयत्नपूर्वक निर्माण कराव्या लागतील. तुम्हाला स्वत:मध्ये स्फूर्ती जागवावी लागेल, स्वत: हालचाल करावी लागेल. तुम्ही फक्त सुरुवात करायला हवी, तुमचे आयुष्य आणि तुमची ऊर्जा यांना नव्या वाटा शोधण्याचा मोकळेपणा द्यायला हवा. त्यामुळे तुमची वर्तनपद्धती बदलून तुम्ही अशा सवयींचा स्वीकार कराल, ज्या तुम्हाला मागे न खेचता प्रगतिपथावर नेतील.

प्रकरण ३

तुम्हाला आत्मघाताला प्रवृत्त करणाऱ्या भावनात्मक संवेदनाच तुम्हाला त्यातून मुक्त करणाऱ्या मार्गदर्शकही असतात

आता तुम्हाला आत्मघाताला प्रवृत्त करणारे वर्तन म्हणजे काय हे समजले आहे. त्याचा उपयोग तुम्ही या क्षणी तुम्ही काय आहात आणि तुम्हाला काय होण्याची इच्छा आहे, त्यासाठी कशाची गरज आहे, याच्याशी संबंधित असलेली आंतरिक आणि महत्त्वाची सत्ये शोधण्यासाठी करून घेऊ शकता.

परिवर्तनाच्या प्रक्रियेचा हा एक महत्त्वाचा भाग आहे. स्वतःच स्वतःला पराभूत करण्याच्या आपल्या सवयींचे फक्त स्वरूप माहीत होण्याने किंवा त्यात आपण का जखडले जातो, हे कळण्याने भागत नाही. आपल्या उपजत गरजा काय आहेत, आपल्या आंतरिक इच्छा काय आहेत आणि त्यांच्याशी सुसंगत असे आपले आयुष्य घडवताना आपल्या आकलनाचा उपयोग आपण आधारभूत बिंदूच्या स्वरूपात कसा करून घ्यायचा, आपल्या अस्तित्वाचा उद्देश काय आहे, हेही समजायला हवे.

आपण ज्यामुळे आत्मघाताला प्रवृत्त होतो, त्या भावनात्मक संवेदना केवळ आपण आपल्या वेदना कुठे साठवलेल्या आहेत, हे दाखवण्यासाठी उद्भवत नाहीत. वास्तवात त्याहीपेक्षा अधिक खोलवर असलेल्या गोष्टींकडे त्या आपले लक्ष वेधत असतात.

आपण अनुभवलेली प्रत्येक नकारात्मक जाणीव स्वत:बरोबर काहीतरी संदेश घेऊन येत असते. असा संदेश, ज्याचा अर्थ कसा लावायचा ते आपल्याला अजून समजलेले नसते. ही अशी वेळ असते, जेव्हा एका साध्या आव्हानाचे रूपांतर एका जुनाट समस्येमध्ये झालेले असते. त्यातून उद्‌भवणाऱ्या नकारात्मक जाणिवेद्वारे मिळणाऱ्या मार्गदर्शनाचा योग्य तो उपयोग करून घेण्यात आपण कमी पडतो आणि ती जाणीव कायमची मिटवून टाकतो, आपल्या शरीरात कुठेतरी गोठवून ठेवतो आणि पुन्हा ती जागी होईल; अशा सर्व गोष्टी टाळण्याचा प्रयत्न करतो. आणि मग आपण आपल्या भोवतालच्या जगाबाबत अधिकाधिक हळवे होत जातो, कारण काळाबरोबर अशा अनेक दबलेल्या भावनात्मक संवेदना गोठत जातात.

जेव्हा आपल्याला असे जाणवते की, अशी एखादी दबलेली भावना आपल्याला आत्मघाताला प्रवृत्त करते आहे तेव्हा त्या जाणिवेचा उपयोग उत्प्रेरकासारखा (catalyst) करून घेऊन नकारात्मकतेतून मोकळीक मिळवता येते आणि आयुष्यात सकारात्मक बदल घडवून आणता येतो.

नकारात्मक जाणिवांचा अर्थ कसा लावायचा?

आत्मघाताला प्रवृत्त करणारी विशिष्ट भावनात्मक जाणीव कोणती असेल, हे प्रत्येकाच्या बाबतीत वेगळे असते हे खरे आहे. सर्वसाधारणपणे, त्या विशिष्ट जाणिवेकडे दुर्लक्ष करण्याकडे बहुतेकांचा कल असतो. पण आपल्या याच भावनात्मक जाणिवांचा उपयोग आपल्या संवेदनांचे नेमके कार्य काय आहे हे समजून घेण्यासाठी होतो.

आपल्या ज्या भावना अत्यंत प्रबळपणे आपल्या आत्मघाती वर्तनाशी जोडलेल्या असतात, त्या नीट समजून घेणे आपल्यासाठी महत्त्वाचे असते. त्या भावनांवर 'विजय मिळवणे,' एवढ्यापुरतेच हे समजून घेणे मर्यादित नाही; त्या भावना आपल्याला आपल्या अनुभवाविषयी जे सांगण्याचा प्रयत्न करत आहेत, ते समजून घेण्याशी त्याचा संबंध आहे.

राग येणे

राग ही एक सुंदर, परिवर्तनाला कारक ठरणारी भावना आहे. राग या भावनेच्या गडद, नकारात्मक (दबलेल्या) बाजूमुळे - रागापोटी दिसणाऱ्या आक्रमतेमुळे - त्या भावनेचे चुकीचे चित्र उभे केले जाते आणि म्हणून आपण राग रोखण्याचा प्रयत्न करतो.

राग येणे चांगले असते, कारण राग ही एक अशी भावना आहे, जिच्यामुळे आपण नेमके कसे आहोत आणि आपण कोणत्या गोष्टींसाठी आग्रही असतो, हे आपल्याला उमगते. उदाहरणार्थ, रागामुळे आपल्या सीमा आपल्याला स्पष्टपणे समजतात. आपल्याला कोणत्या गोष्टी अन्यायकारक वाटतात तेही आपल्याला येणाऱ्या रागामुळे समजते.

राग आपल्याला निष्क्रियतेतून बाहेर काढून सक्रिय होण्यास प्रवृत्त करतो. राग हा परिवर्तनाचा निदर्शक आहे. आपण आपले आयुष्य प्रत्यक्षात बदलायला सुरुवात करण्यापूर्वी 'आता कडेलोट झाला,' असे वाटण्याची टोकाची अवस्था रागातून व्यक्त होते. कारण हा राग आपण दुसऱ्यावर काढत नसतो; खरे तर तो आपल्याला सक्रिय होण्यासाठी उद्युक्त करणारा, भावनांचा आंतरिक उद्रेक असतो. हा राग आपल्या आयुष्यात बदल घडवण्यासाठी आवश्यक असतो. आपण राग या भावनेकडे या दृष्टीने कधीच पाहत नाही, त्यामुळे होते काय की, आपण खऱ्या समस्येवर उपाय शोधण्याऐवजी रागाची भावनाच पूर्णपणे गाडून टाकण्याचा प्रयत्न करू लागतो. जेव्हा आपल्या रागाचे रूपांतर आक्रमकतेमध्ये व्हायला सुरुवात होते तेव्हा त्या रागातील उर्जेतून स्वत:ला बदलण्यासाठी प्रवृत्त होण्याऐवजी, आपण आपल्या भोवतीच्या इतर लोकांवर राग काढू लागतो - त्यामुळे रागाची भावनाच आपण दडपून टाकायचा प्रयत्न करतो.

रागाचा बाऊ करण्याऐवजी आपण आपल्या मर्यादा आणि आणि आपल्या प्राथमिकता यांनुसार ज्यांना अग्रक्रम द्यायला हवा, अशा गोष्टी निश्चित करायला त्याची मदत घेऊ शकतो. त्याचा उपयोग आपण आपल्यामध्ये तसेच भोवतालच्या जगामध्ये मोठे आणि महत्त्वाचे बदल घडवण्यासाठी करून घेऊ शकतो.

दु:ख होणे

तुमचे ज्या गोष्टीवर खूप प्रेम आहे, अशी गोष्ट तुम्हाला गमवावी लागली तर दु:ख वाटणे ही एक सहज आणि योग्य अशी भावना आहे.

निराशा झाल्याचा परिणाम म्हणून उद्भवणारी ही एक नेहमीची भावना आहे. ही निराशा एखादे नाते तुटल्यामुळे, नोकरी गेल्यामुळे किंवा तुमच्या कल्पनेतल्या आयुष्याबरहुकूम असलेले आयुष्य वाट्याला न आल्यामुळे येते.

दु:खाचे रूपांतर समस्येमध्ये तेव्हाच होते जेव्हा त्या दु:खाच्या तीव्रतेचा नैसर्गिक कालावधी पार पडेपर्यंत, त्या पूर्ण अनुभवातून जाण्याचा अवकाश आपण स्वत:ला देत नाही. दु:ख एकदम निघून जात नाही. वास्तविक पाहता दु:खाच्या लहरी पुन्हा पुन्हा येणाऱ्या लाटांप्रमाणे असतात, ज्यातल्या काही आपल्या ध्यानीमनी नसताना उफाळून येतात.

आपल्याला कधी रडू फुटले, उदास वाटले किंवा जे आता आपल्या जवळ नाही त्याची पोकळी जाणवली तर त्यासाठी आपल्याला लाज वाटण्याची काहीच गरज नाही. खरे म्हणजे जेव्हा रडणे आवश्यक असते तेव्हा रडता येणे, हे मानसिक ताकदीचे लक्षण आहे. नाहीतर ज्यांना सहजपणे रडू येत नाही, त्यांना त्यांच्या भावना मोकळ्या करायला त्रास होतो आणि मानसिक असुरक्षितता जाणवते.

अपराधी वाटणे

जे आपण केले त्यापेक्षा आपण जे केले नाही, त्याबाबत आपल्याला अधिक अपराधी वाटते. जे लोक अतिशय अपराधी वाटण्याच्या भावनेचा सामना करत असतात, त्यांनी कित्येकदा अपराधी वाटावे असे भयंकर काहीच केलेले *नसते*. ज्यांनी घृणास्पद कृत्ये केलेली असतात अशा लोकांना पश्चात्ताप होतोच असे नाही. तुमच्या हातून कुणालातरी इजा होईल असे कृत्य घडू शकले असते असे वाटून वाईट वाटले तर खरे म्हणजे ते चांगले लक्षण आहे.

असे असले तरी, आपले एखादे कृत्य खरोखरीच असे आहे का, जे योग्य नाही असे आपल्याला वाटते, तसेच जे आपल्यासाठीही हितकारक नव्हते, अशा गोष्टींचे सखोल परीक्षण करणे आपल्यासाठी गरजेचे असते. आपण जर इतरांना वाईट रीतीने वागवले असेल तर ते कबूल करणे, त्यासाठी क्षमा मागणे आणि आपल्या वर्तणुकीत सुधारणा करणे हे आपल्याला जमले पाहिजे. पण आपल्या अपराधी वाटण्याचे स्वरूप जर नेमकेपणाचे नसेल, एखाद्या विशिष्ट घटनेशी निगडित नसेल, तर मात्र त्या भावनेची गंभीरपणे दखल घ्यायला हवी. आपल्याला कोणामुळे आणि कशामुळे, जणू काही आपणच चुकीचे आहोत किंवा आपल्यामुळे इतरांची गैरसोय होते आहे असे वाटते, ते नीट तपासून पाहण्याची गरज आहे.

अपराधी वाटणे ही अशी भावना आहे, जी आपल्या मनात लहानपणापासून घट्ट बसलेली असते. आपण वर्तमानातल्या परिस्थितीवर तिचे प्रक्षेपण करतो जेव्हा आपल्याला आपण इतरांवरचे ओझे आहोत असे वाटू लागते.

स्वत:ची लाज वाटणे

आपल्याला जेव्हा माहीत असते की, अभिमान वाटावा असे वर्तन आपण केलेले नाही, तेव्हा लाजिरवाणेपणाची भावना येते.

दुसऱ्या कोणीही कितीही प्रयत्न केला तरी त्या व्यक्तीला आपल्याला त्या तीव्रतेची लाज वाटायला लावणे शक्य नसते, जितकी तीव्र लाज आपली आपल्याला वाटू शकते. जेव्हा तुमच्या समोर असणारी जबाबदारी तुम्ही शक्य होते तेवढ्या उत्तम रीतीने पार पाडली आहे असा आत्मविश्वास तुम्हाला येतो, तेव्हा तुम्हाला सतत लाजिरवाणे वाटणे बंद होते. इतर लोक तुम्हाला नक्कीच त्यांच्या ताशेऱ्यांनी आणि कल्पनांनी वाईट वाटायला लावू शकतात, पण जेव्हा आपण स्वत:चा, जसे आहोत तसा स्वीकार करतो आणि त्याचा अभिमान बाळगतो तेव्हा त्यांच्या वाइटांतल्या वाईट मतप्रदर्शनाचाही आपल्यावर प्रभाव पडत नाही.

लाजिरवाणेपणाच्या भावनेची अधिक गडद, नकारात्मक (दबलेली) बाजू म्हणजे स्वत:चीच लाज वाटणे. कधी कधी वाटणारी लाजिरवाणेपणाची

नैसर्गिक भावना जेव्हा माणूस म्हणून स्वत:चा कायमस्वरूपी धिक्कार करण्यात परिवर्तित होते आणि आपण स्वत:ला सर्वथा अपात्र आणि कमकुवत समजू लागतो तेव्हा स्वत:चीच लाज वाटू लागते.

जेव्हा आपण लाजिरवाणेपणाच्या भावनेला सामोरे जात नाही (ती दडपून टाकतो), तेव्हा तिचे रूपांतर अत्यंत तीव्र स्वरूपाच्या नकारात्मक भावनेत होते.

मत्सर वाटणे

मत्सर ही एक वरवरची भावना आहे. राग, पूर्वग्रह या स्वरूपांत ती प्रकट होते. तिच्या मुळाशी मात्र कोणत्यातरी गोष्टीचा सल, स्वत:बद्दलचे असमाधान या भावना असतात.

तुम्हाला आयुष्यात खरोखरी काय हवे आहे, हे कळायला हवे असेल तर ज्या लोकांचा तुम्हाला मत्सर वाटतो त्या लोकांकडे पहा. त्यांच्याकडे जे आहे नेमके *तेच* तुम्हाला हवे असेल असे नाही, परंतु त्यांना जे हवे होते ते मिळवण्यासाठी त्यांनी अनुकूलता निर्माण केली, परंतु तुम्ही मात्र ती केली नाहीत याबद्दल जाणवणारा राग तुम्हाला वाटणाऱ्या मत्सरामागे असतो.

जेव्हा आपण मत्सरापोटी इतर लोकांच्या यशस्वी कामगिरीबद्दल पूर्वग्रह तयार करतो, तेव्हा आपण त्याच्या दुसऱ्या टोकाकडे सरकलेले असतो. वाटणाऱ्या मत्सराद्वारे जेव्हा आपल्याला नेमके काय मिळवायचे होते हे समजते, तेव्हा स्वत:चे आत्मघाती वर्तन स्वत:च्याच लक्षात येऊ लागते आणि आपल्याला जे मिळवायचे आहे, ते प्रत्यक्षात मिळवण्यासाठी आपण कंबर कसून तयार होतो.

याबद्दल आपण पुढीलप्रमाणे विचार करू शकतो : स्वत:ला मनापासून हवे असलेले काहीतरी दुसऱ्याकडे असलेले आपण पाहतो, पण ते मिळवण्याची आपली इच्छा आपण मारलेली असते, त्यामुळे दुसऱ्यांकडे असलेल्या त्या गोष्टीला आपण क्षुल्लक ठरवतो. तसे केल्याने आपण ते का मिळवले नाही,

याचे समर्थन करता येते. असे करण्याऐवजी आपण कोणती सकारात्मक गोष्ट करायला हवी, याचा विचार आपल्याला करता येईल.

तिटकारा वाटणे

जेव्हा एखाद्या व्यक्तीकडून आपल्याला आपल्या अपेक्षा पूर्ण होत नाहीत, तेव्हा त्या व्यक्तीबद्दल आपल्याला तिटकारा वाटतो.

आपल्याला वाटणारी खंत आपल्या तिटकाऱ्यातून व्यक्त होत *असते*. आपण *आपल्या मध्ये* काय बदल करायला हवेत, यापेक्षा *इतरांनी* काय बदलायला हवे हे त्या तिटकाऱ्यातून व्यक्त होत असते. परंतु आपल्या अपेक्षेप्रमाणे बदलण्यास लोक बांधील नसतात. खरे म्हणजे त्यातली समस्या हीच असते की, आपल्याला जसे वाटते तशीच दुसरी व्यक्ती असावी, आपल्याला ज्या पद्धतीने हवे, त्याच पद्धतीने दुसऱ्या व्यक्तीने आपल्यावर प्रेम करावे, अशा अवास्तव अपेक्षा आपण करत असतो.

जेव्हा आपल्याला तिटकारा जाणवतो तेव्हा आपल्या आसपास असलेल्या व्यक्ती किंवा ज्या व्यक्ती आपल्याशी चुकीच्या वागल्या असे वाटते, त्यांच्या आपल्या मनातल्या प्रतिमा, यांचे परीक्षण आपण नव्याने करायला हवे. इतर लोक आपल्यावर परिपूर्ण प्रेम करण्यासाठी इथे नाहीत. आपण त्यांच्यावर – आणि स्वत:वर – चांगल्या पद्धतीने प्रेम कसे करावे, हे आपल्याला शिकवण्यासाठी त्या इथे असतात.

इतरांनी कसे असले पाहिजे, याबद्दलच्या आपल्या कल्पना आपण जेव्हा सोडून देतो; तेव्हा ते प्रत्यक्षात कसे आहेत आणि त्यांची आपल्या आयुष्यात काय भूमिका आहे, हे आपल्याला समजू शकते. त्यांनी कसे बदलायला हवे, याऐवजी आपण काय शिकायला हवे यावर आपण लक्ष केंद्रित करू शकतो.

खंत वाटणे

मत्सराच्या भावनेप्रमाणेच खंत वाटण्याची भावनादेखील आपल्याला आपण भूतकाळात काय करायला हवे होते यावर लक्ष देण्यापेक्षा, आता पुढे

जाण्यासाठी आपण काय निर्माण करायला हवे, हे समजून घेण्याचा एक मार्ग आहे.

प्रत्यक्षातली परिस्थिती अशी असते की, बहुतेक लोक त्यांनी जे केले त्याची कधीतरी खंत करण्यापेक्षा त्यांनी जे केलेच नाही त्याबद्दल अधिक खंत करत राहतात. हा काही योगायोग नाही. आपण आपल्या अपेक्षेप्रमाणे जगलो नाही याबद्दल वाईट वाटणे, हा काही खंत वाटण्यामागचा खरा उद्देश नसतो. त्यामागचा खरा उद्देश हा असतो की, त्यातून आपल्याला पुढे जाऊन आपल्या अपेक्षेप्रमाणे जगण्याचा मार्ग दिसावा. आपल्याला भविष्यात बदलणे अत्यावश्यकच असते. आपल्याला वाटणारी खंत हे दाखवून देत असते की जे अनुभव आपल्या वाट्याला यावेत, असे आपल्याला मनापासून वाटत असते ते अनुभव आपण या जगाचा निरोप घेण्यापूर्वी आपल्याला घेता यावेत.

तरुण असताना तुम्ही प्रवास केला नाहीत? त्याची खंत वाटत असेल तर आता तुम्ही प्रवास करायला हवा, हा बोध घ्या. तुम्हाला वाटत होते तितके तुम्ही छान दिसत नव्हतात? त्याची वाटणारी खंत तुम्हाला सांगत असते की, छान दिसण्यासाठी आणखी थोडा प्रयत्न करा. तुम्ही अशा गोष्टी निवडल्यात का, ज्यामध्ये तुमच्या व्यक्तित्वाचे सर्वोत्कृष्ट प्रतिबिंब उमटले नाही? त्याची वाटणारी खंत तुम्हाला सांगते आहे, की आता वेगळी निवड करायला सुरुवात करा. ज्यांच्यावर प्रेम करावे, अशी माणसे जेव्हा तुमच्या आवतीभोवती होती, तेव्हा त्यांच्यावर प्रेम केले नाहीत? तुम्हाला वाटणारी खंत सांगते आहे की आता तुम्ही माणसांची कदर करायला लागा.

मनात रुजलेली भीतीची जाणीव

पुन्हा पुन्हा येणाऱ्या विचारांना आपण थांबवू शकत नाही, तेव्हा याचा अर्थ असा नाही की प्रत्येक वेळेस आपल्या समोर खरोखरीचे संकट उभे असते. बहुतेक वेळा मानसिक धक्क्यामुळे आपल्या प्रतिसादाच्या आंतरिक यंत्रणा एक तर पूर्णपणे विकसित तरी झालेल्या नसतात किंवा नीट काम तरी करत नसतात.

जेव्हा आपल्या मनात भीतिदायक विचार घोळत असतात तेव्हा आपल्याला नेमकी कशाची भीती वाटते आहे, हे महत्त्वाचे नसते; त्या भीतिदायक विचारांमागची मानसिक प्रक्रिया, कोणताही कठीण प्रसंग असला, तरीही एकाच पद्धतीने घडत असते. बहुतेक वेळा त्यामध्ये प्रतीकाच्या रूपात नोंदला गेलेला एक संकेत असतो. उदाहरणार्थ, आपल्या मनात गोष्टी 'नियंत्रणाबाहेर जाण्याची' किंवा एखाद्या बाहेरच्या प्रभावामुळे आपली प्रगती सगळ्यांच्या डोळ्यांत येईल ही भीती.

काही असले तरी मनात रुजलेला भीतिदायक विचार पुन्हा पुन्हा वर येत राहतो, ज्यामुळे संभाव्य आहे असे वाटणाऱ्या संकटापासून स्वतःचे रक्षण करण्यावर, आपली सगळी ऊर्जा आणि लक्ष केंद्रित करण्याची गरज आपल्याला भासते. त्यामागे आपली अशी कल्पना असते की, आपण जर त्या संकटाचा विचार करत राहिलो, त्यासंबधी आपल्याला अस्वस्थता वाटली किंवा त्याबद्दल मनात राग ठेवला तर त्या संकटाच्या बाबतीत आपण सावध राहू आणि ते आपल्यावर अचानक कोसळणार नाही. त्या संकटाला आपण तोंड देऊ शकू.

भीतीची जाणीव आपल्या मनावर कसे नियंत्रण ठेवते, हे मनात सतत भीतिपूर्ण विचार बाळगण्यातून दिसते. या भीतीमुळे *प्रत्येक क्षणी* आपल्या आयुष्याची दिशा हरवते, कारण आपण आपली ऊर्जा आपल्या ताब्यात असणाऱ्या गोष्टींसाठी - अशा सवयी, कृती, वर्तन की ज्यांमुळे आपण आयुष्यात पुढे जाऊ - यांवर खर्च करण्याऐवजी, ज्यावर आपला ताबा नाही, अशा गोष्टींसाठी खर्च करत असतो.

या दृष्टीने पाहिले, तर जे प्रत्यक्षात घडत असते, त्याचेच प्रक्षेपण या भीतीद्वारे होत असते.

मनात घट्ट मुरलेल्या भीतीतून बाहेर पडायचे असेल तर त्या भीतीला सामोरे जाणे एवढा एकच उपाय असू शकतो. ज्यावर आपले नियंत्रण नाही अशा गोष्टीशी झगडणे, त्याला विरोध करणे, ते टाळणे, यापेक्षा आपण सरळ त्या भीतीला उडवून लावू शकतो आणि म्हणू शकतो की, *जे काही घडायचे असेल ते घडेल.* ज्या क्षणी आपण भीतीला उडवून लावू शकतो, त्यावर हसू

शकतो आणि चक्क हात उंचावून म्हणू शकतो की, 'जे होईल ते चांगलेच होईल,' त्या क्षणी आपण आपली ताकद परत मिळवलेली असते.

आपल्याला ज्याची भीती वाटते आहे, ती भीती आपण मान्य केली, तर वाइटांतले वाईट घडण्याच्या संभाव्य परिणामाला आपण आमंत्रण देऊ, ही कल्पना भीतीची आग भडकवत ठेवते. सत्य हे आहे की, ज्या क्षणी आपण घाबरणे थांबवू आणि त्याऐवजी हे लक्षात घेऊ की, आपल्या नकारात्मक, भरकटलेल्या आणि तर्कविहीन विचारांवर लक्ष केंद्रित करून, आपण आपल्या आयुष्याची जेवढी हानी करतो, तेवढी हानी बाकी कशानेच होत नाही; त्या क्षणी आपण भीतीच्या कचाट्यातून मुक्त झालेले असतो.

अशा तऱ्हेने जे आहे, ते जेव्हा आपण पूर्णपणे स्वीकारतो तेव्हा आपल्यामध्ये भीतीची जाणीव उरत नाही आणि त्या भीतीचे काही महत्त्वही उरत नाही, त्या क्षणी आपल्याला उमगते की, हे नेहमीच असेच होत असते.

आपल्याला मार्ग दाखवणाऱ्या आपल्या आंतरिक यंत्रणा जोपर्यंत किंचाळण्याची वेळ येत नाही तोपर्यंत हलके हलके कुजबुजत राहतात

या क्षणी तुम्हाला सर्वांत जास्त त्रास देणाऱ्या गोष्टी या केवळ तुम्हाला छळायचे म्हणून छळणाऱ्या कुठल्याही बाह्य शक्ती नाहीत – ते तुमचे स्वतःचे मनच आहे, जे तुमच्या आयुष्यात काय राहू द्यायचे, काय बदल करायचे आणि परिवर्तन घडवायचे, हे ठरवत असते. तुम्ही त्याबाबत काहीच कृती केली नाहीत तर ते वाजवत असलेली धोक्याची घंटा फक्त अधिक कर्कश होत जाईल आणि तिच्याकडे लक्ष द्यायला जर तुम्ही शिकलाच नाहीत, तर ती घंटा तुम्हाला एकू येईनाशी होईल आणि तुमचे त्या धोक्यावरचे लक्ष उडेल आणि मग तुम्ही त्याच धोक्याला बळी पडलेले असाल.

तुमच्याकडे पहिल्यापासूनच सर्व उत्तरे आहेत. इथे तुमच्या असण्याचा उद्देश काय आहे, हे तुम्हाला माहीत आहे. तुम्हाला इच्छा आहे त्याहीपेक्षा तुम्ही कितीतरी अधिक आनंदी व्हावे, असे काहीतरी घडवण्यासाठी तुम्ही इथे

आहात. त्यासाठी तुम्ही फक्त तुमचे मन पुरेसे शांत केलेत तर तुमच्यातल्या अमर्याद क्षमतांची जाणीव तुम्हाला होईल. त्या क्षमता तुम्ही त्या उपयोग करावा म्हणून वाट पाहत आहेत.

खरे म्हणजे आत्मघात असे काही नसतेच, कारण ज्या गोष्टी तुम्हाला मागे खेचत आहेत असे वाटते, त्या गोष्टी प्रत्यक्षात तुमच्या आंतरिक गरजा भागवत असतात. त्या आंतरिक गरजांना तुम्ही मागे कसे टाकू शकाल हे इथे महत्त्वाचे नाही, तर त्या गरजांचे खरे स्वरूप जाणणे आणि मग त्या गरजांची पूर्ती अधिक चांगल्या, अधिक हितकारक मार्गांनी कशी करता येईल, हे महत्त्वाचे आहे.

आता आपण अशा काळात राहतो आहोत, जिथे लोक आपल्याला सांगत असतात की, आपण पूर्णपणे स्वतःच्या हिमतीवर जगले पाहिजे आणि दुसऱ्या माणसाची उपस्थिती, दुसऱ्यांनी घेतलेली दखल किंवा कोणाचीतरी सोबत यांची गरज भासणे, हे तसे जगण्याची ताकद आपल्यात नसल्याचे लक्षण आहे. मात्र माणूसपणावरचे हे काही अचूक भाष्य नव्हे, त्यामध्ये मनुष्यस्वभाव आणि माणसामाणसांमधील संबंध यांकडे फार दुर्लक्ष केलेले दिसते.

खूप लोकांना एखादी गोष्ट करण्यासाठी जोडीदाराची (सह-अवलंबी असणे) आवश्यकता भासते. काही लोक स्वतःला सुरक्षित वाटण्यासाठी आणि स्वतःच्या अस्तित्वाची जाणीव जपण्यासाठी दुसऱ्यांच्या खांद्यांवर नको एवढे ओझे टाकतात. हे जितके हिताचे नाही, तितकेच पूर्णपणे दुसऱ्या टोकाला जाणे ही काही फार हिताचे नाही. तुम्ही दुसऱ्या टोकाला जाता तेव्हा तुम्ही ठरवता की तुम्हाला दुसऱ्या कोणाचीही किंवा कशाचीही गरज नाही आणि सर्वकाही तुम्ही एकट्याने करू शकता. दोन्ही प्रकारचे वर्तन हे एकाच प्रकारच्या जखमांचे मागे राहिलेले व्रण - विश्वासाचा अभाव आणि दुसऱ्या माणसांना जवळ करण्याची अक्षमता - दर्शवतात.

दुसऱ्यांकडून दखल मिळवण्याची गरज असणे हे स्वाभाविक आहे.

तुम्हाला दुसऱ्या माणसाची उपस्थिती हवीशी वाटणे हे स्वाभाविक आहे.

आपण कोणालातरी हवेसे वाटावे, अशी गरज वाटणे हे स्वाभाविक आहे.

सुरक्षित आहोत, असे वाटण्याची तुमची गरज स्वाभाविक आहे.

अनेकदा आपण आपल्या आवश्यक गरजांकडे दुर्लक्ष करतो, त्याचे सर्वप्रथम कारण म्हणजे आपल्याला आपण त्या गोष्टी स्वबळावर मिळवू याची खात्री वाटत नाही. कारण लहानपणी आपल्या आवश्यक गरजा भागवण्यासाठी आपल्याला जवळजवळ पूर्णपणे दुसऱ्यांवर अवलंबून राहायला लागायचे. पुढे जाऊन तसे होत नाही, कारण दुसऱ्या व्यक्ती आपल्या सर्व गरजा भागवू शकत नाहीत आणि तसे करणे ही त्यांची जबाबदारीही नसते. आपण मोठे होत असताना जसे स्वतःच्या गरजा स्वतः भागवायला शिकतो. किंबहुना आपल्या मूलभूत गरजा भागवण्यासाठी स्वावलंबन शिकणे हा व्यक्तीच्या विकासातला अत्यंत महत्त्वाचा भाग आहे.

त्याचबरोबर हेही लक्षात घेणे आवश्यक आहे की, आपली प्रत्येक गरज आपण *एकट्यानेच* भागवू शकत नाही.

मानवी व्यक्तीची घडणच मुळात इतरांबरोबर जोडले जाण्यासाठी आणि मोठ्या समाजगटांमध्ये सामील होण्यासाठी झालेली असते. म्हणूनच आपण समाज, कुटुंब, अशा विविध गटांमध्ये मिळूनमिसळून राहत असतो. सर्वांच्या हितासाठी काम करताना आपल्याला सार्थकत्वाची भावना जाणवते, त्यामुळे आपण सर्वांत जास्त आनंदी असतो. आपल्या अस्तित्वाचा हा महत्त्वाचा भाग आहे, मिळूनमिसळून राहणे ही आपल्या दुर्बलतेची खूण नाही.

त्याखेरीज, आर्थिकदृष्ट्या सुरक्षित असण्याची गरज हिताची आहे, त्या गरजेमागे नेहमीच तुमची हाव किंवा तुमचा काही वाईट हेतू असतो, असे नाही. तुम्ही जे काम करता त्याची योग्य ती दखल घेतली जावी असे वाटणे चांगले आहे, तसे वाटणे नेहमीच घमेंडखोरीचे लक्षण असते, असे नाही. ज्या जागेत राहण्याने तुम्हाला आनंद मिळतो, अशा जागेत राहण्याची तुमची गरज चांगली आहे, तुम्हाला जे मिळाले आहे त्याबद्दल तुम्ही कृतज्ञ नाही, असा त्याचा अर्थ होत नाही.

तुमचे सुप्त मन तुमच्याशी संवाद साधू पाहते

आपल्या आत्मघाती कृतींमध्ये आश्चर्य वाटावे इतकी सुजाणता सामावलेली असते. त्या कृतींद्वारे आपल्याला आपण कसे आणि कोणत्या धक्कादायक अनुभवातून गेलो आहोत, हे तर समजतेच पण त्याद्वारे आपली नेमकी गरज काय आहे, हेही कळते. आपल्या आत्मघाती कृतींमध्येच त्यांच्यामागची कारणे समजून घेण्याची किल्ली दडलेली असते.

तुमचे सुप्त मन तुमच्या वर्तनातून तुमच्याशी संवाद साधण्याचा कसा प्रयत्न करत असते, हे इथे थोडक्यात काही उदाहरणे देऊन सांगितले आहे.

तुम्ही कशामुळे आत्मघात करून घेता आहात : ज्याच्या बरोबरचे नाते तुमचे मनोधैर्य खचण्यास कारणीभूत झाले, त्याच माणसाकडे तुम्ही परत जाता. त्याच्याशी आता तुमची निखळ मैत्री आहे, असे असू शकते, पण बहुतेक वेळा अशी व्यक्ती केव्हातरीची तुमची प्रियकर/प्रेयसी असते.

तुमचे सुप्त मन तुम्हाला काय सांगण्याचा प्रयत्न करत असते : कदाचित तुम्ही तुमच्या तरुण वयातल्या नातेसंबंधांचे परीक्षण करायला हवे. जी व्यक्ती तुम्हाला दुखवत असते, त्याच व्यक्तीच्या सहवासात तुम्हाला बरे वाटत असेल किंवा तिचे आकर्षण वाटत असेल तर सहसा त्यामागे काहीतरी कारण असते.

तुम्ही कशामुळे आत्मघात करून घेता आहात : तुमच्याकडे असे लोक ओढले जातात जे स्वत:च खूप हताश झालेले आहेत. ते तुमच्या हक्काचे आहे असे टिकाऊ नाते ते तुम्हाला देऊ शकत नाहीत.

तुमचे सुप्त मन तुम्हाला काय सांगू पाहते आहे : तुम्ही इतकेही हताश झालेले नाही आहात की तुमचा मनापासून स्वीकार करणारी व्यक्ती तुम्हाला सापडू नये. मग तुमच्या लक्षात येऊ लागेल की तुमच्याशी कुणी कायमस्वरूपी नाते जोडावे, यासाठी तुम्ही नक्कीच योग्य आहात आणि तुम्ही अशाच जोडीदाराचा शोध घ्यायला सुरुवात कराल.

तुम्ही कशामुळे आत्मघात करून घेता आहात : काहीही चुकीचे घडलेले नाही, तुम्हाला आयुष्यात जे जे हवे होते ते सगळे मिळालेले आहे आणि तरीही तुम्ही असमाधानी आहात.

तुमचे सुप्त मन तुम्हाला काय सांगू पाहते आहे : तुम्ही आनंदी होण्यासाठी तुमची विचारांची पद्धत बदलायला हवी, कशावर लक्ष केंद्रित करायचे, त्यासंबंधी वेगळी विचार करायला हवा, पण त्याऐवजी तुम्ही बहुधा बाह्य गोष्टींवर अवलंबून राहत आहात. कोणतेही भौतिक यश तुम्हाला खरी आणि कायमस्वरूपी शांती मिळवून देणार नाही. तुम्ही भौतिक यश मिळवूनही अस्वस्थ असाल तर त्याचा अर्थ तुम्ही काय बदलायला हवे, याकडे ती अस्वस्थता तुमचे लक्ष वेधते आहे.

तुम्ही कशामुळे आत्मघात करून घेता आहात : तुम्ही लोकांना दूर लोटत आहात.

तुमचे सुप्त मन तुम्हाला काय सांगू पाहते आहे : तुमची आंतरिक इच्छा आहे की लोकांनी तुमच्यावर प्रेम करावे, तुम्हाला स्वीकारावे. ही इच्छा इतकी उत्कट आहे की त्यामुळे तुम्हाला ताण जाणवू लागतो, मानसिक वेदना जाणवू लागतात. त्यांपासून दूर जाण्यासाठी तुम्ही एकटे राहू लागता. अशा रीतीने, तुम्हाला जी परिस्थिती नको होती, नेमकी तीच परिस्थिति तुम्ही निर्माण करता. एकटे राहण्याची गरज भासावी, याचा आणखी एक अर्थ असा होतो की, तुम्ही जगापुढे तुमचे जे व्यक्तित्व सादर करता, ते आणि तुमचे खरे व्यक्तित्व यांमध्ये तफावत आहे. जेव्हा तुम्ही खरोखरी जसे आहात, तसे आयुष्याला सामोरे जाल, तेव्हा लोकांमध्ये मिसळणे तुमच्यासाठी अधिक सोपे होईल, कारण त्यासाठी तुम्हाला वेगळे प्रयत्न करावे लागणार नाहीत.

तुम्ही कशामुळे आत्मघात करून घेता आहात : तुम्ही जो विचार करता आणि तुम्हाला जे खरे आहे वाटते, फक्त तेवढेच खरे आहे असे मानणे.

तुमचे सुप्त मन तुम्हाला काय सांगू पाहते आहे : काळजी केल्याने तुम्ही सगळे काही ठीक करू शकाल, असे वाटून मग तुम्हाला बरे वाटते आणि

सुरक्षिततही वाटते. तुमच्या मनात काळजीपोटी अचानक एखादा विचार उद्‌भवला आणि त्या विचारावर तुम्ही आंधळेपणाने विश्वास टाकला, तर त्यावर जेवढा अधिक विश्वास टाकाल, तेवढे तुम्ही तुमच्या आसपास घडणाऱ्या नकारात्मक घटनांच्या जाळ्यात अडकत जाल. सुस्पष्टता, सत्य आणि ठामपणा यांच्या आधारावर तुम्ही स्वत: स्थिर राहणे आणि तुमच्यासाठी काय हिताचे आहे आणि काय नाही हे शिकणे, तुमच्यासाठी गरजेचे आहे.

तुम्ही कशामुळे आत्मघात करून घेता आहात : हेतुत: करत नसलात, तरी नकळत का होईना, तुमच्या खाण्याच्या सवयी अशा असतात की, तुमच्याकडून पौष्टिक आहार घेतला जात नाही.

तुमचे सुप्त मन तुम्हाला काय सांगू पाहते आहे : तुम्ही कोणतीही गोष्ट अति करता. पुरेशी विश्रांती आणि पौष्टिक आहार घेत नाही. कोणतीही गोष्ट करताना तुम्ही टोक गाठता. त्यामुळे सतत काहीतरी तोंडात टाकत राहणे ही तुमच्या शरीराची गरज बनते. याची दुसरी बाजू अशी असू शकते की, तुमची भावनिक उपासमार होत आहे आणि जे अनुभव घेण्याची आंतरिक भूक तुम्हाला जाणवते, त्या अनुभवांपासून तुम्ही स्वत:ला वंचित ठेवत आहात, त्यामुळे तुमची ती भूक तुम्ही सतत काहीतरी खाण्यातून भागवता.

तुम्ही कशामुळे आत्मघात करून घेता आहात : काय केल्याने तुमची नोकरी-व्यवसायात प्रगती होईल हे तुम्हाला माहीत आहे, पण ते काम तुम्ही करत नाही.

तुमचे सुप्त मन तुम्हाला काय सांगू पाहते आहे : तुम्हाला असे वाटत असेल की, तुम्ही तुमच्या प्रगतीसाठी काय करायला हवे, ते तुम्हाला माहीत आहे, तरीही कदाचित त्याबाबतची स्पष्टता कदाचित तुम्हाला आली नसेल. काहीच पुढे सरकत नसेल तर त्यामागे काहीतरी कारण आहे. गाडे तसेच पुढे ढकलत राहण्याचा प्रयत्न करणे आणि सतत पुन्हा पुन्हा त्याच भिंतीवर धडका घेत राहणे यापेक्षा एक पाऊल मागे या. कदाचित गोष्टी पुन्हा एकदा नव्याने मांडण्याची, गरजेनुसार धोरणात बदल करण्याची, किंवा तुम्ही जी

पाउले उचलण्याचा प्रयत्न करत आहात, त्यामागच्या कारणांचा गंभीरपणे करण्याची ही वेळ आहे. काहीतरी बदलण्याची गरज आहे, आणि ते कदाचित फक्त तुमच्या उद्दिष्टाशी संबंधित नाही.

तुम्ही कशामुळे आत्मघात करून घेत आहात : अति श्रम करणे.

तुमचे सुप्त मन तुम्हाला काय सांगू पाहते आहे : तुम्हाला स्वतःचे मूल्य सतत प्रस्थापित करत राहण्याची आवश्यकता नाही. मात्र, तुम्हाला जी अस्वस्थता जाणवते आहे ती तुमच्या एकट्यापाशीच ठेवण्याची गरज नाही. आपली अस्वस्थता व्यक्त न करणे, हे बऱ्याचदा एकट्यानेच अति श्रम करत राहण्यामागचे कारण असू शकते. स्वतःच्या आवडीपोटी एखादी गोष्ट करताना तहानभूक विसरून कामाला वाहून घेणे निराळे आणि स्वतःला सिद्ध करण्यासाठी, इतर सर्वांना मागे टाकण्याच्या नादात, एकट्यानेच मर्यादेपेक्षा खूप जास्त काम करत राहणे वेगळे. पहिली गोष्ट हिताची आहे, दुसरी नाही.

तुम्ही कशामुळे आत्मघात करून घेता आहात : लोक काय म्हणतील, याची अति काळजी करणे.

तुमचे सुप्त मन तुम्हाला काय सांगू पाहते आहे : तुम्हाला जेवढे वाटते तेवढे समाधानी तुम्ही प्रत्यक्षात नाही. तुम्ही स्वतः एखाद्या गोष्टीबद्दल जितके अधिक समाधानी होत जाल, तेवढे इतर लोकांनीही त्याबद्दल समाधान व्यक्त केले पाहिजे, ही तुमची गरज कमी होईल. कोणीतरी तुमचे योग्य मूल्यमापन करेल की नाही याचा विचार करत बसण्यापेक्षा थांबा आणि स्वतःलाच विचारा : *'माझे आयुष्य माझ्या स्वतःच्या दृष्टीला ठीक वाटते का?'* जेव्हा तुम्ही तुमच्या आयुष्याकडे इतरांच्या दृष्टीतून पाहत नाही तेव्हा स्वतःच्या दृष्टीतून तुमचे आयुष्य तुम्हाला कसे दिसते?

तुम्ही कशामुळे आत्मघात करून घेता आहात : अति खर्च करणे.

तुमचे सुप्त मन तुम्हाला काय सांगू पाहते आहे : तुम्ही खूप धनदौलत जमा केली, हेपण पाहिजे, तेपण पाहिजे, असे म्हणत खूप वस्तू जमा केल्यात

म्हणजे तुम्हाला जास्त सुरक्षित वाटेल असे मुळीच नाही. तुम्हाला नवीन आयुष्य किंवा तुमची स्वत:ची ओळख जास्त पैसे खर्च करून मिळवता येत नाही. तुमच्या उत्पन्नापेक्षा अधिक, तुमचे दिवाळे निघेल इतका खर्च जर नेहमीच करत असाल, तर त्या खरेदीमुळे तुमचा कोणता उद्देश साध्य होतो, याचा विचार करणे तुमच्यासाठी आवश्यक आहे. तात्पुरते मन रिझवण्याचा तो एक मार्ग आहे का, खरेदी करणे हा तुमचा एक छंद आहे का, की ताजेतवाने वाटण्यासाठी तुम्हाला जडलेले ते एक प्रकारचे व्यसन आहे? तुमच्या खरोखरीच्या गरजा काय आहेत, ते निश्चित करा आणि मग पुढे काय करायचे, ते ठरवा.

तुम्ही कशामुळे आत्मघात करून घेता आहात : पूर्वीच्या प्रेमसंबंधाविषयीच्या विचारात अडकून राहणे किंवा आधीच्या जोडीदाराचा माग काढत राहणे.

तुमचे सुप्त मन तुम्हाला काय सांगू पाहते आहे : या विशिष्ट नात्याचा तुम्हाला वाटतो त्यापेक्षा कितीतरी अधिक परिणाम तुमच्यावर झाला आहे. ते नाते संपल्यामुळे तुम्हाला झालेले दु:ख तुम्ही मान्य करता त्यापेक्षा अधिक आहे आणि त्यातून बाहेर पडण्याकडे तुम्ही लक्ष देण्याची गरज आहे. तुम्हाला अजूनही त्या व्यक्तिमध्ये असणारे स्वारस्य हे दर्शवते की, अजूनही तुमच्या मनातला सल बाकी आहे, आणि त्या नात्यावर पूर्ण पडदा टाकण्यासाठी किंवा ते नाते पूर्ण संपले आहे हे स्वीकारण्यासाठी तुम्ही स्वत:च काही उपाय शोधण्याची गरज आहे.

तुम्ही कशामुळे आत्मघात करून घेता आहात : ज्यांच्या बरोबर सतत स्पर्धा करावीशी वाटते अशा मित्र–मैत्रिणी असणे.

तुमचे सुप्त मन तुम्हाला काय सांगू पाहते आहे : इतरांपेक्षा आपण 'श्रेष्ठ' आहोत, हे सिद्ध करावेसे वाटणे हा लोकांबरोबर जोडले जाण्याच्या आपल्या गरजेचा पर्याय असू शकत नाही. पण अनेकदा आपण तसे समजण्याची चूक करतो. आपल्याला खरोखरीच इतरांपेक्षा 'वरचढ' व्हायचे असते म्हणून आपण असे करत असतो असे नाही, पण इतरांना आपली किंमत कळली पाहिजे आणि त्यांनी आपल्याला मान दिला पाहिजे असे आपल्याला वाटत

असते. मैत्रीच्या संबंधात आपल्याला महत्त्व असले पाहिजे, अशी आपली इच्छा असते. इतरांप्रमाणे आपण महत्त्वाचे आहोत असे वाटले पाहिजे, अशी आपली इच्छा असते. आपल्याला हवे असते ते भरोशाचे नाते आणि इतरांच्या नजरेतले आपले महत्त्व, पण त्यासाठी स्पर्धा करून इतरांना ते आपल्यापेक्षा कमी आहेत, असे वाटायला लावणे हा योग्य मार्ग नव्हे.

तुम्ही कशामुळे आत्मघात करून घेता आहात : स्वत:ला मागे खेचणाऱ्या विचारांना थारा देणे.

तुमचे सुप्त मन तुम्हाला काय सांगू पाहते आहे : लोकांनी अपमान करू नये, यासाठी सावधगिरीचा उपाय म्हणून तुम्ही स्वत:कडे बऱ्याचदा कमीपणा घेत असता. तसे करण्यामुळे इतर कोणी जोपर्यंत तुम्हाला कमी लेखत नाही किंवा झिडकारत नाही, तोपर्यंत स्वत:कडे कमीपणा घेतला म्हणून पदरात दु:ख घेण्याचा प्रसंग आला असे होणार नाही. स्वत:च स्वत:कडे कमीपणा घेणे, हा दुसरे आपल्याला बोल लावतील, ही भीती बोथट करण्याचा एक मार्ग असतो. पण तसे करताना आपल्या हे लक्षात येत नाही की, आपणच आपला स्वत:चा छळ करतो, आपणच स्वत:चे वैरी होतो. दुसऱ्या कुणी तुम्हाला कमी लेखल्याने तुमच्या आयुष्यात खरोखरीच काय घडू शकते? अगदी प्रांजळपणे सांगायचे तर त्यामुळे तुम्हाला तुमच्या स्वप्नांवर, महत्त्वाकांक्षेवर आणि व्यक्तिगत आनंदावर कायमचे पाणी सोडण्याची शक्यता निर्माण होऊ शकते. आणि जर तुम्हाला खूप दुखावणारे इतरांचे ताशेरे तुमच्या डोक्यात सतत घोळत राहिले तर नेमके तेच घडते. त्याच वेळेस तुम्ही त्यातून बाहेर पडून स्वत:च्या हिताचा मार्ग शोधण्याची गरज असते.

तुम्ही कशामुळे आत्मघात करून घेता आहात : ज्यामुळे तुम्हाला आयुष्यात पुढे जाण्यास मदत होणार आहे, अशा पद्धतीने तुमच्या कामाला योग्य प्रसिद्धी न देणे.

तुमचे सुप्त मन तुम्हाला काय सांगू पाहते आहे : तुमच्या क्षमतेचा पूर्ण कस लागेल असे काम तुम्ही करत नाही आणि त्याची तुम्हाला जाणीव असते.

लोक आपल्याला नावे ठेवतील ही भीती तुम्हाला मागे खेचत असते, पण तुम्ही स्वत:च स्वत:ला कमी लेखले नसते तर लोकांनीही तुम्हाला कमी लेखले नसते. तुम्ही असे काम करायला हवे की, जे सादर करताना तुम्हाला स्वत:चा अभिमान वाटेल. तसे झाले तर तुमच्या नोकरी-व्यवसायात तुमची प्रगती होण्यात मदत होईल किंवा तुमच्या नोकरी-व्यवसायाबद्दल तुम्हाला आत्मीयता वाटेल. तुमच्या लक्षात येईल की तुमच्या क्षमतेला, तुमच्यातल्या उपजत गुणांना न्याय देणारे काम तुम्ही करत आहात.

तुम्ही कशामुळे आत्मघात करून घेता आहात : जे बोलणे तुम्हाला उद्देशून नाही किंवा ज्या गोष्टी तुमच्याबद्दल नाहीत, त्या तुमच्याबद्दल आहेत असा समज करून घेऊन काळजी करणे.

तुमचे सुप्त मन तुम्हाला काय सांगू पाहते आहे : तुम्ही स्वत:बद्दल फार विचार करता. इतर लोकांची आयुष्ये किंवा विचार तुमच्या भोवती केंद्रित झालेली नसतात, हे तुम्ही लक्षात घ्यायला हवे. ज्याप्रमाणे तुम्ही स्वत:चा विचार करण्यात गुंतलेले आहात, त्याचप्रमाणे इतर लोकही त्यांचा स्वत:चा विचार करण्यात गुंतलेले असतात. लक्षात ठेवा, तुमच्या आयुष्यात घडणाऱ्या गोष्टी तुमच्या स्वत:च्या वर्तनाचेच परिणाम असतात. तुम्हाला रस्त्यावरच्या रहदारीत जेव्हा जेव्हा कोणीतरी मागे टाकून पुढे जाते, तेव्हा त्याने ते तुम्हाला चिडवण्यासाठीच केलेले होते, असे समजू नका. तसे करण्याने तुमचाच वेग मंदावेल आणि तुम्ही मागे पडाल. आपण कशा ना कशाचेतरी बळी आहोत असे तुम्हाला कायमच वाटत राहील.

तुम्ही कशामुळे आत्मघात करून घेता आहात : जिथे तुम्हाला आवडत नाही असे तुम्हाला मनापासून वाटते, अशा शहरात किंवा गावात राहणे.

तुमचे सुप्त मन तुम्हाला काय सांगू पाहते आहे : वास्तू केवळ ताब्यात आहे म्हणून तिला घरपण येत नाही, जी वास्तू तुम्ही स्वत:च्या इच्छेनुसार साकारता, तिचे रूपांतर घरामध्ये होते. तुम्ही जागा बदलू शकत नाही किंवा जागा बदलण्याची तुमची इच्छाच नाही, ही तुमची समस्या आहे का? बहुतेक वेळेला आपण दीर्घकाळ एकाच जागेत राहण्यामागे काहीतरी कारण असते.

त्या जागेबद्दल आपल्याला प्रेम असते किंवा तिथेच आयुष्य घालवण्याची आपली इच्छा असते. तिथे राहण्याची अनिच्छा तेव्हाच निर्माण होते, जेव्हा आपण प्रतिष्ठित, प्रशस्त जागेत किंवा शहराच्या सर्वोत्कृष्ट समजल्या जाणाऱ्या भागात राहत नाही असे वाटून लोक आपल्याबद्दलचे मत बनवतील की काय अशी भीती आपल्याला वाटू लागते. तुम्हाला अशीही भीती वाटू शकते, की तुम्ही असावे तितके यशस्वी नाही आहात. सत्य परिस्थिती अशी आहे की, लोक नाही– तर तुम्ही स्वतःच तुमच्याबद्दल असे मत तयार करत आहात. तुम्ही या जागेत राहण्याचे का ठरवलेत, याबद्दल तुमच्या मनाची खात्री असण्याची आणि त्याबद्दल तुम्हाला अभिमान वाटण्याची गरज आहे.

तुम्ही कशामुळे आत्मघात करून घेता आहात : वेळ घालवण्याच्या नादात डोके गहाण ठेवून, माध्यमांवरील मजकुरांवर सतत नजर टाकत राहणे.

तुमचे सुप्त मन तुम्हाला काय सांगू पाहते आहे : स्वतःच्या संवेदना हमखास बोथट करून घेण्याच्या मार्गांपैकी हा एक अत्यंत सोपा मार्ग आहे, तो अगदी सहजपणे हाताशी असणारा आणि अवलंबित्व निर्माण करणारा आहे. समाजमाध्यमांचा हितकारक गोष्टींसाठी उपयोग करणे आणि समस्येपासून पळवाट शोधण्यासाठी त्यांचा उपयोग करणे, या दोन गोष्टींमध्ये जमीन–अस्मानाचा फरक आहे. समाजमाध्यमांवरील मजकुरांवर नजर टाकून झाली की तुम्हाला कसे वाटते, याच्याशी त्याचा सर्वांत जास्त संबंध आहे. समाजमाध्यमांद्वारे फोनवर आलेले संदेश, लेख, बातम्या, जाहिराती, इत्यादी मजकूर पाहून झाल्यावर तुम्ही जेव्हा फोन खाली ठेवता तेव्हा तुम्हाला उत्साहित, तणावमुक्त झाल्यासारखे वाटते का, तसे नसेल तर कशामुळेतरी तुम्हाला आतून अस्वस्थता जाणवत आहे आणि त्या अस्वस्थतेपासून सुटका मिळवण्याचा प्रयत्न करण्यासाठी तुम्ही समाजमध्यमांकडे वळता, अशी शक्यता आहे – अशी अस्वस्थता, जी खरे तर तुम्ही स्वतःला बदलण्याची गरज आहे, याची जाणीव करून देत असते.

अंतर्मनाचा आवाज नीट लक्ष देऊन ऐकायला नव्याने शिकणे

आता तुम्ही तुमच्या अंतर्मनाच्या संकेतांकडे लक्ष द्यायला सुरुवात केलीच आहे, तर तुमच्या अंतर्मनाचा आवाज कसा ऐकायचा आणि त्याच क्षणी त्याला प्रतिसाद कसा द्यायचा, हे शिकणेही अत्यंत महत्त्वाचे आहे.

तुम्ही आता ज्या परिस्थितीत आहात ती परिस्थिती निर्माण झाली, कारण तुमची गरज त्या त्या क्षणी कशी समजून घ्यायची किंवा ती कशी पूर्ण करायची हे तुम्हाला माहीत नव्हते. तुम्हाला जर तुमची निवड आणि वर्तन यांसंबंधीचा निर्णय घेताना प्रत्येक वेळी विचार करत बसण्याची वेळ यायला नको असेल तर तुम्हाला आतून जे जाणवत असते, ते लक्षात घेऊन विनाविलंब त्याचा अर्थ कसा लावायचा, हे शिकायला हवे. त्यासाठी भावनिक जाणतेपण वाढवावे लागेल, हे करण्याचे काम प्रामुख्याने पुढील प्रकरणात करायचे आहे. त्याची सुरुवात आपण आपल्या आंतरिक ऊर्मी कशा समजून घ्यायच्या हे शिकण्यापासून करू.

भविष्याची चिंता न बाळगता आतून,
पोटातून जे जाणवते, त्याचे अनुसरण करणे

आयुष्यातील प्रत्येक गोष्टीमागील सत्य आणि पर्यायाने आपले भविष्य यांबद्दलची जाणीव आपल्या आत उपजतच असते, हे आयुष्यासंबंधीच्या आधुनिक तत्त्वज्ञानात गृहीत धरलेल्या मूलभूत तत्त्वांपैकी एक आहे. तुमच्या आयुष्याचे भविष्यवेत्ते तुम्ही स्वतःच आहात असे म्हटले जाते. त्यामागे अशी कल्पना आहे की, तुमच्या आंतरिक संवेदना केवळ आता काय घडते आहे याचेच नव्हे, तर तुमच्या भविश्याची झलक दाखवतात.

या गोष्टीवर आपला विश्वास असेल, तर त्यात फारसे चुकीचे काही नाही. आपला मेंदू आणि बाकीचे शरीर यांचा एकमेकांशी फार जवळचा संबंध असतो, हे सिद्ध करणारे बरेच संशोधन आता झालेले आहे. त्यानुसार काही गोष्टी आपल्याला तार्किक पातळीवर समजण्याच्या आधी पोटातून का जाणवतात आणि त्या गोष्टी किंवा आपल्या सहजप्रवृत्ती/अंतऊर्मी बहुतेक वेळेला बरोबर का असतात, हे स्पष्ट होते.

आपले पोट आणि आतड्यांचे अस्तर आपला 'दुसरा मेंदू' असल्याप्रमाणे काम करत असते. तुमच्या ज्या संवेदना शारीरिक संवेदनांच्या वेगाने जागृत मनापर्यंत पोहोचत नाहीत, अशा संवेदनांच्या स्मृती त्या अस्तरामध्ये साठवल्या जातात. या असाधारण क्षमतेमुळे तुमच्या सहजप्रवृत्ती/अंतऊर्मी जवळजवळ प्रत्येक वेळेस बरोबर असतात.

तुमचे आतडे 'जाणत' असले तरी त्याला अंतर्ज्ञान नसते

तुम्हाला स्वत:शी संवाद साधायचा असेल तर तुमच्या हृदयाच्या जवळची वाटणारी जी गोष्ट आहे तिचा पाठपुरावा करा, तुमच्या आवडीचा छंद असेल तो जोपासा - मग ते काहीही असू दे - तुमच्या आत्म्याचा शोध घ्या. तुम्ही सर्वप्रथम हे ध्यानात घ्यायला हवे की, तुम्हाला पोटातून, आतून जे जाणवते तो एक प्रतिसाद असतो, फक्त आताच्या क्षणी जे घडत असते, त्याला मिळालेला प्रतिसाद! तुम्हाला सहजप्रवृत्ती/अंतऊर्मींच्या आधारे भविष्यासंबंधी काही जाणवल्या सारखे वाटले, तर लक्षात घ्या, की ते फक्त तुमच्या मनाने बांधलेल्या एका आडाख्याचे प्रक्षेपण आहे.

तुम्हाला सहजप्रवृत्ती/अंतऊर्मींच्या आधारे जे काही जाणवले, त्याचा अर्थ लावण्यासाठी तुम्ही पुढील गोष्टी समजून घ्या. तुमच्या मनातील प्रतिसाद थेट तुमच्या समोर असलेल्या व्यक्तीसंबंधी आहे, की तुमच्या डोक्यात त्या व्यक्तीबद्दलच्या ज्या कल्पना आहेत त्याला अनुसरून उमटलेली ती एक प्रतिक्रिया आहे? या क्षणी जे घडत आहे, त्यावरची ती थेट प्रतिक्रिया आहे, की पुढे गोष्टी कशा घडत जाणार आहेत, हे तुम्हाला कळते असे गृहीत धरून केलेल्या कल्पनेवर ती प्रतिक्रिया आधारलेली आहे? तुम्हाला या क्षणी जे काही जाणवत आहे ते नेमके कशाशी जोडलेले आहे - डोळ्यांदेखत आता घडत असलेल्या घटनांशी, की भविष्यात असे असे घडावे, याबद्दल तुम्हाला असणाऱ्या अपेक्षांशी, की नको असलेले काही घडेल, याबद्दल तुम्हाला वाटणाऱ्या भीतीशी?

तुमची सहजप्रवृत्ती/अंतऊर्मी फक्त वर्तमान क्षणात तुम्ही कोणती कृती करायला हवी, त्यासंबंधी तुमच्याशी बोलत असते, त्यापलीकडच्या

गोष्टीसंबंधी ती मूक असते. तथाकथित आतला 'सूक्ष्म आवाज' अगदी तसाच असतो... अगदी सूक्ष्म!

तो ओरडून ओरडून काहीच सांगत नाही. तो भयग्रस्तही होत नाही. तो तुमच्या शरीरातली अॅड्रेनालीनची पातळी वाढवून तुम्हाला उत्तेजित करत नाही. त्या आवाजात राग नसतो. तो सूक्ष्म आवाज म्हणजे समोर अंधार आहे असे वाटण्याच्या क्षणी, जिच्यामुळे अचानक सगळे स्पष्ट दिसावे, अशा लखखपणे चमकून जाणाऱ्या विजेच्या क्षणिक प्रकाशलहरीसारखा असतो. त्यात असे काहीतरी असते, जे तुम्हाला सांगते : *'सगळे काही नीट होणार आहे; तुला वाटते तेवढी वाईट परिस्थिती नाही, सगळे काही ठीक आहे.'*

तुमची सहजप्रवृत्ती/अंतर्ऊर्मी, परिस्थिती ताब्यात राहावी म्हणून काम करते, पण तुमचे कपोलकल्पित विचार बहुतेकदा परिस्थिती बिघडवण्याचे काम करत असतात.

पण याबाबतीत लोकांचा नेहमी गोंधळ उडतो. नेमकी कोणत्या प्रकारची जाणीव म्हणजे सहजप्रवृत्ती/अंतर्ऊर्मी आहे असे समजायचे आणि कोणत्या प्रकारच्या संवेदना तुमच्या मनातील भीती, आशंका निर्माण करणाऱ्या किंवा तुमच्या क्षमतेवर विपरीत परिणाम करणाऱ्या अंधश्रद्धा आहेत, असे समजायचे? हा फरक आपण कसा ओळखायचा?

अर्थातच, याचे उत्तर हे आहे की, तुमच्या सहजप्रवृत्ती/अंतर्ऊर्मी म्हणजे तुमच्या भावना नव्हेत, ते परिस्थितीनुसार उमटलेले प्रतिसाद आहेत.

एखाद्याच्या सहवासात काही वेळ घालवल्यानंतर जर तुम्हाला गळून गेल्यासारखे वाटत असेल किंवा त्या व्यक्तीला पुन्हा कधीही भेटू नये असे वाटले असेल, तर तसे वाटण्यामागे तुमची सहजप्रवृत्ती/अंतर्ऊर्मी आहे. तुम्ही करत असलेल्या एखाद्या कामाने तुमची सर्व शक्ती संपुष्टात आल्यासारखे वाटत असेल, किंवा त्यातली प्रत्येक गोष्ट तुमच्यावर बळजबरीने लादलेली आहे, असे वाटत असेल तर ती जाणीव तुमच्या सहजप्रवृत्तीच्या/

अंतर्ऊर्मींच्या आधारे होते आहे. सहजप्रवृत्ती/अंतर्ऊर्मी ही काही एखादी भावना नाही (तुम्हाला तुम्ही आज उदास आहात असे वाटणे, ही भावना आहे, सहजप्रवृत्ती/अंतर्ऊर्मी नव्हे) ; सहजप्रवृत्ती/अंतर्ऊर्मी तुम्हाला समोर असलेल्या धोक्याबद्दल विचार करायला अवसर देत नाही, तिच्यामुळे तुम्ही झटकन सक्रिय होऊन, स्वत:ला धोक्यापासून वाचवण्याची कृती करता.

तुम्ही हे लक्षात ठेवणे आवश्यक आहे की, तुमच्या भावनात्मक संवेदना वाजवीच असतात, पण त्या दर वेळेस खऱ्याच असतील असे नाही. दर वेळेस त्यांमध्ये सत्य परिस्थितीचे अचूक प्रतिबिंब उमटेलच असे नाही. मात्र प्रत्येक वेळेस त्या आपल्या विचारांचे अचूक प्रतिबिंब दर्शवत असतात. आपल्या विचारांनुसार आपल्या भावनात्मक संवेदना बदलत राहतात. आपले विचार आपल्या सहजप्रवृत्तींना/अंतर्ऊर्मींना प्रभावित करू शकत नाहीत. तुमचा नैसर्गिक कल ज्याकडे असतो किंवा तुम्हाला आतूनच कोणत्या गोष्टी नकोशा वाटतात, हे तुमच्या सहजप्रवृत्ती/ अंतर्ऊर्मी ठरवत असतात. तुमच्या भावनात्मक संवेदना किंवा तुमच्या परीने तुम्ही एखाद्या गोष्टीचा लावलेला अर्थ म्हणजे तुमच्या सहजप्रवृत्ती/ अंतर्ऊर्मी नव्हेत; तुमच्याकडून उत्स्फूर्तपणे जे घडते, त्यामागे तुमच्या सहजप्रवृत्ती/अंतर्ऊर्मी असतात.

ज्या गोष्टीची आत्यंतिक ओढ वाटते, त्या गोष्टीला केंद्रस्थानी ठेवून आयुष्य घडवण्यासंबंधी जेव्हा लोक बोलतात तेव्हा त्यांना असे अभिप्रेत असते : जी गोष्ट ते सर्वांत उत्तम रीतीने करू शकतात असे त्यांच्या सूक्ष्म आतल्या आवाजमुळे समजलेले असते, त्यानुसार ते काम करत आहेत. कधीकधी जरी तुम्हाला शंका असली किंवा अमुक एक गोष्ट करायला नको असे वाटले तरी तुमची सहजप्रवृत्ती/अंतर्ऊर्मी, मात्र तुमचा कल एखाद्या कलेकडे असेल तर तुम्हाला तिकडे ओढत राहते. कधीकधी खूप अवघड असले तरी तुमची सहजप्रवृत्ती/अंतर्ऊर्मी तुम्हाला एखादे नाते टिकवून ठेवण्यासाठी उद्युक्त करत राहते.

दिवसाचे चोवीस तास तुम्हाला छान वाटावे आणि तुम्ही परमानंदात असावे, हे पाहण्याचे काम तुमच्या सहजप्रवृत्ती/अंतर्ऊर्मींचे नाही. तुम्ही आयुष्यात जे

करायला हवे आहे, त्या दिशेने ती तुम्हाला योग्य त्या मार्गावर आणण्यासाठी प्रयत्नशील असते. तुमच्या आवडीच्या गोष्टी, तुमची कौशल्ये आणि आंतरिक इच्छा यांचा समागम नेमका कुठल्या बिंदूपाशी होतो, याची जाणीव ती तुम्हाला करून देत असते.

सहजप्रवृत्ती/अंतऊर्मी आणि भीती यांच्यामुळे जाणवणाऱ्या संवेदनांमध्ये साधर्म्य असू शकते

तुम्ही तुमच्या पोटातून जाणवणाऱ्या जाणिवेवर म्हणजेच तुमच्या सहजप्रवृत्ती/अंतऊर्मींवर विसंबणे याचा अर्थ असा नाही की त्यांच्या मार्फत तुम्हाला जणू भविष्यवाणीच कळली आहे असे धरून चालावे.

असे जेव्हा होते, तेव्हा सहजप्रवृत्ती/अंतऊर्मीसंबंधीचे तुमचे हे विचार तुमच्या समस्यांचे मूळ ठरू शकतात. तसे करण्याने आपण अचानक उद्भवणाऱ्या भावनिक संवेदनांवर *आंधळेपणाने* विश्वास ठेवतो. एवढेच नाही तर असे गृहीत धरतो की, आपल्याला जाणवणाऱ्या गोष्टी पुढे होणाऱ्या घटनांविषयीचा इशारा देत आहेत आणि त्यांना आपण आपल्या आयुष्यात, भविष्यातकाळात घडू शकतील अशा संभाव्य घटनांशी जोडतो.

हे का आणि कसे घडते आणि सहजप्रवृत्ती/अंतऊर्मींना भविष्याशी जोडण्याच्या या प्रवृत्तीने तुमच्या आयुष्यावर ताबा मिळवू नये म्हणून तुम्ही काय करू शकता ते समजून घेऊ या.

आपल्यासाठी कोणता निर्णय योग्य आहे याबद्दल आपल्या भावनात्मक संवेदना काही सांगत नाहीत.

योग्य निर्णयांमुळे योग्य भावनात्मक संवेदना उत्पन्न होतात.

तुमच्या भावनात्मक संवेदना क्षणिक असतात, तुम्हाला आयुष्यभर मार्गदर्शन मिळावे यासाठी नसतात; ते काम तुमच्या मनाचे आहे.

तुम्ही खरोखरच केवळ ‘मला तसे वाटले म्हणून मी ते केले’ अशा अविचाराने वागणार असाल तर तुम्ही कायमचे अडचणीत अडकून पडाल किंवा ‘माझेच कसे बरोबर आहे,’ या विचारात खूश राहाल आणि कदाचित संपून जाल किंवा असे काही घडले नाही, तरी गंभीर संकटात अडकाल. तसे तुमच्या बाबतीत अजून झालेले नसेल तर त्याचे श्रेय तुमच्या मेंदूला आहे. तुमचा मेंदू तुम्हाला अविचारी कृती करण्यापासून थांबवतो आणि पुढील आयुष्यात तुम्हाला नेमके जे काही हवे आहे, त्याप्रमाणे निवड करता यावी याच्या सूचना देत असतो.

जेव्हा तुम्ही सुस्पष्टता, शांतपणा, आरोग्य आणि निश्चित हेतू यांनी युक्त असलेल्या कृती पुन्हा पुन्हा करण्याची सवय लावून घेता तेव्हाच तुमच्या आयुष्यातला आनंद वाढवणाऱ्या भावनात्मक संवेदना तुम्ही अनुभवायला लागता, अन्यथा नाही.

तुम्हाला तुमच्या आयुष्यावर व्यवस्थित नियंत्रण ठेवायचे असेल तर तुम्हाला भावनिक शिस्त लावून घेणे आवश्यक आहे. तुमच्या भावनिक जाणिवांच्या बाबतीत तुम्ही जागरूक असाल तर त्यांच्या मुळाशी असणाऱ्या वैचारिक प्रक्रियेपर्यंत पोहोचू शकता. तसे झाले तर तुम्हाला तुमच्या भावनिक जाणिवांमध्ये धोक्याची गर्भित सूचना आहे का, त्या काळजी करण्यासारख्या आहेत का, की जीवनसंघर्षात टिकून राहण्यासाठी तुमच्या मनाच्या आदिम स्तरातून (reptilian mind) उदयाला आलेली ती एक कल्पना आहे, हे ठरवण्याची क्षमता तुम्हाला मिळू शकते.

हे लक्षात घ्यायला हवे : मुळातच तुमच्या मेंदूची रचना निसर्गाशी जुळवून घेत जीवनसंघर्षात टिकून राहण्यासाठी झाली आहे. जंगलांमध्ये जिवंत राहण्यासाठी अनुकूल अशी तुमच्या शरीराची रचना आहे. तुमचे शरीर इतर प्राण्यांसारखेच बनलेले असले, तरी त्याच्या आधाराने तुम्हाला अत्यंत विकसित अशा नागरी, आधुनिक वातावरणात वावरायचे आहे. एक वेळ तुम्ही स्वत:ला तुमच्या अविचाराबद्दल क्षमा करू शकता, पण सरतेशेवटी तुम्ही कशाची निवड करता, याची जबाबदारी मात्र तुमचीच असणार आहे. भावनिक जाणिवेच्या आधारावर कृती करायची की नाही, हे ठरवण्याचे स्वातंत्र्य तुम्हाला आहे.

मग 'तुमच्या सहजप्रवृत्ती/अंतर्ऊर्मीकडे लक्ष द्या' असे आपल्याला का सांगितले जाते?

तुमचे आतडे आणि मन यांचे घट्ट नाते असते. तुमच्या मेंदूत स्रवणारे सेरोटोनिन नावाचे संप्रेरक (hormone) आणि तुमची पचनसंस्था यांचा घनिष्ट संबंध असतो. तुमच्या मेंदूपासून निघून हृदय, फुफ्फुस यांतून पोटापर्यंत जाणारा मज्जातंतू आहे, त्याला 'प्राणेशा तांत्रिका/भ्रमण चेता' (vagus nerve), असे म्हणतात. म्हणजे हा मज्जातंतू मेंदू ते पोट यांच्यातल्या संपर्काचे महत्त्वाचे साधन आहे.[६]

तुमचे पोट आणि तुमचे मन यांच्यातला संबंध उपजत असतो, म्हणूनच काही वेगळी संवेदना जाणवत असेल, तर लोक 'पोटात खोलवर' काहीतरी जाणवत असल्याचा उल्लेख करतात, किंवा त्यांना अस्वस्थ वाटत असते, तेव्हा ते 'पोटात ढवळते आहे' असे म्हणतात, किंवा एखाद्या गोष्टीमुळे 'पोटात कसेतरीच झाले' असे सांगतात.

या सगळ्यात एक सांगायचे राहून गेले, ते म्हणजे तुमच्या सहजप्रवृत्ती/अंतर्ऊर्मींकडे लक्ष वेधले जाण्याचा क्षण हा फक्त आताचा, वर्तमानातला असतो. भविष्यात घडेल अशा कोणत्याही घटनेबद्दल तुम्हाला कसलीही अंतर्ऊर्मी जाणवत नाही, कारण त्या घटनेला आताच्या क्षणात कसलेही अस्तित्व नाही. मात्र, तुमच्या मनात रुजलेल्या, एखाद्या भीतीच्या जाणिवेपोटी उमटलेल्या किंवा कोणत्यातरी स्मृतीवर आधारलेल्या प्रतिसादाचे प्रक्षेपण भविष्यावर केले जाऊ शकते, पण तुम्हाला दुसऱ्या एखाद्या व्यक्तीच्या किंवा तुमच्या भविष्यातील घटनेबद्दल ती घटना प्रत्यक्ष समोर येईपर्यंत, केवळ अंतर्ऊर्मींच्या आधारावर काहीही समजू शकत नाही.

जेव्हा सहजप्रवृत्ती/अंतर्ऊर्मींच्या आधारे तुम्हाला कोणाबद्दलतरी काहीतरी कळल्यासारखे वाटते तेव्हा तुमची त्यांच्याशी काहीतरी वैचारिक/भावनिक देवाणघेवाण झालेली असते. एखादी नोकरी/व्यवसाय तुमच्यासाठी योग्य आहे किंवा नाही याचा अंदाज तुम्हाला त्या क्षेत्रात काही काळ काम केल्यानंतरच येतो, तसेच हे आहे.

खरी समस्या ही आहे की, आपण आपल्या सहजप्रवृत्ती/अंतऊर्मींचा उपयोग भविष्य वर्तवणाऱ्या जादुई यंत्रासारखा करू पाहतो. भविष्यातील वेदनेपासून मुक्ती मिळण्यासाठी आणि आनंदप्राप्ती होण्यासाठी, शारीरिक संवेदनांवर नियंत्रण मिळवण्यासाठी, आपल्या मेंदूने शोधलेला एक असामान्य मार्ग म्हणजे आपल्या सहजप्रवृत्ती/अंतऊर्मींचे सक्रिय होणे असे म्हणता येईल. पण प्रत्यक्षात त्याप्रमाणे होत नाही. प्रत्यक्षात आपला मार्ग खुंटतो, कारण सहजप्रवृत्ती/अंतऊर्मींच्या माध्यमातून होणाऱ्या भावनिक जाणिवेच्या स्वरूपातली प्रत्यक्ष प्रतिक्रिया आणि त्या भावनिक जाणिवेचे प्रक्षेपण यांतला फरक समजून न घेताच आपण आपल्या प्रत्येक भावनिक जाणिवेवर पूर्णपणे विसंबतो.

सहजप्रवृत्ती/अंतऊर्मी आणि भीतीची जाणीव यांतील फरक ओळखणे

सर्वप्रथम आणि सर्वांत महत्त्वाची लक्षात घेण्याची गोष्ट ही आहे की, तुमची सहजप्रवृत्ती/अंतऊर्मी फक्त वर्तमान क्षणाच्या संदर्भातच सक्रिय असते. कोणत्याही गोष्टीच्या संदर्भात होणारी तुमची अनैच्छिक (प्रतिक्षिप्त) क्रिया सहसा अत्यंत सुज्ञपणाची असते, कारण ती अनैच्छिक क्रिया म्हणजे तुमच्या शरीरात पेशींच्या आधाराने साठवल्या गेलेल्या स्मृतींमुळे तुमच्या शरीराने तुम्हाला त्या गोष्टीसंबंधीचा विनाविलंब दिलेला इशारा असतो तुमच्या मेंदूपर्यंत ती गोष्ट पोहोचून, तो सक्रिय होऊन त्याला त्या गोष्टीचे विश्लेषण करण्याचा अवधी मिळण्याच्या आधीच ही अनैच्छिक क्रिया तत्क्षणी पूर्ण झालेली असते.

आत्ता इथे, या क्षणासाठी खरोखरी काय योग्य आहे हे लक्षात घेऊन, तुमची सहजप्रवृत्ती/अंतऊर्मी यांमुळे होणारी ती अनैच्छिक क्रिया ही आपल्या उपजत सुज्ञपणातून मिळालेली सावधानतेची पहिली सूचना असते, तिचा तुम्ही उपयोग करून घेऊ शकता. जेव्हा तुम्ही दुसऱ्या व्यक्तीबरोबर असता किंवा काहीतरी करत असता किंवा तुमच्या तुमच्या बाह्य वागणुकीचा प्रस्तुत प्रसंगाशी काही संदर्भ नसतो, अशा वेळेला तुमच्या नकळत घडणारी एखादी अनैच्छिक क्रिया काय सुचवते? तुम्ही आता, या क्षणी, दुसऱ्या

कशाततरी गुंतलेले असताना तुम्हाला पोटात, आत खोलवर होणारी जाणीव काय सांगत असते?

ती जी जाणीव होती, तिची नुसती कल्पना करत असताना, तिच्यासंबंधी अंदाज बांधत असताना, तिच्या संबंधीचे तपशील आठवताना किंवा तिचे नेमके स्वरूप काय होते, याची पुन्हा एकदा कल्पना करताना जे वाटते आहे, ते त्या क्षणपेक्षा वेगळे आहे का? मग हे गृहीत धरा की, ती जाणीव बहुधा त्या क्षणी तुम्हाला जाणवलेल्या, पोटातल्या भीतीचे प्रक्षेपण होते आणि ती भीती तुमची त्या क्षणाची प्रामाणिक सहजप्रवृत्ती/अंतऊर्मी होती.

थोडक्यात सांगायचे तर तुमची सहजप्रवृत्ती/अंतऊर्मी तुम्हाला घाबरवून सोडत नाही, एखादी गोष्ट तुमच्यासाठी योग्य नाही असा इशारा देतानाही, तुमच्या पोटातल्या संवेदना सूक्ष्म आणि हळुवार असतात. तुम्हाला जर पोटातून जाणवत असेल की तुम्ही एखाद्याला भेटू नये किंवा एखाद्या नात्याच्या बंधनात अडकू नये किंवा एखाद्या विशिष्ट पद्धतीने वागू नये, तर त्या वेळची तुमची उत्स्फूर्त प्रतिक्रिया शांत राहण्याची असेल. म्हणूनच तुमच्या सहजप्रवृत्ती/अंतऊर्मीच्या आवाजाला, म्हणजे आतल्या आवाजाला 'सूक्ष्म आवाज' म्हटले जाते. त्याच्याकडे अगदी सहज दुर्लक्ष होऊ शकते. बाहेरच्या कर्कश आवाजात त्या आवाजाला गप्प करणे अगदी सहज शक्य असते.

हळुवार कोपरखळी देणारी सहजप्रवृत्ती/अंतऊर्मी, विरुद्ध आक्रमक विचार

जेव्हा तुम्ही स्वतःच्या आतल्या आवाजाकडे लक्ष देऊ लागता, तेव्हा उत्स्फूर्त आणि उपयोगी असणारे विचार व नुकसानकारक आणि आक्रमक विचार यांच्यातला फरक ओळखणे अवघड असते. त्या दोन्हींची कार्यपद्धती जवळजवळ सारखीच असते - दोन्ही प्रकारचे विचार तत्क्षणी उद्भवणारे, प्रतिक्रियेच्या स्वरूपातले आणि पूर्वी कधी न जाणवलेल्या, अंतर्दृष्टीसारखे असतात - आणि तरीही प्रत्यक्षात त्यांची परिणती मात्र अगदी वेगळी असते.

तुमच्या अंतर्दृष्टीच्या आधारे आलेले विचार आणि भीतीपोटी निर्माण झालेले विचार यांच्यातला फरक अशा प्रकारे सांगता येईल :

- तुमच्या अंतर्दृष्टीच्या आधारे तुम्हाला सूचित करणारे विचार शांत असतात. आक्रमक विचार थकवणारे आणि भीतिदायक असतात.

- तुमच्या अंतर्दृष्टीच्या आधारे तुम्हाला सूचित करणारे विचार तर्काला धरून असतात; त्यांचा बऱ्यापैकी अर्थ लावता येतो. आक्रमक विचार तर्काला धरून नसतात आणि बहुतेक वेळा परिस्थिती अधिकाधिक बिघडल्यामुळे उद्भवतात किंवा घाईघाईने वाइटांतला वाईट निष्कर्ष काढल्यामुळे उद्भवतात.

- तुमच्या अंतर्दृष्टीच्या आधारे तुम्हाला सूचित करणारे विचार वर्तमान क्षणात मदत करणारे असतात. तुम्हाला पूर्ण जाणीवपूर्वक निर्णय घेता यावा म्हणून आवश्यक असलेली माहिती पुरवतात. आक्रमक विचार बहुतेक वेळा अचानकपणे उद्भवतात आणि या क्षणी काय घडते आहे, त्याच्याशी त्यांचा काही संबंध नसतो.

- तुमच्या अंतर्दृष्टीच्या आधारे तुम्हाला सूचित करणारे विचार 'शांत' असतात, त्यामुळे आक्रमक विचारांच्या तुलनेत त्या विचारांकडे लक्ष जाणे अवघड असते.

- तुमच्या अंतर्दृष्टीच्या आधारे तुम्हाला सूचित करणारे विचार तुमच्या मनात एकदाच येतात, फारफार तर आणखी एखाद्या वेळेस येतील आणि त्यांच्यामुळे परिस्थिती आवाक्यात आल्यासारखे वाटते. आक्रमक विचार पुन्हा पुन्हा येत राहतात आणि घबराट निर्माण करतात.

- तुमच्या अंतर्दृष्टीच्या आधारे तुम्हाला सूचित करणारे विचार नेहमी आल्हाददायक असतात, पण आक्रमक विचार नेहमी भीती वाटायला लावणारे असतात.

- तुमच्या अंतर्दृष्टीच्या आधारे तुम्हाला सूचित करणारे विचार सहसा कुठून आले ते कळत नाही, पण आक्रमक विचार बहुतेक वेळा बाह्य उत्तेजनेमुळे उद्भवलेले असतात.

- तुमच्या अंतर्दृष्टीच्या आधारे तुम्हाला सूचित करणाऱ्या विचारांशी तुम्हाला झगडावे लागत नाही – ते जसे सहजपणे येतात तितक्याच सहजपणे तुम्ही त्यांच्यातून बाहेरही पडता. आक्रमक विचार कल्पना आणि भीतीचे एक आवर्त सुरू करतात, ज्यामुळे त्यांना थांबवणे अशक्य वाटू लागते.

- तुमच्या अंतर्दृष्टीच्या आधारे तुम्हाला सूचित करणारे विचार जरी तुम्हाला आवडेल अशा गोष्टी सांगत नसले, तरी ते तुम्हाला घाबरवूनही टाकत नाहीत. तुम्ही उदास असाल किंवा निराश असाल, तरी तुम्हाला काही सुचू नये इतके त्या विचारांमुळे तुम्ही अस्वस्थ होत नाही. त्याउलट घबराट ही एक अशी भावना आहे, जेव्हा तुम्हाला नेमके काय भेडसावते आहे, हेच समजेनासे होते. तुम्हाला जेव्हा तुमच्या आक्रमक विचारांनी घेरलेले असते तेव्हा हे असे होते.

- तुमच्या अंतर्दृष्टीच्या आधारे तुम्हाला सूचित करणारे विचार इतर शक्यतांचा विचार करण्यासाठी तुमच्या मनाची तयारी करतात; आक्रमक विचार तुमच्या हृदयाचे दरवाजे बंद करून टाकतात आणि तुम्हाला एकाच ठिकणी रुतून बसल्यासारखे किंवा शिक्षा झाल्यासारखे वाटायला लागते.

- तुमच्या अंतर्दृष्टीच्या आधारे तुम्हाला सूचित करणाऱ्या विचारांचा उगम तुमच्या व्यक्तित्वाचा जो सर्वोत्तम पैलू आहे, त्यामध्ये असतो; आक्रमक विचार तुमच्या व्यक्तित्वाच्या गौण, अत्यंत भयग्रस्त पैलूमधून जन्माला आलेले असतात.

- तुमच्या अंतर्दृष्टीच्या आधारे तुम्हाला सूचित करणारे विचार समस्या सोडवतात; आक्रमक विचार समस्या निर्माण करतात.

- तुमच्या अंतर्दृष्टीच्या आधारे तुम्हाला सूचित करणाऱ्या विचारांमुळे तुम्ही इतरांना मदत करण्यासाठी तयार होता; आक्रमक विचार 'मी विरुद्ध ते' अशी मानसिकता तयार करतात.

- तुमच्या अंतर्दृष्टीच्या आधारे तुम्हाला सूचित करणारे विचार तुमच्या डोक्यात काय चालले आहे आणि तुम्हाला काय जाणवते आहे, हे समजून घेण्यासाठी मदत करतात; आक्रमक विचारांमुळे लोक काय विचार करत असतील किंवा त्यांना काय वाटत असेल यासंबंधीचे अंदाज तुम्ही बांधत बसता.

- तुमच्या अंतर्दृष्टीच्या आधारे तुम्हाला सूचित करणारे विचार तर्कावर आधारलेले असतात; आक्रमक विचार तर्कावर आधारलेले नसतात.

- तुमच्या अंतर्दृष्टीच्या आधारे तुम्हाला सूचित करणारे विचार तुमच्या पोटातून, आतून आलेले असतात आणि त्यांच्या मार्फत जणू काही तुमच्या मनाचा प्रतिध्वनीच तुमच्यापर्यंत पोहोचतो आहे, असे तुम्हाला वाटायला लागते; आक्रमक विचार तुमच्या डोक्यातून जाता जात नाहीत आणि तुमच्या मनात आत्यंतिक भीती निर्माण होते.

- तुमच्या अंतर्दृष्टीच्या आधारे तुम्हाला सूचित करणारे विचार तुम्ही प्राप्त परिस्थितीत कसा प्रतिसाद द्यायला हवा ते दाखवतात; आक्रमक विचार तुम्ही तुम्हाला प्रतिक्रियेच्या स्वरूपात काहीतरी अविचारी कृती करण्यासाठी उद्युक्त करतात.

तुमच्या गरजा खऱ्या अर्थाने पूर्ण करण्याची सुरुवात कशी कराल?

स्वत:ची काळजी घेणे ही आता सर्वत्र मान्यता पावलेली गोष्ट झाली असली, तरी त्याचा अर्थ मात्र समस्या सोडवण्यासाठी अंगीकारलेले वर्तन

असा करण्याऐवजी समोर असलेल्या समस्येपासून पळवाट शोधण्यासाठी केलेल्या कृती, असा होत असताना दिसतो. प्रत्यक्षात स्वतःच्या गरजा भागवण्यासाठी आवश्यक असे वर्तन हा स्वतःची काळजी घेणे या कल्पनेचा मूलभूत भाग आहे.

तुमची किमान सुरक्षितता, या गरजेखेरीज असलेल्या तुमच्या इतर गरजाही योग्य रीतीने भागवल्या गेल्या पाहिजेत. पुरेशी झोप, राहण्यासाठी स्वच्छ वातावरण असलेली जागा, योग्य पोशाख आणि कोणत्याही प्रकारची निंदा किंवा दडपण यांच्या प्रभावाखाली जगायला लाग़ू नये अशी परिस्थिती या प्रत्येक व्यक्तीच्या किमान गरजा असतात.

स्वावलंबन म्हणजे तुमच्या या गरजा स्वतःच्या स्वतः भागवणे, ही गोष्ट आत्मघातापासून सुटका करून घेण्याच्या मार्गासाठी पायाभूत आहे.

तुमची रात्रीची झोप चांगली झाली असेल तर तुम्हाला खुशीने व्यायाम करावासा वाटेल. तुमची बसण्याची पद्धत सुधारण्यासाठी एखाद्या व्यावसायिक तज्ज्ञाची किंवा सांध्यांच्या समस्येवर उपचार करणाऱ्या प्रशिक्षित व्यक्तीची (chiropractor) मदत घेऊन, तुम्ही सततच्या पाठदुखीतून मुक्त झालेले असाल, तर काम करतानाची तुमची मनःस्थिती अधिक चांगली राहील. तुमचे घर जर छान आवरलेले आणि तुम्हाला सुखद वाटावे असे असेल तर घरात घालवलेला वेळ हा तुमच्यासाठी आनंददायक अनुभव देणारा असेल. तुम्ही स्वतःचे आयुष्य व्यवस्थित मार्गी लावण्यासाठी वेळ दिलात तर तुम्हाला स्वतःच्या स्थितीबद्दल दर दिवसागणिक अधिकाधिक चांगले वाटू लागेल.

या गोष्टी दुर्लक्ष करण्याजोग्या क्षुल्लक नव्हेत; त्या फार महत्त्वाच्या, मोठ्या गोष्टी आहेत; हे तुमच्या लक्षात येत नाही, कारण त्या गोष्टी जर तुम्ही नित्य नियमाने केल्यात, तरच तुम्हाला त्याचा परिणाम दिसणार असतो, अन्यथा नाही.

स्वत:च्या गरजा समजावून घेणे, त्यातल्या ज्या पूर्ण करण्याची जबाबदारी तुमची स्वत:ची आहे, त्या पूर्ण करणे आणि मग ज्या गरजा तुम्ही एकट्याने पूर्ण करू शकत नाही, त्यांसाठी इतरांसमोर जाणे, असे केलेत तर तुम्ही आत्मघाताचे चक्र भेदू शकाल आणि अधिक निरामय, समतोल व कृतार्थतेने परिपूर्ण असे आयुष्य जगू शकाल.

प्रकरण ४

भावनिक जाणतेपण/बुद्धिमत्ता विकसित करणे

आत्मघाती वर्तन हे दुसरे तिसरे काही नसून, पुरेसे भावनिक जाणतेपण नसल्यामुळे जन्माला आलेली स्थिती असते.

सशक्त, निर्मितिक्षम आणि स्थैर्य असलेले आयुष्य जगण्यासाठी आपला मेंदू आणि शरीर एकमेकांशी सुसंवाद साधून कसे काम करतात, हे समजून घेण्याची आवश्यकता असते. आपल्या भावनिक जाणिवांचा स्पष्ट अर्थ आपल्याला समजून घेता यायला हवा. वेगवेगळ्या भावनांचा अर्थ काय असतो आणि जेव्हा आपल्याला अधिक ताकदीच्या, अधिक तीव्र, आवरायला कठीण, अशा भावनांना सामोरे जावे लागते; तेव्हा नेमके काय करायला हवे ते समजणे आवश्यक आहे.

जरी जगभरातील तज्ज्ञांनी 'भावनिक जाणतेपण' या विषयावर खूप मोठ्या प्रमाणावर केलेल्या संशोधनामधून माहिती उपलब्ध झालेली आहे आणि ती उत्तरोत्तर वाढत आहे; तरी इथे मात्र आपण विशेषत्वाने भावनिक जाणतेपणाचे कोणते पैलू आत्मघाती वर्तनाशी संबंधित असतात, यावर लक्ष केंद्रित करणार आहोत.

भावनिक जाणतेपण/बुद्धिमत्ता म्हणजे काय?

भावनांचा अर्थ समजणे, त्यांचे स्पष्टीकरण देता येणे आणि त्यांना प्रतिसाद देता येणे म्हणजे भावनिक जाणतेपण होय.

ज्या लोकांपाशी उच्च प्रतीचे भावनिक जाणतेपण/बुद्धिमत्ता असते, त्यांच्याकडे विविध प्रकारच्या लोकांशी सहजपणे जमवून घेण्याची क्षमता असते. ते त्यांच्या रोजच्या जीवनात तृप्त आणि समाधानी असतात आणि स्वत:च्या भावनात्मक संवेदना नीटपणे समजून घेऊन त्या नि:शंकपणे व्यक्त करण्यासाठी ते सातत्याने वेळ देतात.

पण त्यापलीकडे जाऊन असे म्हणता येईल की, शरीरात जाणवणाऱ्या संवेदनांचा अर्थ स्पष्टपणे जाणणे आणि त्याद्वारे त्या संवेदनातून तुम्हाला काय संदेश मिळतो आहे, हे समजून घेता येणे या गोष्टींचा भावनिक जाणतेपणाशी अधिक संबंध आहे.

आत्मघाताच्या मुळाशी भावनिक जाणतेपणाचा अभाव असतो, कारण स्वत:ला समजून घेण्याची क्षमता नसेल तर अर्थातच स्वत्व हरवल्याची भावना येते. आपला मेंदू आणि आपले शरीर यांच्या संबंधीच्या आपल्याला आश्चर्यचकित करणाऱ्या काही गैरसमजांचे विवरण पुढे केले आहे.

तुम्हाला जे मनापासून हवे असते, ते थांबवण्यासाठी तुमच्या मेंदूची रचना झालेली असते.

जेव्हा आपल्याला हवे ते मिळते, तेव्हा आपल्या मेंदूत काही गमतीशीर गोष्टी घडतात.

जेव्हा आपल्याला काय साध्य करायचे आहे, हे ठरवत असतो तेव्हा आपली नेहमीच अशी अपेक्षा असते की, ते साध्य केल्यानंतर आपल्या आयुष्याची गुणवत्ता सुधारल्याची काही दृश्य लक्षणे दिसतील आणि एकदा का आपण आपल्या इच्छित जागी पोहोचलो की आपण कायम 'खुशालीत' राहू.

'खुशाली' या अर्थी, की पूर्वीचे सगळे काही मागे टाकता येईल. आपण चिंतविरहित आयुष्य जगू. जिथे आपण आता पोहोचलो आहोत तिथल्या गोष्टी जशा आहेत तशाच कायम राहतील.

प्रत्यक्षात मात्र या अपेक्षांप्रमाणे काही घडत नाही.

जेव्हा आपल्याला हवे ते मिळते, तेव्हा आपल्या मेंदूतील हालचालींमुळे आपल्याला ते आणखी आणखी मिळायला पाहिजे, असे वाटू लागते. डोपामाइन हे मेंदूत स्रवणारे एक रसायन आहे. त्यासंबंधी पूर्वी झालेल्या संशोधनाच्या आधारे असे समजले जात होते की, माणसाच्या मनातल्या इच्छा, वासना आणि संग्रही वृत्ती यांना चालना देण्याचे कार्य डोपामाइन करते. परंतु आता नव्याने झालेल्या संशोधनाद्वारे हे सिद्ध केले आहे की डोपामाइनचे कार्य यापेक्षा अधिक गुंतागुंतीचे आहे.

'*द मॉलेक्यूल ऑफ मोअर*' या पुस्तकात डॅनिएल लिबरमन यांनी म्हटल्याप्रमाणे 'संप्रेरके' (hormones) या विषयातील तज्ज्ञ अभ्यासकांचे असे निरीक्षण आहे की, एखाद्या व्यक्तीला हवी असलेली गोष्ट जेव्हा तिच्या समोर येते, तेव्हा तिच्या मेंदूतील डोपामाइनची पातळी खाली जाऊ लागते. आता असे लक्षात आले आहे की, सुखाचा अनुभव प्रत्यक्षात घेता येणे शक्य व्हावे या हेतूसाठी डोपामाइनची निर्मिती होत नाही तर सुख अनुभवण्याची इच्छा वाढत राहावी, यासाठी त्याची निर्मिती होत असते.[७]

मग तुम्ही ज्या महान ध्येयप्राप्तीसाठी कष्ट करत असता त्याचे काय? तुम्ही अडचणींचा डोंगर चढून जाऊन ध्येयप्राप्तीच्या शिखरावर पोहोचाल, तो डोंगर पार कराल, पण पुढच्या वाटेत आणखी एक डोंगर उभा असेल.

आपल्याला जे खरोखरी हवे असते त्यासाठी प्रयत्न करणे आपण मध्येच सोडून देतो, यामागच्या अनेक कारणांपैकी एक कारण आहे; आपल्याला अंतर्ऊर्मीने हे माहीत असते की, प्रत्यक्ष ध्येयप्राप्ती झाल्यानंतर आयुष्यात आता आणखी काही नको, असे म्हणण्याची क्षमता आपल्यात नाही; ध्येयप्राप्तीच्या, इच्छापूर्तीच्या एका अनुभवानंतर पुढच्या गोष्टीसाठी आपली भूक वाढत जाते. पुन्हा नव्या ध्येयाचा पाठपुरावा करण्याचे आव्हान कधीकधी आपल्याला नकोसे होते.

त्यामुळे जेव्हा आपण मार्गक्रमण करत असतो तेव्हा आपल्या मेंदूमध्ये परस्परविरोधी गोष्टींचे घातक मिश्रण तयार होऊ लागते, अशा गोष्टी एकावर एक साचत जातात आणि आपल्याला जी अत्यंत हवीहवीशी वाटत असते, तीच गोष्ट नकोनकोशी होते, त्याच गोष्टीला आपण नावे ठेवू लागतो, एवढेच नाही तर त्या गोष्टीला आपण वाईट ठरवून मोकळे होतो.

आपल्याला जे मनापासून हवे असते ते मिळवण्याच्या मागे जेव्हा आपण लागतो तेव्हा काय होते : ते मिळवण्यासाठी जे काम करायला हवे ते करण्याचा कंटाळा करतो, कारण ते न मिळाले तर काय, ही भीती आपल्या मनात असते, अपयशाचा थोडासा जरी संशय आला, तरी आपण माघार घेतो आणि काही हालचाल करत नाही.

जेव्हा दीर्घ काळ आपल्याला हवीशी वाटणारी गोष्ट मिळत नाही, तेव्हा आता आपण ती गोष्ट मिळवण्याचा प्रयत्न केला तर आपण लोकांच्या निंदेला पात्र ठरू, अशी सांगड आपल्या सुप्त मनात निर्माण होते. कारण ती गोष्ट ज्यांच्या जवळ आहे त्यांची निंदा आपण पूर्वी केलेली असते.

शेवटी जर आपल्याला आपली इच्छित गोष्ट मिळाली, तर ती आपल्या हातातून निसटून जाण्याची आपल्याला इतकी भीती वाटते की, त्यामुळे निर्माण होऊ शकणारी वेदना टाळण्यासाठी ती गोष्ट आपल्याला नकोच ना, अशी आपली वृत्ती होते.

'एखादी गोष्ट हवी आहे' अशी स्थिती जेव्हा असते तेव्हा त्या स्थितीच्या जाळ्यात आपला मेंदू असा काही अडकतो की, त्या जाळ्यातून सुटका करून घेऊन 'ती गोष्ट हवी आहे,' या स्थितीतून बाहेर पडून, 'ती प्रत्यक्ष प्राप्त झाली' या स्थितीपर्यंतचा प्रवास करण्यासाठी पाउले उचलण्याचे कष्ट आपण घेतच नाही.

सर्वप्रथम लक्षात घ्यायला हवे, ते हे की जेव्हा आपल्याला एखादी गोष्ट हवी म्हणजे हवी, असे फार तीव्रतेने वाटत असते, तेव्हा निश्चितच त्या गोष्टीबद्दलच्या आपल्या मनातल्या कल्पना अवास्तव असतात. आपल्याला

असे वाटत असते की, ती गोष्ट मिळाल्यानंतर आपले आयुष्य मुळापासून बदलणार आहे, पण अर्थातच तसे काही होत नाही.

जेव्हा कशातूनतरी, अद्भुत रीतीने प्राप्त परिस्थितीतून आपली सुटका व्हावी म्हणून आपण एखाद्या ध्येयप्राप्तीवर किंवा आयुष्यातील एखाद्या बदलावर अवलंबून असतो तेव्हा अपयशाची एखादी छोटीशी घटनाही आपले ईप्सित साध्य करण्याचा प्रयत्न करण्यापासून आपल्याला थांबवण्यास कारणीभूत ठरते. उदाहरणार्थ : आपल्याला आपला प्रियकर/प्रेयसी नैराश्यापासून वाचवेल अशी पक्की खात्री असते, तेव्हाच आपण नाकारले तर जाणार नाही ना, या शंकेने आपण अत्यंत हळवे होतो, कारण त्यामुळे आलेल्या नैराश्यातून आपण कधीच बाहेर पडणार नाही अशी भीती आपल्याला वाटत असते.

अर्थातच, या बाबतीतली उघड अडचण ही आहे की, भावी जोडीदाराची निवड करण्यासाठी त्याला भेटत राहणे, ही गोष्ट एखाद्या प्रयोगासारखीच असते. यश मिळवण्याआधी अपयश पदरात घेण्याची मनाची तयारी असावी लागते.

मग प्रेमाचे नाते पक्के करण्यासाठी आपण कृतिशील का नाही, याचे समर्थन करताना, 'प्रेमभंगाच्या दुःखापासून स्वतःला वाचवण्यासाठी,' असे कारण आपण देतो. या गोष्टीचे समर्थन करण्यासाठी आणि ती भूमिका योग्य आहे हे पटवण्यासाठी आपला सगळा वेळ खर्ची पडतो. त्यामुळेच आपल्याला हवी असलेली गोष्ट ज्यांच्याकडे आधीच आहे, त्यांची आपण नकळत निंदानालस्ती करू लागतो. त्यांच्या यशापासून स्फूर्ती घेण्याऐवजी त्यांच्यावर शंका घेतो. आपल्याला इतरांच्या आनंदाचा मत्सर वाटू लागतो आणि आपण गृहीत धरतो की ते आनंदाचे सोंग आणत असले पाहिजेत किंवा प्रेमबिम काही खरे नसते. आता प्रेमात असणारे लोक केव्हा ना केव्हा एकमेकांपासून दूर जातीलच, असे म्हणत, आपण नातेसंबंधांच्या बाबतीत अधिक शंकेखोर बनतो.

आपण या अशा प्रकारच्या चुकीच्या समजुतींना चिकटून राहिलो तर कल्पना करा की, जेव्हा आपल्या कल्पनेतल्या आदर्श नात्यासाठी योग्य

असा जोडीदार प्रत्यक्षात मिळाला तर काय होईल? अर्थातच, आपल्या मनात त्यासंबंधी शंकाच असतील आणि आपण आधीच गृहीत धरू की हेही नाते अयशस्वी ठरेल.

हे असेच घडणार असते ज्या क्षणी एखादे आव्हान पुढे उभे ठाकते, त्या क्षणी लोक त्यांच्या अतिशय प्रिय अशा स्वप्नांवर पाणी सोडतात. जेव्हा जेव्हा आपली प्रिय गोष्ट गमावण्याची वेळ आपल्यावर येईल, अशा भीतीने आपण ग्रासले जातो, तेव्हा तेव्हा त्या भीतीपासून स्वत:चे संरक्षण करण्यासाठी आपण स्वत:च त्या प्रिय गोष्टीला आपल्यापासून दूर ढकलतो.

म्हणून आपण असे म्हणू या की, तुम्ही तुमच्यावर मर्यादा घालणाऱ्या समजुतींमधून वाट काढायचा प्रयत्न करता, आणि केव्हातरी शेवटी तुम्हाला खरोखरी हव्या आहेत, अशा गोष्टीच्या प्राप्तीसाठी स्वत:ला सिद्ध करता. आता तुम्हाला शेवटच्या आणि सर्वांत कठीण आव्हानाला तोंड द्यावे लागेल, तुम्हाला 'आयुष्यात केवळ टिकून राहण्याच्या धडपडीतून' बाहेर पडून 'एक समृद्ध जीवन जगण्यासाठी' संपूर्णपणे बदलावे लागेल.

तुम्ही जर तुमच्या आयुष्याचा अधिक काळ 'चाललंय आपलं कसंतरी' याच पद्धतीने जगत आला असाल, तर आरामाचे आयुष्य छानपणे जगण्यासाठी आणि त्याचे सुख अनुभवण्यासाठी जी मनोवृत्ती असायला हवी, ती अंगी बाणवायला कठीण जाईल. तुम्ही त्याबद्दल साशंक राहाल, आरामाचे आयुष्य जगताना तुम्हाला अपराधित्वाची भावना येईल, कदाचित तुम्ही अति खर्चीकपणा कराल किंवा तुमच्या जबाबदाऱ्यांकडे दुर्लक्ष कराल. आयुष्याच्या एका पारड्यात इतक्या वर्षांचे जेवढे कष्ट जमा झाले आहेत तेवढीच पूर्ण विश्रामाची वर्षे दुसऱ्या पारड्यात पडतील किंवा पडावीत, अशी अपेक्षा तुम्ही करत राहाल. परंतु प्रत्यक्षात हे असे घडत नसते.

आपल्या पूर्वायुष्यात आपण 'हवे आहे' या जाणिवेत इतके खोलवर अडकलेले असतो की, 'सगळे मिळाले आहे' या वर्तमानातल्या अनुभवात रुळणे फार अवघड जाते.

त्याचे कारण असे आहे की, कोणताही बदल, मग तो कितीही सकारात्मक असला तरी सवयीचा होईपर्यंत अस्वस्थ करणारा असतो.

आपण स्वतःच्या नजरेत स्वतःला मान्यता मिळवण्यासाठी अनेक गोष्टींचा अवलंब करत असतो; हे वास्तव आहे. त्याचा स्वीकार करणे आपल्याला कठीण जाते. आपल्या वृथाभिमानामुळे आपणच आपल्या मार्गातला अडथळा बनतो. आपण ज्या गोष्टींसाठी दुसऱ्यांचा हेवा करतो, त्या गोष्टी खरे तर आपण पूर्णत्वाला जाऊ न दिलेल्या, आपल्याच तीव्र आंतरिक इच्छांचे पडसाद असतात; हे मान्य करणे तर आणखी अवघड असते.

हो, तुम्हाला मोठमोठ्या गोष्टी हवाशा वाटाव्यात, अशा पद्धतीने तुमच्या मेंदूची पूर्वरचना झालेली असते. पण त्यामागील प्रक्रिया आणि प्रवृत्ती नीट समजून घेतल्या तर त्यावर मात करून, तुम्ही तुमच्या मेंदूला नव्याने सूचित करू शकता आणि स्वतःच्या आयुष्यावर नियंत्रण मिळवू शकता.

तुमच्या शारीरिक यंत्रणा समस्थितीच्या तत्त्वानुसार (Homeostatis) घडणाऱ्या अनैच्छिक/प्रतिक्षिप्त क्रियेने (Impulse) काम करत असतात

तुमच्या मेंदूची रचना तुम्हाला सक्षम स्थितीत ठेवणे आणि तुमचे जगणे नियंत्रित करणे, यासाठी झालेली असते.

तुमच्या सुप्त मनात, समस्थितीच्या तत्त्वानुसार होणाऱ्या अनैच्छिक/प्रतिक्षिप्त क्रियांची नोंद झालेली असते, ज्याद्वारे शरीराचे तापमान, हृदयाचे ठोके, श्वासोच्छ्वास यांसारख्या कामांचे नियंत्रण होत असते. ब्रायन ट्रेसीने ते स्पष्ट करताना असे म्हटले आहे : ''तुमच्या स्वायत्त चेतासंस्थेद्वारे (autonomic nervous system), म्हणजेच समस्थितीच्या तत्त्वानुसार घडणाऱ्या अनैच्छिक/प्रतिक्षिप्त क्रियांद्वारे (homeostatic impulse) तुमच्या कोट्यवधी पेशींमधील शेकडो रसायनांचा समतोल राखण्याचे आणि त्याद्वारे तुमच्या संपूर्ण शरीररूपी यंत्राचे कार्य सुरळीत राखण्याचे काम सुरू असते.''[८]

परंतु, बहुतेक लोकांच्या हे ध्यानात येत नाही की, ज्याप्रमाणे तुमच्या मेंदूची रचना तुमचा शरीररूपी 'स्व' नियंत्रित करण्यासाठी झालेली असते, त्याचप्रमाणे तुमचा बौद्धिक 'स्व' नियंत्रित करण्याचे कामही तुमचा मेंदूच करत असतो. तुमचा मेंदू सतत, माहितीची आणि प्रेरणांची निवड करून त्या तुमच्यापर्यंत पोहोचवण्याचे काम करत असतो, ज्यायोगे तुमच्या आधीपासून अस्तित्वात असलेल्या विश्वासप्रणालीला पुष्टी मिळते. (मानसशास्त्रात त्याला confirmation bias – स्वत:च्या पूर्वग्रहांची पुष्टी, असे म्हटले जाते) त्याचप्रमाणे तुमच्या भूतकाळातील कृती ज्यात प्रतिबिंबित होतील, असे विचार आणि प्रतिक्षिप्त/अनैच्छिक क्रिया यांचा पुन:प्रत्यय येत राहतो.

तुमचे सुप्त गन हे तुम्हाला स्वस्थतेचा अनुभव देणाऱ्या मनोभूमीचा द्वाररक्षक आहे.

तुमचे मोठ्यातले मोठे यश, आनंद, संपूर्णत्वाची जाणीव किंवा तुमचे आयुष्य निरामय होण्यासाठी तुम्ही स्वत:कडून ज्या गोष्टींची अपेक्षा करायला हवी आणि ज्यांची नित्य सवय लावून घ्यायला हवी, अशा सर्व गोष्टी रुजवण्याचे क्षेत्र म्हणजे तुमचे सुप्त मन.

यातून आपल्याला शिकायचे हे आहे की, जेव्हा आपण आपल्या आयुष्यात बरे होण्याच्या किंवा कोणत्याही बदलाच्या प्रक्रियेतून जात असतो, तेव्हा आपण नव्याने निर्माण झालेल्या संवेदना अंगवळणी पडण्यासाठी स्वतः ला पुरेसा अवधी द्यायला हवा. कारण कोणताही बदल कितीही चांगला असला तरी तो अंगवळणी पडेपर्यंत अस्वस्थ करणारा असतो. आपण आत्मघातक सवयींमध्ये आणि रोजच्या चक्रामध्ये अडकतो, त्यामागेही हेच कारण असते. त्याच त्या सवयींमध्ये आणि चक्रामध्ये राहणे आपल्याला सुखाचे वाटले तरी ते सुखाचे असते, असा त्याचा अर्थ होत नाही.

विवेकाने वागण्याची सवय लागण्यासाठी आपण आपल्या मनाला वळण लावायला हवे. आपल्याला कुठे जायचे आहे, काय बनायचे आहे हे ठरवण्यासाठी आपण आपल्या सर्वोच्च आकलनक्षमतेचा उपयोग करायला हवा.

भावनिक जाणिवांच्या अधीन होऊन आपण जगू शकत नाही. आपल्या भावना क्षणिक असतात आणि त्यामध्ये वास्तव नेहमीच प्रतिबिंबित होते, असे नाही.

एखाद्या ठळक घटनेनंतर एका दमात कोणी बदलत नाही; आपली मानसिकता छोट्या छोट्या प्रसंगांतून बदलत असते

तुमच्या आयुष्यात काहीतरी धमाकेदार घडेल, नशीब पालटण्याचा असा एखादा क्षण अचानक येईल की, ज्या क्षणी तुमची सर्व भीती पळून जाईल आणि तुम्हाला सर्वकाही स्पष्ट दिसू लागेल, असे घडण्याची वाट तुम्ही पाहत राहिलात, तर तुम्ही आयुष्यात एकाच ठिकाणी अडकून पडण्याचे हे मुख्य कारण असू शकते.

असा क्षण कधीही येत नसतो.

नशीब पालटवणारे क्षण अचानक येत नाहीत. ते क्षण छोट्या छोट्या, परंतु महत्त्वाच्या बदलांच्या मालिकेतून टप्प्याटप्प्याने येतात.

तुमच्या मनाच्या कोपऱ्यात कुठे तरी दडून बसलेल्या कल्पनांकडे पुरेसे लक्ष वेधले जाऊन जेव्हा त्या स्पष्टपणे समोर येऊन तुमच्या विचारांवर स्वार होतात तेव्हा साक्षात्कार घडला, असे वाटते. असे क्षण हे सर्वकाही 'स्पष्ट' होण्याचे असतात. अशा क्षणांमध्ये तुम्ही जन्मभर ऐकत आलेला सल्ल्याचा अर्थ उमगतो. हे क्षण एखादी वर्तनपद्धती अनेक वर्षे तुमच्या अंगवळणी पडलेल्या सवयींचे रूपांतर तुमच्या सहजप्रवृत्तीत होण्याचे असतात.

मनाला थक्क करून टाकणारा, अचानक आलेला एखादा क्षण तुमचे आयुष्य बदलत नाही. पण छोट्या छोट्या बदलांची मालिका सोबत घेऊन आलेले क्षण तुमचे आयुष्य बदलवतात.

तासन्‌तास, दिवसेंदिवस, वर्षानुवर्षे, तेच ते सर्वसामान्य वाटणारे, एकसुरी काम करता करताच तो बदल घडवणारा क्षण येतो.

मनाला थक्क करून टाकणारा, अचानक आलेला एखादा क्षण तुमचे आयुष्य बदलत नाही. पण छोट्या छोट्या बदलांची मालिका सोबत घेऊन आलेले क्षण तुमचे आयुष्य बदलवतात.

एक लेखक आणि समाजमाध्यमांचे धोरणात्मक नियोजन करणारे रायन हॉलिडे यांच्या मतानुसार, 'एखाद्या गोष्टीचे अचानक आलेले भान तुमचे आयुष्य बदलवून टाकणारे ठरत नाही.'[१] एखाद्या क्षणी नेहमीपेक्षा संपूर्ण वेगळे असे काहीतरी केले म्हणून त्यामुळे दीर्घ काळ टिकणारे, खोलवर झिरपून रुजणारे बदल घडत नाहीत – त्यासाठी आपल्या सवयींना पूर्णतः नव्याने वळण देण्याची आवश्यकता असते. यालाच 'विज्ञानाचे तत्त्वज्ञान' या विषयातील तज्ज्ञ थॉमस कुन्ह याने 'पॅराडाइम शिफ्ट' (paradigm shift) म्हणजे 'दृष्टिकोनात मूलभूत फरक घडून येणे' असे नाव दिले. कुन्हने म्हटल्याप्रमाणे एक प्रकाशझोत आला आणि त्यामुळे आपली आयुष्ये बदलली, असे होत नाही; ती बदलण्याची प्रक्रिया सावकाश होत असते. या बदलण्याच्या काळात आपण पूर्वी गृहीत धरलेल्या अनेक गोष्टींवर नव्याने प्रकाश पडतो आणि त्यांचे नव्याने स्पष्टीकरण मिळणे गरजेचे वाटू लागते. बदलण्याच्या या गतिशील कालावधींमध्ये छोट्या छोट्या बदलांची मालिका सोबत घेऊन आलेले क्षण आयुष्य बदलायला कारणीभूत होतात आणि ठळक स्वरूपाचे बदल आकाराला येऊ लागतात.

छोट्या छोट्या बदलांच्या या मालिकेकडे, तुमच्या दैनंदिन जीवनातील बदलांमध्ये नित्य नेमाने होत जाणारी वृद्धी, या दृष्टीने पहा. छोट्या छोट्या बदलांच्या या मालिकेतील बदलांची तुलना तुमच्या रोजच्या एकवेळेच्या जेवणातल्या एका, एका घासाशी करता येईल. हा बदल एकदा घडतो, मग पुन्हा एकदा, मग पुन्हा एकदा आणि पुन्हा पुन्हा ते घडत राहते. काय घडते आहे, हे तुमच्या लक्षात येण्याच्या आधीच, एक नवीन वर्तनपद्धती तुम्ही आत्मसात केलेली असते.

तुम्ही प्रत्येक दिवशी नित्यनियमाने काय करता याचा तुमच्या आयुष्याची गुणवत्ता ठरवण्यामध्ये आणि तुमच्या यशामध्ये फार मोठा वाटा असतो. तुम्हाला तुमचे काम पूर्ण करावेसे 'वाटते की नाही,' याला महत्त्व नाही, तुमच्या वाटण्यापेक्षा, तुम्ही ते पूर्ण करता की नाही, हे महत्त्वाचे आहे.

हे असे आहे, कारण आयुष्याच्या वाटचालीचे फलित तुम्हाला काय वाटते, याने ठरत नाही, तर ते काही विशिष्ट तत्त्वांच्या आधारे आकाराला येत असते.

आज सकाळी तुम्ही काय केले, हे दखल घेण्याजोगे आहे, असे कदाचित तुम्हाला वाटणार नाही; पण तरी त्याचे महत्त्व आहेच. छोटी छोटी प्रत्येक गोष्ट पूर्वसंचयात भर टाकते हे कदाचित तुम्हाला जाणवले नसेल, पण तसे होत असते. परंपरेने विचारल्या जाणाऱ्या या कोड्याचा विचार करा : तुम्हाला काय आवडेल, आज एका दिवसात तुम्हाला एकदम शंभर कोटी डॉलर्स मिळणे, की रोज दुपटीच्या चक्रवाढ व्याजाने वाढत जाणारी एक पेनी, पुढच्या एक महिन्यासाठी मिळणे? आता या क्षणाला शंभर कोटी डॉलर्स एकदम हातात असणे ही कल्पना फारच सुखद असू शकते, पण त्याचबरोबर हेही खरे की, एकतीस दिवसांचा महिना असेल तर महिन्याच्या शेवटी रोज दुपटीच्या चक्रवाढ दराने वाढणाऱ्या, एका पेनीचे एक अब्ज डॉलर्स झालेले असतील.

आपण माणूस म्हणून मुळातच उणिवा असलेले अपुऱ्या क्षमतेचे प्राणी आहोत. आपल्याला स्वत:मध्ये मोठे बदल घडवून आणणे खूप अवघड आहे, असे नाही; पण आपण ते करू शकत नाही, कारण आपल्या सुरक्षित क्षेत्राबाहेर आपण तग धरू शकू, अशी आपली घडण झालेली नाही. तुम्हाला तुमच्या आयुष्यात बदल घडवायचे असतील तर त्यासाठी ज्या गोष्टींची तुम्ही निवड कराल, त्या गोष्टी तुमच्या अंगवळणी पडेपर्यंत तुम्हाला रोजच्या रोज, प्रत्येक तासागणिक छोटे छोटे, कदाचित फार महत्त्वाचे वाटणार नाहीत, असे निर्णय घ्यावे लागतील. आणि त्यानंतरही आयुष्यभर तुम्हाला तसे निर्णय सततच घ्यावे लागतील.

तुम्हाला तुमचा फोनवरचा वेळ कमी करायचा असेल तर आजच्या दिवशी किमान एकदातरी फोन उघडून बघायचे टाळा. तुम्हाला खाण्याच्या अधिक आरोग्यदायक सवयी लावून घ्यायच्या असतील तर आज काहीही खाण्याआधी किमान अर्धा कप पाणी प्या. तुम्हाला झोपेची वेळ वाढवायची असेल, तर काल झोपला होतात त्यापेक्षा किमान दहा मिनिटे आधीच झोपायला जा.

तुम्हाला जास्त व्यायाम करायचा असेल तर आज किमान दहा मिनिटे तरी व्यायाम करा. तुम्हाला वाचनाची सवय लावून घ्याची आहे, तर आज एक तरी पान वाचा. तुम्हाला ध्यान करायचे आहे, मग आज किमान तीस सेकंद तरी ते करा.

त्यानंतर या गोष्टी नेमाने करत रहा. प्रत्येक दिवशी त्या करत रहा. तुमचा फोन सारखा सारखा उघडून न पाहण्याची तुम्हाला सवय होईल. तुम्हाला जास्त पाणी प्यायची इच्छा होईल, आणि तुम्ही जास्त पाणी प्याल. तुम्ही दहा मिनिटे पळाल आणि मग आता थांबायला हवे, असे तुम्हाला वाटणारच नाही आणि तुम्ही थांबणारही नाही. तुम्ही एक पान वाचाल, तुम्हाला त्यात रस वाटू लागेल आणि तुम्ही पुढची पाने वाचाल.

आपल्या आंतरिक आणि शारीरिक अशा दोन्ही पातळ्यांवर कोणताही 'बदल' हा धोक्याची सूचना देणारा, जीवन-विघातक असू शकतो, असे आपल्याला वाटते. मग आपण स्वत:च स्वत:भोवती पिंजरे उभारतो आणि त्याला कुलुपे नसतानाही त्यामध्ये बंदिस्त होतो.

बळजबरीने स्वत:ला नवीन धाटणीच्या आयुष्यात ढकलण्याचा प्रयत्न करणे हा त्यावरचा उपाय नाही आणि म्हणूनच आजवर तसे करण्यातून कोणालाच काही उपयोग झाला नाही.

खरोखरीचा बदल घडवण्यासाठी, आता बदलण्याचा प्रयत्न करायला हवा, असे वाटू लागेपर्यंत थांबायची गरज नाही. तुम्हाला फक्त एका वेळेला छोटे छोटे बदल करत राहायचे आहे आणि त्यातून बदलासाठी आवश्यक असलेली ऊर्जा आणि बदलाचा वेग कसा वाढवत नेता येईल, हे पाहायचे आहे. आपल्या मनात प्रतिकूलतेचा प्रतिकार करण्याची क्षमता असते

तुमचा मेंदू, तुमचा सर्वांत मोठा विरोधक आहे का?

तुम्हाला तणावाखाली आणणाऱ्या बहुतेक घटकांच्या मुळाशी असलेली भीती अनाठायी आहे का?

तुम्हाला कधी असे वाटून गेले आहे का, की जणू काही तुम्ही स्वतःच समस्या ओढवून घेत आहात, जिथे कसलीही समस्या नाही तिथे ती निर्माण करता आहात, नको एवढी जास्त प्रतिक्रिया देता आहात, नको एवढा जास्त विचार करता आहात आणि नुकसान करून घेता आहात?

तुमचे उत्तर 'हो' असेल तर तुमचे अभिनंदन. तुम्ही स्वतःबद्दल जागरूक आहात.

तुम्हीही अगदी इतरांसारखेच आहात.

तुम्हाला कधी असे जाणवले असेल की, तुम्ही तुमच्याही नकळत आता कशाची काळजी करण्याची आवश्यकता आहे का, हे पाहण्यासाठी सारखे स्वतःच्या आयुष्याचे परीक्षण करत असता, तर मग तुम्हाला जे जाणवले आहे, ते बरोबर आहे.

ज्या गोष्टींची फारशी शक्यताच नाही, अशा गोष्टींवर आपले नियंत्रण असणार नाही. अशा गोष्टींची आपल्याला व्यर्थ भीती वाटत असते. जर एखादा धोका खरा असेल तर आपण त्याला घाबरत नाही – आपण त्याला तोंड देतो. केवळ आपले एखाद्या गोष्टीवर नियंत्रण असू शकणार नाही, हे कळल्यामुळे आपली काळजी वाढली असे होत नाही, मुळातच संभाव्य नसलेल्या एखाद्या गोष्टीची कल्पना करून ती आपण हाताळू शकलो नाही तर काय, या नुसत्या कल्पनेनेसुद्धा आपण काळजीत पडू शकतो.

मुळात आपल्या मनाला काळजी करण्याची गरजच का भासते?

आपल्याला जे आणि जेवढे मिळाले आहे त्याचा आनंद घेऊन आपण कृतज्ञ राहू शकत नाही का?

काही एका मर्यादेपर्यंत हे खरे आहे की आपण नक्कीच कृतज्ञ राहू शकतो.

पण आपल्या मनाची गंमत अशी आहे की त्याला प्रतिकूल परिस्थितीशी कल्पना करण्याची गरजही भासते आणि म्हणून आपल्या समोर जरी

कोणतीच खरोखरीची समस्या नसली तरी कल्पनिक समस्या निर्माण करत राहणे ही आपली सहजप्रवृत्ती असते.

आपल्या मनात प्रतिकूलतेला प्रतिकार करण्याची क्षमता असते म्हणजे प्रतिकूल परिस्थितीमध्ये त्याचे सामर्थ्य आणखी वाढते. एखादा प्रस्तर जसा प्रचंड दबावाखाली हिऱ्यामध्ये परिवर्तित होतो किंवा पुन्हा पुन्हा जंतुसंसर्ग झाल्याने प्रतिकारशक्ती जशी वाढते, त्याचप्रमाणे मनाला आव्हानाच्या स्वरूपात उत्तेजना (stimuli) मिळण्याची गरज असते.

तुम्ही जर आयुष्यात कोणत्याही प्रकारचे खरोखरीचे आव्हान स्वीकारण्याचे टाळत राहिलात तर तुमचा मेंदू एखादी कृत्रिम समस्या तुमच्यापुढे उभी करून त्या गोष्टीची भरपाई करतो. मात्र, या सगळ्याच्या शेवटी कोणत्याही प्रकारचे बक्षीस मिळणार नसते. ती फक्त आयुष्यभराची, तुम्हाला स्वत:शीच लढावी लागणारी लढाई असते.

कसल्याही त्रासापासून स्वत:ला वाचवण्यासाठी, आनंद, सुख मिळवण्यासाठी आत्यंतिक धडपड करत राहणे, हा एक सांस्कृतिक पैलू आहे. त्याद्वारे आयुष्य मुळात 'सुखाचे' आहे आणि आपल्याला आव्हानात्मक वाटणाऱ्या गोष्टी या दुर्दैवाने घडतात, असा आपला समज होतो. हा समज आपल्याला मानसिकरीत्या दुबळे करणारा असतो.

प्रतिकूल परिस्थिती उद्‌भवू नये म्हणून स्वत:ला वाचवण्याचा प्रयत्न करत राहिल्याने आपण अस्वस्थता, भय आणि गोंधळ या गोष्टींना अधिकच बळी पडतो.

काही लोक नेहमी नुसत्याच काल्पनिक समस्या निर्माण करतात आणि तसे करण्यापासून ते स्वत:ला थांबवू शकत नाहीत, कारण स्वत:च्या आयुष्यावर नियंत्रण ठेवण्यासाठी ते कसलीही हालचाल करत नाहीत. 'असेल माझा हरी तर देईल खटल्यावरी' अशा पद्धतीने त्यांनी स्वत:च्या आयुष्याची सूत्रे दुसऱ्याच्या हातात दिलेली असतात. त्यांचे आयुष्य हे त्यांच्या कर्तृत्वाने घडणार आहे, असा विचार ते करत नाहीत. त्यांना असे वाटत असते की

त्यांचे आयुष्य आपोआप पुढे सरकेल.

अशा परिस्थितीत कोणाला भय नाही वाटणार?

पण प्रतिकूल परिस्थिती तुम्हाला क्रियाशील आणि निर्मितिक्षमही बनवते. पण हे मात्र बहुतेक लोक तुम्हाला सांगत नाहीत. तुमच्यातले सुप्त गुण जे एरव्ही लक्षात येत नाहीत, ते प्रतिकूल परिस्थितीमध्ये कार्यरत होतात.

मानवी कहाणीतला काही भाग हा कशावरतरी मात करत राहण्याच्या इच्छेसंबंधी असतो, हे लक्षात घ्यायला हवे.

कशा ना कशावर तरी मात करत राहण्याचीही इच्छा मर्यादेत ठेवणे ही जगण्यातली खरी युक्ती आहे. तुमच्या सुरक्षित कोशातून बाहेर पडा आणि चांगल्या कारणासाठी वेदना सहन करण्याची तयारी ठेवा.

जगातील भूक-कुपोषण किंवा राजकारण, आणखी अशाच काही खरोखरीच्या समस्यांकडे लक्ष द्या.

पण सर्वाधिक महत्त्वाचे काही असेल तर आपल्या आयुष्यातील ज्या गोष्टींवर आपले नियंत्रण असू शकते त्या गोष्टींचे नियंत्रण करणे. तुम्ही नीट विचार केलात तर आयुष्यातल्या बहुतेक गोष्टी तुम्ही नियंत्रित करू शकता. प्रतिकारक्षम गोष्टींना त्यांचा कस लागण्यासाठी तणाव, विरोध, प्रतिकूलता आणि वेदना या गोष्टी गरजेच्या असतात. त्यायोगे जुनाट गोष्टी मोडून नव्याने काहीतरी घडवता येते. आपल्या भावनांचा बागुलबुवा करण्यापेक्षा आणि जीवनाच्या बाह्य परिघावरच थांबून राहण्यापेक्षा जीवनाशी खोलवर नाते जोडून, जीवनाचा अंगभूत हिस्सा बनून, आपण हे साध्य करू शकतो.

तुम्ही कायम बाह्य परिघावर राहू शकत नाही, आणि तुम्हाला तसे करण्याची इच्छाही नसते. जीवनातील खडतरपणावर संपूर्ण नियंत्रण मिळवण्यासाठी तुम्ही बनले आहात. पुढे व्हा आणि जीवन जगायला सुरुवात करा.

नवीन बदल तडजोडीचा धक्का सोबत घेऊन येतो

तुम्हाला ज्या अनेक गोष्टी सांगितल्या जात नाहीत, त्यांतली एक गोष्ट विशेषत्वाने लक्षात घ्यायला हवी. आयुष्यातल्या सकारात्मक बदलानंतर ताबडतोब सुखाचा अनुभव तुम्हाला कदाचित येणार नाही आणि नेमकी हीच गोष्ट तुम्हाला अतिशय गोंधळात टाकणारी असते.

तुमच्या मानसिकतेचे सत्य हे आहे : कोणतीही नवी गोष्ट, ती चांगली असली तरी ती लगेच तुमच्या अंगवळणी पडत नाही, आणि जोपर्यंत ती अंगवळणी पडत नाहीत, तोपर्यंत अस्वस्थ करणारीच असते.

आपला मेंदूसुद्धा उलट्या पद्धतीने काम करतो, काही वर्तनपद्धती, सवयी किंवा नातेसंबंध कितीही हानिकारक किंवा विनाशक असले तरी त्या अंगवळणी पडलेल्या असतील, तर त्याच मेंदूलाही सवयीच्या झालेल्या असतात आणि त्याच आपल्याला चांगल्या वाटतात.

आयुष्यातील सकारात्मक वाटणारे प्रसंग प्रत्यक्षात नैराश्य निर्माण करू शकतात. त्याची काही कारणे असतात : त्यातले पहिले कारण म्हणजे आधी मनाच्या सुखद अवस्थेचा एक परमोच्च बिंदू आणि नंतर त्यात होणारी घसरण ही स्थिती मनावरचा ताण वाढवणारी ठरू शकते. दुसरे कारण म्हणजे एखादाच सकारात्मक प्रसंग सर्व तणाव नष्ट करेल आणि पूर्वी कधीही वाट्याला आले नाही असे सुख बरोबर घेऊन येईल, ही अपेक्षा विनाशक ठरते. एखाद्या सकारात्मक प्रसंगामुळे सर्व तणाव नाहीसा झाला असे क्वचितच घडते. विवाह, अपत्यजन्म किंवा एखाद्या नवीन नोकरीवर रुजू होणे यांसारखे सकारात्मक प्रसंगही अतिशय तणावपूर्ण असू शकतात. सकारात्मक प्रसंगांमुळे आयुष्यात लक्षणीय बदल निश्चितच घडतो. पण आपण न बोलता हे गृहीतच धरलेले असते की हा बदल चांगल्यासाठी असणार आहे आणि आपली बेचैनी व ताण पूर्णपणे संपणार आहे.

पण प्रत्यक्षात असे होत नाही याचा शोध लागणे हे फार धक्कादायक असते.

सर्वसाधारणपणे, यातून एकच सरळसाधी गोष्ट निष्पन्न होते की, आयुष्यातला कोणताही इतर बदल, कोणतेही कर्तृत्व, यशप्राप्ती किंवा जरी सकारात्मक असला, तरीही हा शेवटी बदलच असतो. बदल म्हणजे ताण. विशेषत: ज्यांना बेचैनी आणि नैराश्य लगेचच येते, त्यांच्या बाबतीत हे विशेष खरे आहे, कारण त्यांना स्वत:चे मन:स्वास्थ्य टिकवण्यासाठी आसपास सगळे सुरक्षित असल्याची खात्री असणे आवश्यक असते. असे लोक बहुतेक वेळा आश्चर्य वाटावे इतके कडक शिस्तीचे किंवा संकुचित वृत्तीचे असतात.

तडजोड करावी लागताना बसणाऱ्या धक्क्यामुळे दिसणारी लक्षणे काय असतात?

वाढलेली बेचैनी आणि चिडचिड ही तडजोड करावी लागण्याच्या धक्क्यामुळे दिसणारी लक्षणे असू शकतात. पण बहुतेक वेळा ही लक्षणे वरवर दिसतात त्यापेक्षा कितीतरी अधिक गुंतगुंतीची असतात.

तडजोड करावी लागण्याच्या धक्क्याची लक्षणे बऱ्याचदा अति संवेदनशीलतेच्या (hypervigilance) स्वरूपात प्रकट होतात. तुमची आर्थिक परिस्थिती सुधारली तर लगेचच तुमचे मन आता पुढे आजरवी प्रगती होईल की नाही, एखादे खूप मोठे देणे चुकवावे लागेल का, नव्याने लागलेली नोकरी सुटेल का, याची काळजी करू लागते.

तडजोड करावी लागण्याच्या धक्क्यामुळे तुमच्या मनातील सुप्त असणारे पाश (attachments) आणि पूर्वग्रह वर येतात. श्रीमंत लोक नैतिकदृष्ट्या भ्रष्ट असतात, असा विश्वास लहानपणापासून तुमच्या मनावर बिंबवला गेला असेल तर तुम्ही आर्थिक सुबत्तेला प्रतिबंध कराल. लोकांकडून खूप प्रेम मिळावे म्हणून प्रसिद्धी मिळवण्याची तुमची आंतरिक इच्छा असली तरी प्रत्यक्षात तुम्ही प्रसिद्धीपासून दूर राहण्याचा प्रयत्न कराल; कारण सर्वसाधारण माणसांच्या तुलनेत 'प्रसिद्ध' व्यक्तींना समाजाच्या टीकेला आणि तिरस्काराला जास्त तोंड द्यावे लागते, हा मनात दडलेला विश्वास त्याच्या मुळाशी असतो.

तडजोड करावी लागण्याच्या धक्क्यामुळे भीतीची तीव्र भावना वर येऊ शकते. कारण जेव्हा आपण आपल्याला खूप मनापासून हवे असलेले काहीतरी मिळवतो किंवा ते मिळवण्यासाठी आपण खूप दीर्घ काळ कष्ट उपसलेले असतात, तेव्हा ते केव्हाही हातातून निसटून जाऊ शकते, अशी काळजी वाटते. तसे होऊ नये म्हणून त्याला अजषक सुरक्षित करणे ही आपली सहजप्रवृत्ती असते. ते सुरक्षित करण्यासाठी आपण त्याभोवती दृश्य-अदृश्य भिंती उभारतो आणि ते हातून निसटल्याच्या अनुभवापासून वाचण्यासाठी स्वत:ला कठोर बनवतो.

अनेकदा आपल्याला अगदी मनापासून खूप हव्याशा वाटणाऱ्या गोष्टींपासूनसुद्धा आपण दूर पळण्याचा प्रयत्न करतो.

असे दूर पळण्यामागचे नेमके कारण आपल्याला नेहमी माहीतच असेल, असे नाही. पण तरीही हे खरे आहे की त्यामागे तडजोड करावी लागल्यामुळे जो धक्का बसतो, त्या धक्क्यामुळे उमटलेली कोणतीतरी प्रतिक्रिया असते.

आपल्याला जे जे हवे ते सर्व मिळणे ही गोष्ट भीतिदायकही असू शकते. जेव्हा सर्वकाही मिळते तेव्हा जीवनसंघर्षात टिकून राहण्यासाठी आवश्यक असलेल्या, भीतीवर आधारलेल्या मानसिकतेतून आपण बाहेर पडतो आणि मिळालेल्या स्थैर्यामुळे आता काळजी करण्याचे काहीच कारण नाही, असे वाटून आपण निवांत होतो. जीवनसंघर्षात टिकून राहण्यासाठी जर आपल्या मूलभूत धारणा विकसित झालेल्या असतील तर अशा तऱ्हेने निवांत झाल्यावर खरे म्हणजे स्वत:ला सिद्ध करण्याची वेळ असते.

केवळ जीवनसंघर्षात टिकून राहण्यासाठी धडपड करण्याची गरज आता संपलेली असते आणि आयुष्यातल्या अधिक वरच्या पातळीवरच्या प्रश्नांचा विचार करण्याचे स्वातंत्र्य आपल्या मनाला लाभलेले असते : 'माझ्या अस्तित्वाचा हेतू काय? माझ्या जगण्याचे सार्थक झाले का? आपले आयुष्य जे आणि जसे असणे अपेक्षित होते, तसे ते आहे का?'

आपली एक सर्वसाधारण समजूत असते की, यशाची मोठमोठी शिखरे पार केली म्हणजे आपोआपच आपली आयुष्यातली मार्गक्रमणा सोपी होणार

आहे. पण प्रत्यक्षात असे क्वचितच असते. जेवढे मोठे यश, तेवढ्याच मोठ्या जबाबदाऱ्या! आपल्याला आपल्या मर्यादेत ठेवण्याची ही आयुष्याची रीत आहे. जेवढ्या मोठ्या जबाबदाऱ्या अंगावर पडतील तेवढ्या मोठ्या समस्या मोठ्या होतात. त्यांचा अधिक खोलवर जाऊन विचार करणे आवश्यक असते. स्वत:च स्वत:ची उलटतपासणी करावी लागते आणि आपल्याला जे आधीपासून ज्ञात आहे, त्याची यथार्थता तपासावी लागते.

मिळालेल्या मोठ्या यशामुळे व्यक्ती म्हणून स्वत:लाही उदात्ततेच्या, उमदेपणाच्या अधिकाधिक वरच्या पायऱ्या चढण्याची जबाबदारी आपल्यावर येते. हे आपल्या आयुष्यासाठी सर्व दृष्टींनी सकारात्मकच असते, हे नि:संशय! पण फार नाही, तरी आपल्या यश मिळवण्याच्या धडपडीतकेच ते कष्टाचे असते.

तडजोड करावी लागताना बसणाऱ्या धक्क्यातून मी सहीसलामत बाहेर कसे पडायचे?

जेव्हा तुमच्या आयुष्यात काही तरी सकारात्मक घडते तेव्हा त्या बदलाला अनुकूल अशा इतर मानसिक तडजोडी करण्याची तुमची तयारी हवी, ज्यायोगे सर्व गोष्टींची घडी नव्याने व्यवस्थित बसेल आणि तुमच्या मनात तयार झालेले भविष्यातील आयुष्याचे चित्र स्वयंपूर्ण, दीर्घकाळ टिकणारे असेल.

जर आवश्यकतेपेक्षा फारच जास्त पैसा असण्याबद्दल तुमच्या मनात काही शंकाकुशंका असतील, तर त्या पैशाचे नीट व्यवस्थापन कसे करायचे, हे शिकण्याची तुम्हाला आवश्यकता आहे. तुमच्या मनात नातेसंबंधांबद्दल काही गोंधळ असेल, तर पूर्वी तुम्ही जे कधीही केले नाहीत, ते आता करावे लागेल, इतरांना समजून घ्यायला शिकावे लागेल.

आयुष्यातला हा मोठा बदल, तुम्हालाही बदलण्यासाठी अनेक पद्धतींनी भाग पाडेल. तुम्हाला अपरिचित असलेल्या नव्या जगात प्रवेश करण्यासाठी तुम्ही तयार आहात, त्यासाठी पात्रही आहात, अशी तुम्हाला खात्री आहे. अशा वेळेस त्या जगात पहिले पाऊल टाकण्याची, तुमच्या मनातली भीती

घालवण्याचा उपाय एकच असतो. त्या अपरिचित जगाशी इतके समरस व्हायचे की, तुम्ही त्या जगाचाच एक हिस्सा आहात असे वाटायला हवे.

मानसिक संप्रेषण (सायकिक थिंकिंग) म्हणजे जाणतेपण नव्हे

आपण इथे 'मानसिक संप्रेषण' याबद्दल बोलत आहोत. आपला हात पाहून भविष्य सांगणारे किंवा निऑन साइनच्या फलकांवर जाहिरात करणारे, तंत्र-मंत्र करणारे व्यावसायिक, तुमचा चेहरा पाहून भविष्य सांगणारे, हा इथल्या चर्चेचा विषय नाही.

मानसिक संप्रेषण हे त्याहून अधिक सूक्ष्म पातळीवरचे आणि हानिकारक असते.

मानसिक संप्रेषणात दुसऱ्या माणसाच्या मनातील विचार किंवा त्या माणसाच्या मनातला हेतू काय आहे हे आपल्याला समजते, असे गृहीत धरले जाते. केवळ संप्रेषण करणाऱ्याला अत्यंत तीव्रतेने काहीतरी जाणवते आहे, म्हणून जे घडण्याची शक्यता जवळजवळ नगण्य आहे, नेमके तेच घडण्याची शक्यता त्याने केलेल्या भाकितांमध्ये गृहीत धरली जाते. यात तुम्ही ज्या मार्गावरून जाणे अपेक्षित होते त्या मार्गावरून न गेल्यामुळे जे आयुष्य खऱ्या अर्थाने तुमच्यासाठी होते, त्या आयुष्याला तुम्ही मुकलात, असा विश्वास ठेवता. एखाद्याबद्दल तुम्हाला केवळ खूप ओढ वाटते, म्हणून तीच व्यक्ती तुमच्या आयुष्याची आदर्श जोडीदार आहे, असा विश्वास ठेवता.

अर्थातच, इतर लोकांचा आपल्याकडे पाहण्याचा दृष्टिकोन हा वेगवेगळ्या संदर्भांत वेगवेगळा असतो. त्यांचे विचार, संवेदना आणि उद्देश आपल्याला थोडेफार माहीत असले तरी पुरेसे माहीत नसतात. त्याच्या आधारे जे काही थोडेसे समजेल, ते तेवढेच असते : 'थोडेसे' – बस्स तेवढेच! आपण अमुक एक मार्ग निवडायला हवा होता, असे खरे म्हणजे काही नसते. तसे वाटणे म्हणजे आपले आयुष्य आहे यापेक्षा वेगळे कसे असू शकले असते, असा विचार म्हणजे एका अद्‌भुतरम्य कल्पनेवर आपल्या गरजा आणि

आपल्या इच्छा यांचे फक्त प्रक्षेपण करणे असते. एखाद्याबद्दल खूप आकर्षण वाटते, याचा अर्थ तो किंवा ती आपला जन्मजन्मांतरीचा सोबती आहे असा होत नाही; प्रेम आणि अनुरूपता या दोन वेगवेगळ्या गोष्टी आहेत.

मानसिक संप्रेषणाच्या आधाराने केलेले भाकीत आपल्याला वास्तवापासून दूर नेते. त्या भाकीतामुळे तर्कशुद्धतेएवजी आपण आपल्या भावनांच्या आहारी जातो; अशा भावना ज्या अनेकदा चुकीच्या, बेभरवशाच्या आणि मुळातच आपल्या पूर्वग्रहाला अनुमोदन देणाऱ्या असतात.

मानसिक संप्रेषणाच्या आधाराने केले गेलेले भाकीत पटण्यासारखे तर नसतेच, पण तेवढेच नाही; ते तुमच्या मानसिक स्वास्थ्यासाठीही अजिबात चांगले नसते. मानसिक संप्रेषणाच्या आधाराने केलेले भाकीत बेचैनी आणि नैराश्य यांना जन्म देते. त्यामुळे आपल्याला फक्त भीती वाटते किंवा आपण अस्वस्थ होतो एवढेच नाही, तर त्या भाकितावर आपला विश्वासही बसतो. त्यात आपल्या भविष्यासंबंधी सांगितलेल्या सर्व गोष्टी खऱ्या आहेत, असे आपल्याला वाटू लागते. त्या भाकिताचा परिणाम आजचा आपला दिवस तितकासा बरा नाही, असे वाटण्यापुरता मर्यादित राहत नाही, तर आपण आपले पुढचे सगळेच आयुष्य भयंकर असणार आहे, असे त्या गृहीत धरू लागतो.

आपण कुठूनतरी किंवा कोणाकडूनतरी जेव्हा 'स्वत:वर विश्वास हवा' असे ऐकतो आणि जेव्हा केव्हा एखादा उत्तेजक विचार मनात उमटतो किंवा एखादी भावनिक जाणीव जागी होते, तेव्हा जणू काही आकाशवाणीच झाली आणि पुढे घडणार असलेल्या गोष्टींचा जणू संकेतच मिळाला, असे समजायला सुरुवात करतो.

हे खरे आहे की, ५० आणि ६०च्या दशकात, पॉप मानसशास्त्र (मानसशास्त्राची हलकीफुलकी आवृत्ती) लोकप्रिय झाले आणि मानसिक संप्रेषण हा विषय नव्याने प्रकाशझोतात आला. या काळात 'स्वत:वर विश्वास ठेवा, तुमचा अंतरात्मा सत्य जाणतो,' हे आध्यात्मिक गुरूंचे परवलीचे वाक्य बनले.

ते एका दृष्टीने खरेही आहे. तुमचे आतडे तुमच्या मस्तिष्क स्कंधाशी (ब्रेन स्टेम) खरोखरीच जोडलेले असते; तुमच्या आतड्यातले जीवाणू तुमच्या मनापेक्षाही जलद गतीने तुमच्या सुप्त जाणिवांना प्रतिसाद देऊ शकतात. म्हणूनच तुमच्या 'पोटातली जाणीव' तुमच्या सहजप्रवृत्तीशी सुसंगत असते. परंतु पोटातली जाणीव आणि ज्यांचा वास्तवाशी किंवा प्रत्यक्ष आयुष्याशी काही संबंध नाही अशी एखादी भीती किंवा एखादा क्षणिक विचार, यांच्यातला फरक ज्या लोकांना समजत नाही; अशा लोकांना जेव्हा स्वत:वर विश्वास ठेवण्याचा सल्ला दिला जातो तेव्हा ते धोक्याचे ठरते. असे लोक त्यामध्ये पूर्ण अडकतात आणि त्यांचे विचार मर्यादित होतात, कारण त्यांना प्रत्येक क्षणिक विचार खरा वाटू लागतो - केवळ खराच वाटतो असे नाही, तर तो विचार आपल्या भविष्याचा संकेतच आहे, असे ते गृहीत धरतात.

मानसिक संप्रेषणाच्या आधारे केलेले भाकीत म्हणजे आकलनाच्या संदर्भातील पूर्वग्रहांची एक मालिका असते, ते पूर्वग्रह खाली दिल्याप्रमाणे असतात :

पुष्टीकरण करणे (confirmation)

कोणताही क्षण असू दे, त्या क्षणी तुमच्या मेंदूमध्ये असंख्य उत्तेजना कार्यरत असतात. त्यातल्या फक्त १०% किंवा त्याहूनही कमी उत्तेजना सामावून घेणे जागृत मनाला शक्य असते. ही प्रक्रिया सुरू असताना तुमचे सुप्त मन सावध असते. मेंदूने न वापरलेली माहिती, भविष्यात कधी गरज पडली तर वापरता यावी, म्हणून ते ती माहिती साठवून ठेवते.

मात्र, आपल्या जागृत मनाने स्वीकारलेल्या दहा टक्के उत्तेजना कशासंबंधीच्या असतील हे आपल्या विश्वासप्रणालीवर अवलंबून असते. आपल्या मनात आधीपासून रुजलेल्या कल्पनांशी सुसंगत नसलेली माहिती गाळून टाकून, सुसंगत असेल तेवढीच माहिती आपल्यापर्यंत पोहोचवण्यासाठीच जणू काही आपला मेंदू काम करत असतो. याचा अर्थ असा की, आपल्यावर 'पुष्टिकरणाच्या पूर्वग्रहाचा' प्रभाव असतो, म्हणजे आपल्या मनात

आधीपासूनच असलेले विचार दृढ करण्यासाठी साहाय्यभूत होईल अशीच माहिती आपण स्वीकारतो. ज्या उत्तेजना पुष्टीदायक असतील, तेवढ्याच फक्त आपण आपल्या पूर्वग्रहाच्या पुष्टीकरणासाठी उपयोगात आणतो.

पूर्वाधारित अनुमान पद्धती (extrapolation)

पूर्वाधारित अनुमान पद्धतीमध्ये सद्य परिस्थितीची माहिती विचारात घेऊन त्या माहितीच्या आधारे भविष्यात काय घडू शकेल, याचा अंदाज बांधला जातो. रायन हॉलिडेने या अनुमान पद्धतीच्या अचूकतेच्या संदर्भात सूचक भाष्य केले आहे. त्याने म्हटले आहे : ''हा क्षण म्हणजे माझे संपूर्ण आयुष्य नव्हे. हा माझ्या आयुष्यातला एक क्षण आहे.''

पूर्वाधारित अनुमानामुळे आपल्याला असे वाटत राहते की, आपले व्यक्तित्व म्हणजे आपल्या भूतकाळातील किंवा वर्तमानकाळातील अनुभवांची एक गोळाबेरीज आहे. त्यामुळे असा एक समज तयार होतो की, जो काही तणाव किंवा अस्वस्थता आपल्याला सध्या जाणवत आहे, त्याच्याशी आपल्याला आयुष्यभर लढत राहावे लागेल. समोर असलेली समस्या आपण पाहू शकत नसल्यामुळे आपण गृहीत धरतो की ती समस्या कधीच सुटणार नाही. दुर्दैवाने, हा केवळ एक समज असूनही त्याचे रूपांतर आपोआपच भविष्यवाणीमध्ये होते आणि त्याच्यावर विश्वास ठेवला जातो. एखाद्या अनुमानाच्या प्रभावाखाली येऊन आपण जर इतक्या सहजासहजी हार मानणार असलो आणि आपल्या समस्येवर आपण कधीच मात करू शकणार नाही, असा गैरसमज निर्माण होतो. त्यामुळे आपण हताश होतो. तर्कनिष्ठ पद्धतीने समस्या सोडवण्याऐवजी हा गैरसमजच आपण दीर्घ काळ घट्ट पकडून बसतो.

सगळ्या जगाचे आपल्याकडे लक्ष असते, या भ्रमात राहणे

प्रत्येकाला असे वाटत असते की, सारे जग त्यांच्या भोवती फिरते. तुम्ही दिवसभर आणि दररोज फक्त स्वत:चा आणि तुम्हाला ज्याचे महत्त्व वाटते, त्या गोष्टींचाच विचार करत असता. इतर लोक आपल्याबद्दल फार खोलवर

विचार करत नसतात; तेही स्वत:बद्दल विचार करत असतात, हे आपल्याला कळत नाही.

जेव्हा आपण आयुष्यात सतत कोणती ना कोणतीतरी भूमिका वठवत असल्यासारखे किंवा आपले आयुष्य 'इतरांच्या नजरेसाठी' आहे अशा पद्धतीने वावरत असतो तेव्हा आपण सतत प्रकाझोतात उभे असल्यासारखे आपल्याला वाटू लागते. आपल्या वेंधळेपणाचे पूर्वीचे काही हास्यापद प्रसंग आपल्या लक्षात राहिलेले असतात आणि आपल्याला वाटत असते की, ते अजूनही ठळकपणे लोकांच्या स्मरणात आहेत. खरे सांगा इतर कुणी वेंधळेपणाने अशाच प्रकारे काही हास्यास्पद केल्याचे, किमान दोन-तीन प्रसंग तुम्ही स्पष्टपणे आठवू शकता का? अर्थातच तुम्ही आठवू शकत नाही. कारण तुमचे त्याकडे लक्ष नव्हते.

सगळ्या जगाचे आपल्याकडे लक्ष असते, अशा पद्धतीच्या विचारामुळे आपण केंद्रवर्ती आहोत आणि जग आपल्या भोवती फिरते, असा भ्रम झाल्यासारखे आपण वागतो, पण आपण जगाच्या केंद्रवर्ती नसतो.

या आणि अशा पूर्वग्रहांच्या आधाराने जेव्हा मानसिक संप्रेषण केले जाते, तेव्हा त्या आधारे वर्तवलेली जगाबद्दलची आपली गृहीतके आणि भावनात्मक संवेदना वास्तवाची जागा घेतात. असे होणे फार हानिकारक आणि अत्यंत चुकीचे असते. पुढे काय होईल, याचा वेध घेण्याचा प्रयत्न करत बसण्यापेक्षा आपली ऊर्जा जर संपूर्णपणे या क्षणावर - आध्यात्मिक गुरू म्हणतात, त्याप्रमाणे 'आताचा हा क्षण अनंत, कधीच न संपणारा असतो' - केंद्रित केली, तर त्या ऊर्जेचा उपयोग अधिक योग्य रीतीने होईल, कारण भूतकाळ आणि भविष्यकाळ हे भासमान असतात. आपल्या जवळ असतो तो फक्त वर्तमानकाळ.

पुढे काय होईल यात डोकावून पाहण्यासाठी तुमची बुद्धी वापरण्याचा प्रयत्न करण्याऐवजी तुम्ही आता जिथे, जसे आहात त्यात सुधारणा करण्यासाठी वापरा. त्यामुळे तुमच्या आयुष्याचे फलित खरोखरी बदलेल.

विपरीत (तर्कदोषाने युक्त) युक्तिवादाचा अवलंब केल्यामुळे तुम्हाला प्रचंड अस्वस्थता येते

आयुष्यात तुमच्या वाट्याला आलेली बहुतांश अस्वस्थता तुमच्या जवळ चिकित्सक विचार करण्याची पुरेशी क्षमता नसल्याचा परिणाम असते. तुम्ही कदाचित असे समजाल की अस्वस्थ असल्यामुळे तुम्ही अति विचार करता आहात. तुमच्या डोक्यात असंभव आणि भीतिदायक वाटणाऱ्या परिणामांच्या विचारांनी ठाण मांडलेले आहे.

असे असेल तर तुम्ही करत असलेल्या विचारांच्या तर्काच्या साखळीतील काही कड्या तुमच्या नजरेतून निसटल्या आहेत.

आपण पहिल्यापासून सुरुवात करू या. अस्वस्थता ही प्रत्येक व्यक्तीला आयुष्यात कधी ना कधी, विशेषत: ताणतणावाच्या किंवा भीतिदायक वातावरणात अनुभवाला येणारी एक सर्वसाधारण भावना आहे. अस्वस्थता जेव्हा कायमची होते आणि त्यामुळे रोजच्या कामाची घडी विस्कटू लागते, तेव्हा ती मानसिक आजाराचे रूप धारण करते.

शारीरिक आजाराच्या बरोबरीनेच मानसिक आजाराची गंभीरताही आपण जाणतो. परंतु एखाद्याच्या बाबतीत पाय मुरगळण्याची आणि वारंवार घोट्याला दुखापत होण्याची घटना अनेकदा घडत असेल तर केवळ वरवरची मलमपट्टी न करता, ती व्यक्ती अडखळून पडण्याचे मूळ कारण शोधले जाते. हे तसेच आहे. इतर अनेक आजार बहुतेक वेळेला जसे परिस्थितिजन्य असतात, तसेच अस्वस्थता हा आजारही अधिकतर परिस्थितिजन्यच असतो. विशेषत: तणावाची स्थिती दीर्घ काळ टिकून राहिली असेल तर परिणामी त्या तणावाचे रूपांतर कायम स्वरूपाच्या मानसिक अस्वस्थतेत होते.

आपल्याला जर यातून बरे व्हायचे असेल तर आपली मन:स्थिती नीट कशी जाणून घ्यायची आणि त्यातून बाहेर कसे पडायचे, हे शिकावे लागेल.

'मानसिक अस्वस्थता', असे निदान झालेल्या रुग्णांच्या, बाबतीतच हे लागू आहे असे नाही, सतत बेचैनी जाणवणाऱ्या प्रत्येकाला हे लागू आहे.

विचार करण्यासाठी पुरेसा अवधी न देता, खूप घाईघाईने विचार करून निर्णय घेणे हे अस्वस्थतेचे, बेचैनीचे निश्चित लक्षण आहे. एकाच विषयाचा विचार सतत आणि दीर्घ काळ घोळत असणं हे तुमच्या घाईघाईने निर्णय घेण्याच्या कृतीमागचे कारण असते. त्यामुळे तुम्ही त्या विषयाचा सर्वांगांनी विचार करत आहात; असे तुम्हाला वाटत राहते आणि प्रत्यक्षात त्या विचाराप्रमाणे घडण्याची शक्यता सर्वांत जास्त आहे, अशा निष्कर्षापर्यंत तुम्ही पोहोचता. प्रत्यक्षात मात्र नेमके उलट घडते.

असा घोळ होतो, कारण तुमच्या विचारप्रक्रियेत कुठेतरी तर्काची एक पायरी चुकलेली असते. तुमच्या विचारातली स्पष्टता हरवलेली असल्यामुळे तुम्ही एकदम टोकाच्या निष्कर्षापर्यंत पोहोचून, वाइटांतले वाईट घडणार असल्याची कल्पना करता, तुम्हाला धोक्याची जाणीव होते आणि मग एक तर संभवणाऱ्या धोक्याचा सामना करण्यासाठी तुम्ही सगळे बळ एकवटता किंवा स्वसंरक्षणासाठी माघार घेऊन पळ काढायला तयार होता. एकाच विषयाचा विचार तुमच्या मनात सतत आणि दीर्घ काळ घोळत राहण्यामागे तुमच्या मनात सतत वाजणारी धोक्याची घंटा कारणीभूत असते. तो संभाव्य धोका जणू काही या क्षणी तुमच्या समोर उभा आहे अशा पद्धतीने तुमचे शरीरही प्रतिसाद देण्यासाठी उत्तेजित होते. जोपर्यंत तुम्ही त्या धोक्याला पूर्ण पळवून लावले आहे किंवा तुम्ही त्या धोक्यापासून दूर, सुरक्षित अंतरापर्यंत पोहोचला आहात, याची खात्री होत नाही; तोपर्यंत शरीर त्याचे काम करत राहते. तुम्ही सतत स्व-संरक्षणाच्या म्हणजे 'शत्रू'बद्दल सावध असण्याच्या पवित्र्यातच राहावे, याची काळजी घेते.

'विपरीत (तर्कदोषाने युक्त) युक्तिवाद' म्हणजे काय?

तुम्हाला भीती वाटत नाही, अशा एखाद्या गोष्टीचा विचार करा. कदाचित असे काहीतरी, ज्याची तुम्हाला नाही, पण इतरांना भीती वाटते.

कदाचित तुम्हाला विमानात बसण्याची भीती वाटत नसेल. खूप जणांना त्याची भीती वाटते. कदाचित तुम्हाला एकट्याने राहण्याची भीती वाटत नसेल. खूप जणांना त्याची भीती वाटते. कदाचित तुम्हाला वचन देण्याची आणि ती पाळण्याची भीती वाटत नसेल. खूप जणांना त्याची भीती वाटते. नक्कीच अशी एखादी तरी गोष्ट असेल की, ज्याची तुम्हाला खरोखरी भीती वाटत नाही.

तुम्हाला भीती केव्हा वाटत नाही? जेव्हा तुम्ही विपरीत, तर्कदोषाने युक्त असलेल्या युक्तिवादाचा अवलंब करत नाही, तेव्हा तुम्हाला भीती वाटत नाही.

तुम्ही विमानात कसलीही भीती न वाटता चढत आहात आणि सुखरूपपणे विमानातून उतरत आहात, हे चित्र तुम्ही मनातल्या मनात साकार करू शकता. तुम्ही एकटे आनंदी आहात किंवा कुणाशीतरी आनंदाने वचनबद्ध झालेले आहात, हे दृश्यही तुम्ही नजरेसमोर आणू शकता. काही खूप वाईट घडायचेच असले तरी तुम्ही, त्या प्रसंगाचेसुद्धा सुरुवातीपासून शेवटापर्यंतचे संपूर्ण चित्र नजरेसमोर आणू शकता. त्यामुळे अशा प्रसंगी काय करावे लागेल, हे तुम्हाला माहीत असेल. त्यासाठीची योजना तुमच्या मनात तयार असेल.

जेव्हा तुम्ही विपरीत युक्तिवादाचा अवलंब करता, तेव्हा वाईट घटनेचा जिथे कळस होतो, त्या बिंदूवरच तुमची कल्पना अडकून राहते आणि तो बिंदू म्हणजेच सगळ्याचा शेवट आहे, असे तुम्हाला वाटते. तुम्ही त्या परिस्थितीत भयंकर घाबरलेले आहात, असे चित्र तुमच्या नजरेसमोर उभे राहते. मग त्या प्रसंगाच्या शेवटापर्यंतचा विचार तुम्ही करतच नाही; कारण तुम्ही घाबरलेले असता. तुम्ही त्या प्रसंगाला कसे सामोरे जाणार आहात, त्या प्रसंगातून सहीसलामत बाहेर कसे पडणार आहात, त्यानंतरच्या आयुष्यात पुढे कसे जाणार आहात, याचा विचारच करत नाही. हा विचार केला नाहीत तर त्या प्रसंगात तुम्हाला 'संपवण्याची' ताकद आहे, हे तुम्ही लक्षात घेत नाही.

म्हणूनच त्या भीतीचा सामना करणे आणि तिचा प्रत्यक्ष अनुभव घेणे हा एकच उपचार काल्पनिक भीतीसाठी सर्वांत अधिक उपयोगी पडतो. तुमच्या सुरक्षिततेला कसलाही धोका निर्माण होणार नाही, अशी तुमची खात्री करून दिल्यानंतर जर तुमचा तणाव वाढवणारा घटक तुमच्या समोर आणला

गेला तर तुम्ही शांत चित्ताने विचार करू लागाल, जे तुमच्यासाठी अधिक हितकारक असेल. थोडक्यात, तुमची खात्री होईल की, काहीही भीतिदायक घडले तरी तुम्ही स्वत:ला व्यवस्थित सांभाळाल (त्याच वेळेला हेही खरे आहे की, या विचारानंतर असा भीतिदायक प्रसंग सहसा उद्भवतच नाही).

काही झाले तरी एक गोष्ट निश्चित आहे, काही चुकीचे घडणार नाही, अशी व्यर्थ आशा करत राहणे म्हणजे मानसिक बळ असणे नव्हे. मानसिक बळ असणे म्हणजे काही चुकीचे घडलेच तर त्याचा सामना करण्याची ताकद आपल्यात आहे, हा विश्वास असणे.

कदाचित तो आत्मविश्वास तुमच्यात अजून आला नसेल. ते ठीक आहे. कोणामध्येच तो उपजत नसतो; काळ जाईल तसतसा तुम्ही तो हळूहळू वाढवत नेता. छोट्या छोट्या समस्या हाताळण्याच्या सरावातून, परिस्थितीशी जुळवून घेण्याच्या हितकारी युक्त्या आणि प्रभावी कौशल्ये शिकत, शिकत, तुम्ही आत्मविश्वास विकसित करता.

मुद्दा असा आहे की, आपल्या आयुष्यात घडू शकतील अशा हजारो भीतिदायक गोष्टी असतात. प्रत्येकाला त्याचा अनुभव येऊ शकतो. जर कोणी एकानंतर एक अशा तऱ्हेने भीतिदायक गोष्टींचा बाऊ करत असले, तर असे मुळीच नसते की त्यांच्या समोर तत्क्षणी काहीतरी भीतिदायक येऊ घातलेले आहे किंवा लगेचच काही धोक्याचा संभव आहे. त्यांनी तसे करण्यामागे एवढेच कारण असते की, असा प्रसंग आलाच तर ते त्याला तोंड द्यायला समर्थ आहेत, अशी आत्मविश्वास त्यांना नसते.

यातून बरे होण्यासाठी आपल्याला भीतिदायक प्रसंगाची शक्यताच मुळापासून नष्ट व्हावी यासाठी प्रयत्न करण्याची आवश्यकता नसते. फक्त परिस्थितीचा आवाका घेऊन त्या परिस्थितीचे नेमके स्वरूप समजून घेण्यासाठी योग्य तर्कावर आधारलेला विचार कसा करता येईल ते पाहायला हवे, आणि त्याप्रमाणे आवश्यक त्या पद्धतीने परिस्थितीला सामोरे जायला हवे.

बहुतेक वेळा समोर घडत असलेल्या प्रसंगांमुळे नव्हे, तर त्या प्रसंगांकडे बघण्याच्या आपल्या दृष्टिकोनामुळे आपल्या आयुष्यात आत्यंतिक स्वरूपाची

अस्वस्थता निर्माण होऊ शकते. त्याचप्रमाणे, आपण आपल्या दृष्टिकोनाच्या आधाराने भावनिक स्वातंत्र्य आणि भावनिक बळ पुनर्प्रस्थापितही करू असतो.

विपरीत अनुमान करण्यामुळे तुम्ही यशापासून दूर राहता

मानवी शरीराची चण/बांधा आणि त्याच्या आधारे केल्या जाणाऱ्या गटवारीच्या पद्धतीशी तुम्ही परिचित असाल तर तुम्हाला स्थूल चणीचा किंवा स्थूल प्रकृती (endomorph), मध्यम चणीचा किंवा मध्यम-प्रकृती (mesomorph) आणि सडपातळ चणीचा किंवा कृश प्रकृती (ectomorph), या संज्ञाही माहीत असतील. प्रत्येक जण थोड्याफार अंशाच्या फरकाने या तीनपैकी कोणत्या ना कोणत्यातरी गटात मोडतोच. तुमची चण/बांधा ज्या प्रकारची उपजत वैशिष्ट्ये दर्शवते, तो तुमच्या चणीचा/बांध्याचा, प्राथमिक गट असतो.[१०]

तुम्ही या गटवारीचा अभ्यास केलेला असेल तर तुम्हाला हे माहीतच असेल की, स्थूलप्रकृती शरीराचा कल चरबी साठवून ठेवण्याकडे असतो. या प्रकारच्या लोकांच्या बाबतीत असे गृहीत धरले जाते की, या प्रकृतीच्या व्यक्तींमध्ये अन्नपचनाच्या क्रियेचा वेग अति मंद असतो, पण ते चुकीचे आहे. स्थूलप्रकृती असण्याचा गुण ज्यांच्यामध्ये अनुवांशिकतेमुळे आलेला आहे, त्या व्यक्तींमध्ये अन्नपचनाच्या क्रियेचा वेग खरे म्हणजे सर्वोत्तम असतो. त्यांच्या पूर्वजांना जीवनसंघर्षात टिकून राहणे साधले म्हणून आज ते अस्तित्वात आहेत. त्यांच्या अन्नपचनाच्या क्रियेद्वारे जे होणे अपेक्षित आहे, तेच होत असते : नंतर आवश्यकता निर्माण झाली तर वापरण्यासाठी त्वरित उपलब्ध व्हावी, या हेतूने शरीरात चरबी साठवली जाते.

अति बुद्धिमान असलेल्या ज्या लोकांना अत्यंत तीव्र अस्वस्थता जाणवते, त्यांच्या बाबतीत असेच काहीसे घडते. तुम्ही हे गृहीत धरता की, हे लोक हुशार आहेत, त्यामुळे कोणतीही अनाठायी भीती घालवण्यासाठी ते योग्य तर्कावर आधारित युक्तिवादाचा उपयोग करू शकतील. (विपरीत युक्तिवाद किंवा स्वतःला अशा रीतीने युक्तिवाद करण्यामुळे अस्वस्थता निर्माण होते.)

त्यांचे मेंदूही जे अपेक्षित आहे तेच, म्हणजे विस्कळीत असलेल्या उत्तेजना (stimuli) एकत्र आणण्याचे आणि संभाव्य धोका ओळखण्याचे काम करत असतात.

अति बुद्धिमान लोकांकडे इतरांकडे नसलेली एक मानसिक क्षमता असते. ते अनुमान बांधू शकतात. बाकीचे लोक ज्या गोष्टींचा फक्त वरवरचा अर्थ तेवढा लक्षात घेतात, त्याच गोष्टींच्या गर्भितार्थापर्यंत पोहोचून ते त्या गोष्टींचा अन्वय लावू शकतात. म्हणूनच अतिशय उच्च बुद्ध्यंक असलेल्या लोकांना चारचौघांत वावरणे, गाडी चालवणे, यांसारख्या रोजच्या व्यवहारातल्या गोष्टी शिकून घेताना मात्र त्रास होतो, असे दिसते. लोकांच्या नजरेसमोर जेव्हा गोष्टींची एकच मिती दृश्यमान होत असते, तेव्हा अति बुद्धिमान लोकांना मात्र त्या गोष्टी त्रिमितीमध्ये दिसत असतात. ते नेहमीच जरुरीपेक्षा जास्त खोलात जाऊन विचार करतात. त्यांच्या या वैशिष्ट्यामुळे त्यांना इतरांपेक्षा अधिक निर्मितिक्षमता, उत्तम आकलनक्षमता, अचूक धोरण आखण्याची क्षमता आणि नवनवीन शोध लावण्याची क्षमता प्राप्त होते.

स्थूल प्रकृतीच्या व्यक्तीमधील अन्नपचनाच्या क्रियेचा वेग जसा त्यांच्या विरोधातही जाऊ शकतो, तसेच अति बुद्धिमान व्यक्तींच्या मेंदूचे कार्यसुद्धा त्यांच्या विरोधात जाऊ शकते. कारण पुरावा वैध असला तरीही कधीकधी त्याचा वापर तर्कदोष, पूर्वग्रह आणि चुकीचे गृहीतक यांच्या आधाराने, ‘विपरीत अनुमाने’ काढण्यासाठी केला जाऊ शकतो.

अशा वेळेस, म्हणजे जेव्हा तुम्ही अत्यंत अस्वस्थ असता, तेव्हा तुमच्या मेंदूमध्ये जे काही घडत असते, त्याच्या प्रभावाखाली अनेकदा तुम्ही अहेतुकपणे एखादी उत्तेजना निवडता आणि तिच्या द्वारे काही अर्थ काढता किंवा अंदाज बांधता. जेव्हा तुम्ही घाबरलेले असता तेव्हा तुम्हाला इजा करू शकेल अशा गोष्टी शोधण्याची आणि तुमच्यावर वेदनादायी अनुभवातून जाण्याची वेळ अजिबात येऊ नये म्हणून तुमचा मेंदू उत्तेजित होऊन एखादा छान मार्ग शोधण्याच्या खटपटीला लागतो, नेहमीपेक्षा जास्त वेगाने काम करू लागतो. तुम्ही जेवढे अधिक हुशार असाल तेवढी भीतीपासून दूर पळण्याची वृत्ती अधिक असते.

हे सगळे खरे असले तरी तुम्ही भीतीपासून दूर पळण्याचा जेवढा जास्त प्रयत्न कराल, तेवढी त्या भीतीची तीव्रता वाढत जाते, हेही तितकेच खरे आहे.

विपरीत अनुमान म्हणजे काय?

तुम्ही वैध पुराव्याच्या आधारावर काढलेला पण तरीही दोषयुक्त असलेला निष्कर्ष म्हणजे विपरीत अनुमान.

याचा अर्थ तुम्ही जे पाहत असता, ज्याचा अनुभव घेत असता, ते किंवा त्यासंबंधीचे तुमचे आकलन योग्य असूही शकते; पण त्याच्या आधारावर तुम्ही जी गृहिते बांधत असता, ती निर्दोष नसतात किंवा असंभव तरी असतात.

घाईघाईत केलेले सामान्यीकरण हे त्याचे उदाहरण आहे. सामान्यीकरण करणे म्हणजे तुम्हाला आलेल्या एखाददुसऱ्या अनुभवाच्या आधारे काही लोकांच्या संपूर्ण गटाबद्दल किंवा काही गोष्टींबद्दल ठोस दावा करणे. वंशवाद आणि वंशवादी पूर्वग्रहांच्या मुळाशी अशाच प्रकारचे सामान्यीकरण असते. विपरीत अनुमानाचे दुसरे उदाहरण म्हणजे एकमेकांशी काहीही संबंध नसलेल्या दोन घटना, फक्त एकापाठोपाठ या क्रमाने घडल्या म्हणून पहिली घटना ही दुसऱ्या घटनेचे कारण असल्याचे गृहीत धरणे (कावळा बसायला आणि फांदी तुटायला एक गाठ पडणे, याच अर्थाचा *post hoc ergo propter hoc*, असा एक वाक्प्रचार लॅटिनमध्ये आहे.)

जेव्हा तुम्ही फक्त दोन प्रकारच्या शक्यताच वैध असल्याचे गृहीत धरता तेव्हा असे असेल किंवा असे नसेल अशा प्रकारची एक द्विधा विभागणी तयार होते. अशा प्रकारे ‘हे नाही तर ते’ असे गृहीत धरून केलेले अनुमान हे विपरीत अनुमान असते. प्रत्यक्षात मात्र तुम्हाला कल्पनाही नसते इतक्या, म्हणजे दोनांहून कितीतरी अधिक शक्यता असतात. उदाहरण सांगायचे तर तुम्हाला तुमचे वरिष्ठ खाजगी भेटीसाठी बोलावतात तेव्हा तुम्ही गृहीत धरता की, एक तर तुम्हाला बढती तरी मिळेल किंवा तुम्हाला नोकरीवरून काढून तरी टाकले जाईल. आपण दुसरे उदाहरण पाहू. एखाद्या उतरणीवरून गडगडत आल्याप्रमाणे एका घटनेपाठोपाठ दुसरी घटना घडून, वेगवेगळ्या

घटनांची साखळीच तयार झाली; असे प्रत्यक्षात घडत नाही, तरीही तसेच होईल असे गृहीत धरणे, हे विपरीत अनुमानाचे उदाहरण आहे.

एक प्रकारे तुमचा मेंदू तुम्हाला वेगवेगळ्या मार्गांनी कसे चकवतो, याची ही फक्त एक-दोन उदाहरणे आहेत. क्षणभर मान्य करू की हे सगळे तुम्ही सतर्क आणि जागरूक राहावे म्हणून मेंदूकडून घडवले जाते, तरीही त्यामुळे कधीकधी संभाव्य धोक्याचे मनात तयार झालेले स्वरूप फुगत जाते. तुमच्या मेंदूला आणि म्हणून शरीराला मात्र हा फरक ओळखता येत नाही आणि मनाच्या काल्पनिक व्यवहारांना वास्तव समजून ते आल्या प्रसंगाला प्रतिसाद द्यायला तयार होते.

मी यात सुधारणा कशी करू शकतो?

विपरीत अनुमानाची सवय मोडायची असेल तर प्रथम आपल्या हातून ते होते आहे, याचे भान यायला हवे. बहुतेकांच्या बाबतीत आपण द्विधा विभागणी किंवा घाईघाईने सामान्यीकरण करण्याची चूक करत आहोत याचे भान आले की, तसे करण्याची सवय सोडून दिली जाते. त्या सवयीमुळे काय होते हे तुम्हाला समजलेले असते आणि तुम्ही तसे करणे बंद करता.

अर्थातच, तुमच्या मेंदूला तसे न करण्याचे वळण लावायला वेळ लागतो. तुमचे मन जणू काही आंतरजालावरील शोधयंत्र (search engine) आहे असे समजा. तुम्ही ज्याची मागणी केली तेवढीच माहिती ते तुम्हाला पुरवते. तुमच्या मेंदूमध्ये वर्षानुवर्षे तुम्ही एखादी माहिती अनेकदा प्रविष्ट केलेली (inputs) असेल तर ती काही काळ तरी पुन्हा पुन्हा आपोआप डोके वर काढत राहील. या माहितीचे आपोआप होणारे उत्क्षेपण (output) थांबवायचे असेल तर तुम्हाला तुमच्या मेंदूमध्ये नवीन विचार, पर्याय आणि नवीन उत्तेजना प्रविष्ट करण्यासाठी सातत्याने काम करावे लागेल.

असे करणे शक्य आहे एवढेच नाही, तर ते अपरिहार्यसुद्धा आहे. सातत्याने केलेल्या गोष्टीचा सराव होतो आणि सरावामुळे ती गोष्ट आपोआपच आत्मसात होते. सरावाने तुमच्या मेंदूतील सुरक्षिततेच्या कल्पनांबद्दलची चौकट बदलू लागेल आणि खूप उत्तेजित होऊन विचार करण्याची सवयही

हळूहळू बदलेल. तुम्ही सहजतेने तर्कशुद्ध विचार करू लागाल. आता जसे कोणत्याही गोष्टीने अगदी लगेचच अस्वस्थ होण्याची सवय तुमच्या अंगवळणी पडलेली आहे, तसेच शांत राहणेही तितकेच सहजपणे तुमच्या अंगवळणी पडेल. त्यासाठी काय आणि कसे घडते याचे भान असावे लागते आणि ते होण्यासाठी काही काळ जावा लागतो. पण ते नक्कीच होऊ शकते.

केवळ चिंता करण्याने स्व-संरक्षण करता येत नाही

तोच तोच विचार डोक्यात सतत घोळवत राहण्याची सवय अस्वस्थतेप्रमाणेच सर्जनशीलतेचेही मूळ आहे. अस्वस्थतेची सवय आणि सर्जनशीलता या दोन्हींचे नियंत्रण मेंदूच्या एकाच भागातून केले जाते.[११]

'उदास कलाकार' ही आपल्याला माहीत असलेली नेहमीची साचेबद्ध प्रतिमा तयार होण्याचे कारण मज्जसंस्थेच्या कार्याशी निगडित आहे. कोणताही कलाकार तुम्हाला सांगेल की, त्यांच्या आयुष्यातील सर्वाधिक कठीण काळात त्यांना अभूतपूर्व निर्मिती करण्याची प्रेरणा मिळाली. परंतु ते हे कधी सांगणार नाहीत की, निर्मितिक्षमता फक्त संकटकाळातच बहरते, असे मुळीच नाही.

हो, अर्थातच तसे नाही, हे तुम्हालाही पटते आहे. संकट ही अगदी टोकाची, क्वचित संभवणारी परिस्थिती आहे. आणि तरीही आपल्यापैकी किती जण 'क्वचित संभवणारी परिस्थिती' प्रत्यक्षात उद्भवेल या भीतीने घाबरून जातात? आपल्यापैकी किती जण त्या भीतीपासून वाचण्यासाठी जणू काही खरोखरीच संकट कोसळले आहे, अशा पद्धतीने रोजच वागत असतात?

याचा अर्थ स्व-ताडन (masochism) करून घेण्याकडे आपली प्रवृत्ती असते, असा होत नाही. आपण अत्यंत बुद्धिमान, उत्स्फूर्तपणे वागणारे प्राणी आहोत. आपल्या मेंदूला जे उमगते, ते असे : आपल्याला ज्याची सर्वाधिक भीती वाटते, त्याची कल्पना आधीपासून मनात असली तर आपण त्याला तोंड देण्याची योग्य ती तयारी करू शकतो. आपण तीच कल्पना पुन्हा पुन्हा घोळवत राहिलो तर आपल्या मनात त्या कल्पनेशी संबंधित असलेल्या परिस्थितीशी जणू काही परिचित असल्याची आणि त्यामुळे एक प्रकारची सुरक्षिततेची भावना

तयार होते. वादळाला तोंड देण्यासाठी आपण आधीपासूनच तयार राहिलो म्हणून आपले काही नुकसान होत नाही, असे आपल्याला वाटत असते.

पण तरीही नुकसान होऊ शकते.

मर्यादेपलीकडे चिंता करणे हा काही दोष नाही. तुम्हाला चिंता करण्याचे 'थोडे थांबवणे' आणि 'आयुष्याचा उपभोग घेणे' हे शक्य होत नाही म्हणजे तुमच्यात काहीतरी कमी आहे असे नाही. चिंता करणे ही सुप्त मनातील स्वसंरक्षणाची यंत्रणा आहे. ज्या गोष्टीबद्दल आपल्याला अत्यंत आस्था असते, ती गोष्ट गमावली तर सर्वाधिक दुःख होण्याची शक्यता जेव्हा आपल्याला भयग्रस्त करते तेव्हा आपण चिंता करतो. ज्यामुळे त्या शक्यते विरुद्ध आपल्याला लढता येईल.

तुम्हाला वाटणारी भीती वाटणे थांबवू शकेल असे पूर्णतः काय आहे? ते तुम्हाला हवे असते. ते तुम्हाला इतक्या तीव्रतेने हवे असते की, ते गमावू नये म्हणून चिंता करत तुम्ही तुमच्या मानसिक स्वास्थ्यावर पाणी सोडायला तयार होता.

तुम्ही असे करत असाल तर त्यात काही दोष नाही, पण तुम्ही तुमच्या विचारांची आहे ही दिशा बदलून तुमच्या पुढच्या चिंतामुक्त प्रवासासाठी नव्या दिशेने जायला तयार झालात, तर त्यातही काहीच चुकीचे नाही.

वास्तव हे आहे की, चिंता करण्याने जी सुरक्षितता मिळेल, असे आपल्याला वाटले होते तशी सुरक्षितता प्रत्यक्षात मिळत नाही. आपण भीतीवर विजय मिळवू शकत नाही. चिंता करण्यामुळे नकारात्मक शक्यतांची न संपणारी, लांबच लांब मालिका आपल्याला दिसू लागते. त्यामुळे आपल्या मानसिकतेत बदल होतो. वाइटांतल्या वाईट परिस्थितीची कल्पना आपण करू लागतो, त्याचा सतत विचार करू लागतो आणि परिणामी तशी परिस्थिती ओढवून घेतो. संकटसमय पुढ्यात उभा आहे अशी शंका जरी आली, तरी भयग्रस्त होणे ही आपली लगेचची प्रतिक्रिया असते, कारण आपला मेंदूने आणि शरीराने या संभाव्य महान संघर्षासाठी तयार राहण्याचा सराव प्रदीर्घ काळ केलेला असतो आणि त्या संघर्षातील सर्वप्रथम प्रतिक्रिया भयग्रस्त होणे असते.

आपण आधीपासून आपल्या भीतीवर सतत लक्ष केंद्रित केल्यामुळे जितका वाईट परिणाम होतो, तितका वाईट परिणाम ती भीती प्रत्यक्ष आपल्यासमोर उभी ठाकली तरी होणार नाही. तसे जर खोखरच घडले तर आपण परिस्थितीचा आवाका लक्षात घेऊ आणि आवश्यकतेनुसार हालचाल करू.

आधीपासून चिंता करण्यामुळे एका दुष्टचक्राची सुरुवात होते : जेव्हा कोणत्यातरी आभासी गोष्टीच्या संबंधात आपण वेड्यासारखी चिंता करतो, आणि ती गोष्ट प्रत्यक्षात घडत नाही – अर्थातच ती घडणारच नव्हती – आपल्या मनात चिंता आणि सुरक्षितता यांची सांगड घातली जाते. 'पाहिलेत? मी त्या गोष्टीचा इतका विचार केला की, सरतेशेवटी तिला मी पळवून लावले,' असे आपल्याला वाटते.

पण तसे खरेच झालेले नसते.

एखाद्याला चिंता करू नको आणि छान जगायला शीक, असे सांगितले तर उलटेच होते, त्या व्यक्तीची घाबरण्याची प्रवृत्ती अधिकच वाढीला लागते, कारण एक प्रकारे तुम्ही त्या व्यक्तीला सावधानता बाळगण्याची काहीच आवश्यकता नाही, असे न पटणारे काहीतरी सांगत असता. जेव्हा आधीच कडेलोट होऊ घातला आहे, असे तुम्हाला वाटत असते, नेमके तेव्हाच कोणीतरी असे सांगणे म्हणजे असलेला धोका आणखी वाढल्यासारखे वाटते. त्यामुळे तुम्हाला चिंता थांबवायला सांगणे, हा उपाय असू शकत नाही.

सुरक्षित वाटण्यासाठी तुम्हाला दुसरा काहीतरी मार्ग शोधायला हवा.

अमुक अमुक गोष्ट खरोखरीच घडली तर तुम्हाला किती घाबरायला होईल याची उजळणी करण्यात वेळ घालवण्यापेक्षा, दुसरा कुणी तुमच्या जागी असता आणि त्याच्यावर अशी वेळ आली असती तर त्याने परिस्थितीवर कशी मात केली असती, याचा विचार करा. तुम्ही समस्येच्या वर्तुळाबाहेर आहात, अशी कल्पना करा, कदाचित ती समस्या खरोखरची अडचण नसून तुम्ही एरवी जे केले नसते, ते करण्यासाठी ही एक संधीच तुमच्यासाठी उपलब्ध झाली आहे, असे समजा.

बिळात लपल्यासारखे आयुष्य जगण्यात आणि संभाव्य कष्टमय परिस्थितीला तोंड द्यावे लागेल, या भीतीतून मुक्त होण्याचा प्रयत्न करण्यात वेळ घालवण्यापेक्षा तुमचा आत्मसन्मान कसा वाढवता येईल ते पहा. मनात एक गोष्ट पक्की करा की तुम्हाला जरी पूर्ण अपयश आले, तरी तुम्हाला ज्याची भीती वाटते त्याप्रमाणे काहीही होणार नाही; कोणीही तुमच्याबद्दल काही वेडेवाकडे बोलणार नाहीत, तुम्हाला वाळीत टाकणार नाहीत, की तुमचा तिरस्कारही करणार नाहीत.

आयुष्यभर सतत एक चिंता संपली की 'आता कशाची चिंता करू', याच्या शोधात राहण्यापेक्षा आणि नंतर त्या चिंतेतून बाहेर कसे पडायचे याचा विचार करत बसण्यापेक्षा नवीन पद्धतीने विचार करायला शिका. ज्यायोगे तुमच्या लक्षात येईल की, एक परिपूर्ण आणि न्याय्य आयुष्य जगण्यासाठी तुम्हाला आधी वाइटाला नाहीसे करून मग चांगले आणण्याची धडपड करत राहण्याची आवश्यकता नाही. स्थैर्य आणि परिपूर्णता, आरोग्य आणि चैतन्य हे तुमचे जन्मसिद्ध हक्क आहेत. तुम्हाला हवे असलेले सर्व मिळवण्याची सवलत तुम्हाला उपजत मिळालेली आहे. तुम्हाला शांतिपूर्ण जीवन जगण्याचा हक्क आहे.

चिंता करणे फारच आदिम आहे, त्यामुळे आपण जणू काही विजय प्राप्त केला आणि आपण सुरक्षित आहोत, वाचलो आहोत, असे वाटण्याची आपली मूलभूत गरज भागते. पण त्याच वेळेस अशी गरज भासणे हे आपल्याला खटकतसुद्धा असते. असे खटकणे हा आपल्या व्यक्तित्वाचा विकसित पैलू असतो. तो आपल्याला सांगत असतो की चिंता करण्याची आवश्यकता नसते. त्यामुळे खरे तर ज्यांनी आपल्या जवळ असले पाहिजे, अशा आपल्याला हव्या असणाऱ्या माणसांपासून आपण दूर जातो.

तुमची भावनिक भूक भागवण्याचे इतर अनेक चांगले मार्ग आहेत, त्यासाठी चिंता करत तुम्ही तुमची आंतरिक शांती घालवून बसण्याची काहीपण गरज नाही.

प्रकरण ५

भूतकाळाच्या ओझ्यापासून मुक्त होणे

आपल्या आयुष्याच्या संपूर्ण प्रवासात आपण सतत स्वतःला नव्याने घडवण्याच्या प्रक्रियेतून पुढे जात असतो.

काळाच्या ओघात आपण बदलत राहणे स्वाभाविक असते, त्या बदलण्यातून आपण उत्क्रांत होत असतो. आपले शरीर सतत जुन्या पेशी नष्ट करून त्या जागी नव्या पेशींची निर्मिती करत असते. ही प्रक्रिया इतकी सातत्याने सुरू असते, की काहींच्या मते दर सात वर्षांनी आपले शरीर पूर्णपणे 'नवे' होत असते.[१२]

आपल्या बौद्धिक आणि भावनिक वाढीची प्रक्रियाही अशीच असते, पण त्याच्या आवर्तनाचा वेग शारीरिक वाढीच्या वेगापेक्षा कितीतरी पटींनी अधिक असतो. मग हे समजू शकते की, आपल्या मनाला सोसाव्या लागणाऱ्या असह्य यातनांचा काही भाग निसर्गतःच अतिवेगवान असलेल्या बदलाच्या या प्रक्रियेतून आलेला असतो. आपल्याला हा त्रास सोसावा लागतो, कारण आपले आयुष्य बदलत असले तरी आपण भूतकाळातल्या स्मृतींचे गाठोडे आणि साठलेला कचरा घट्ट धरून ठेवलेला असतो. गतकाळातील अनेक दिवसांच्या अवधीत घुसमटून राहिलेल्या भावना बरोबर घेऊनच आपण पुढे जातो, हळूहळू गतकाळातील आघातांचे ओझे आपल्या भविष्यातील आयुष्यावर ढकलण्याचा प्रयत्न करतो.

भूतकाळातल्या ओझ्यापासून मुक्त होणे ही एक प्रक्रिया आहे, आणि सरावसुद्धा - जो आपल्याला शिकावा लागतो. त्याची सुरुवात इथूनच होते.

भूतकाळापासून मुक्त होण्याची सुरुवात

तुम्हाला भूतकाळापासून मुक्त होण्याची किती मनापासून इच्छा आहे हे तुम्ही स्वत: जरी जाणत असलात तरी त्यासाठी तुम्ही स्वत:वर जबरदस्ती मात्र करू शकत नाही.

या क्षणी तुम्हाला तुमच्या पूर्वायुष्यातल्या या गोष्टींपासून मुक्त व्हायचे आहे : जुनी दुखणी, जुने प्रेमसंबंध आणि आयुष्यातल्या तुमच्या स्वत:च्या गरजा आणि इच्छा नाकारण्यात, मन मारण्यात, घालवलेल्या आयुष्याची तुम्हाला वाटत राहणारी खंत. आत्मघातातून बरे होण्यासाठी मागच्या या सर्व गोष्टी सोडून देण्याच्या प्रक्रियेतून जाणे आवश्यक असते.

पण म्हणून तुमच्या मेंदूच्या कक्षेत एकदा एखादी गोष्ट घट्ट बसली की ती तुम्हाला कितीही नकोशी वाटत असली, तरी तुम्ही तिला बळजबरीने बाहेर काढू शकत नाही.

जे इतक्या दीर्घ काळ घट्ट पकडून ठेवले आहे, त्याच्यावरची पकड तुम्ही सहजपणे सैल करू शकत नाही, थोडे विसावू शकत नाही आणि आतापर्यंत ज्याभोवती तुमचे संपूर्ण जग फिरत होते, त्या गोष्टीबद्दल विचार करण्याचे थांबण्यासाठी लागणारी इच्छाशक्ती एकवटू शकत नाही.

ते असे सहजासहजी होत नाही.

जेव्हा तुम्हाला कोणीतरी सांगते, 'आता मागचे मागे टाकून आयुष्यात पुढे जायला हवे,' ज्या दिवशी तुम्हाला एखाद्या गोष्टीतला पराभव स्वीकारावा लागतो, जेव्हा सगळी आशा संपली, असे वाटून हृदयाचा ठोका थांबल्याचा भास होतो, तेव्हाच्या एका निसटत्या सेकंदासाठीसुद्धा तुम्ही हे सगळे विसरायला तयार नसता.

त्या गोष्टींना आता थोडेसुद्धा महत्त्व द्यायचे नाही असे तुम्ही ठरवलेत, तरीही त्या गोष्टी तुम्ही सहजासहजी सोडून देत नाही. जे लोक आयुष्यात कधीच कोणत्याही गोष्टीशी अशा तऱ्हेने बांधले गेले नाहीत, त्यांना कदाचित ही गोष्ट पटणार नाही. ज्या लोकांना त्यांची सुरक्षितता, त्यासाठी असलेली व्यवस्था आणि प्रेम, यांसाठी एखाद्या विशिष्ट गोष्टीवर अवलंबून राहण्याची तीव्र गरज कधी भासली नाही, त्यांचा या गोष्टीवर विश्वास बसणार नाही.

जेव्हा लोक तुम्हाला अत्यंत थंडपणे, जणू काही त्यांना तुमच्या डोक्यात आणि हृदयात उठलेल्या वादळाची तीव्रता लक्षातच आलेली नाही, अशा पद्धतीने, ''द्या सोडून'', असे सांगतात, तेव्हा तुम्हाला राग येत असेल, तर त्यात तुमची काही चूक नाही.

ज्या गोष्टी टिकवून ठेवण्यासाठी आणि त्यांना पूर्ववत करण्यासाठी तुम्ही तुमच्या आयुष्यातला कितीतरी वेळ काम केलेत, त्या गोष्टींबद्दल तुम्हाला इतके निर्मम कसे होता येईल?

ते तुम्ही नाही करू शकणार आणि तुम्ही ते करणारही नाही.

तुम्ही ज्या दिवशी आयुष्याची नव्याने उभारणी करण्यासाठी एक पाऊल पुढे टाकण्याचा निश्चय कराल आणि अंथरुणापडून पडून आढ्याकडे बघत शांत होईपर्यंत रडून मोकळे व्हाल, त्या दिवशी तुम्ही मागचे सर्व मागे टाकू शकाल.

जेव्हा तुमच्या खरोखरी लक्षात येते की, तुमच्या आयुष्यात तुम्हाला जाणवणाऱ्या पोकळीभोवती तुम्ही आयुष्यभर फिरत राहू शकत नाही. तुमच्या पूर्वायुष्यात जे जसे होते, ते तसेच चालू ठेवणे हा पर्याय असू शकत नाही, तेव्हाच तुम्ही भूतकाळाची गाठोडी मागे टाकायला सुरुवात करता.

ज्या क्षणी तुमच्या लक्षात येते की, हाच तो प्रेरणादायी क्षण, या क्षणाची ही प्रेरणाच उत्प्रेरक (catalyst) ठरू शकते. हाच तो प्रत्येक कहाणीतील सर्वोच्च

क्षण आहे, ज्याभोवती चित्रपट बनवले जातात, पुस्तके लिहिली जातात आणि गीतांची रचना केली जाते, अशा त्या क्षणी तुम्हाला भूतकाळाशी जखडून ठेवणारे सगळे बांध तोडून टाकायला तुम्ही तयार व्हाल.

हाच तो क्षण आहे, जेव्हा तुम्हाला समजते की, स्वतःच्याच भंगलेल्या व्यक्तित्वाच्या छायेत उभे राहून तुम्हाला कधीच शांती प्राप्त होणार नाही.

तुम्ही काहीतरी नवे उभारलेत, तरच तुम्ही पुढे जाऊ शकाल.

जेव्हा तुम्हाला गुंतवून ठेवणारे, आकर्षून घेणारे आणि उत्तेजक वाटणारे, नवे आयुष्य तुम्ही उभाराल, तेव्हा जसजसा काळ जाईल तसतसे हळूहळू तुम्ही तुमचा भूतकाळ विसरत जाल.

जेव्हा आपण एखादी गोष्ट सोडून देण्याचा वरवरचा प्रयत्न करतो, तेव्हा त्यावरची आपली पकड अधिक घट्ट, अधिक पक्की होऊ पाहते, आपण त्या गोष्टीबद्दल थोडे जास्तच भावनिक होतो. आपल्याला एखाद्याने पांढऱ्या हत्तीचा विचार करू नका, असे सांगितले तर आपल्या चित्तात फक्त त्या पांढऱ्या हत्तीची प्रतिमाच उमटत राहते, हे तसेच काहीसे आहे.

याबाबतीत आपले हृदय आणि मन एकाच पद्धतीने काम करते. जोपर्यंत आपण स्वतःला सांगत राहतो की, आपण मागचे सगळे सोडून द्यायला हवे, तोपर्यंत त्याबद्दल आपल्याला अधिकच ओढ वाटते.

म्हणून स्वतःला काही सोडून द्यायला सांगूच नका.

त्याऐवजी तुम्ही स्वतःला असे सांगू शकता, 'तुला जेवढे वाटते तितके रडून घे. तू मोडून पडशील, सगळा सावळा गोंधळ होईल, होऊ दे, तुझे आयुष्य कोलमडून पडेल, पडू दे, त्याचा चुराडा होईल, होऊ दे.' स्वतःला सांगा की तुमच्या पूर्वायुष्याचा पाया ढासळणार असेल, तर ढासळू दे.

हे सगळे घडून गेल्यानंतर तुमच्या लक्षात येईल की अजूनही तुम्ही समर्थपणे उभे आहात.

या सगळ्या घडामोडीतून आणि त्यामुळे काहीतरी हरवल्याच्या भावनेतून तुम्ही परत भानावर याल, त्यानंतर तुम्ही जे काही नव्याने उभाराल ते इतके उत्तम, इतके नवलाईचे असेल की, जे घडले ते सर्व असेच घडावे ही गोष्ट पूर्वनियोजित होती, हे तुम्हाला आपोआपच उमजेल. या पद्धतीने तुम्हाला धक्का मिळाला नसता तर तुमच्या व्यक्तित्वातला आता ठळकपणे पुढे आलेला सुप्त पैलू कदाचित तसाच राहिला असता.

असो. स्वत:साठी नव्याने आयुष्य उभारायला आज एक पाऊल पुढे टाका आणि उद्या दुसरे. दिवसामागून दिवस एकेक पाऊल पुढे टाकत राहा, एकेक तुकडा जुळवत राहा.

आज नाही तर उद्या असा एखादा तास असा जाईल, की जे मागे पडले त्याचा विचार तुमच्या मनात आलाच नाही. मग एक पूर्ण दिवस, मग एक आठवडा... वर्षे आणि मग तुमच्या आयुष्यातील भूतकाळाचे काही सलग तुकडे काळाच्या ओघात वाहून जातील. तुम्हाला उमगेल की ज्या ज्या गोष्टींमुळे तुम्ही मोडून पडाल असे तुम्हाला वाटले होते, त्या सगळ्या गोष्टी आता फक्त दूरस्थ आठवणींच्या स्वरूपात शिल्लक आहेत, अशा आठवणी ज्यांच्याकडे मागे वळून पाहताना तुमच्या ओठांवर हलकेसे हसू येईल.

तुमच्या हातून निसटून गेलेल्या प्रत्येक गोष्टीबद्दल तुम्हाला खूप कृतज्ञता जाणवेल. जसजसा काळ पुढे सरकेल, तसतसे तुम्हाला समजेल की जो मागे गेला, तो मार्ग तुमच्यासाठी नव्हता. उलट तो तुमच्या मार्गातला अडसरच होता.

पूर्वानुभव विसरण्यासाठी मानसशास्त्रीय युक्ती

एखाद्या अनुभवातून जाण्याचा प्रवास संपला, याचा अर्थ तो अनुभवच संपून गेला, असे होत नाही.

जे अनुभव अपूर्ण राहिले आणि ज्या अनुभवांचे निराकरण झालेले नाही, असे अनुभव आपण आपल्या शरीरातील पेशींमध्ये स्मृतींच्या रूपाने साठवून ठेवतो. या गोष्टीचे आकलन होण्याच्या दृष्टीने पाहायचे झाले तर बरेचदा

असे दिसते की, आपल्याला जेव्हा जेव्हा काही हानी पोहोचली किंवा आपल्यावर काही आघात झाला, तेव्हा तेव्हा पुढे जाण्याची आपली गती खुंटली. अशा प्रसंगी आपण घाबरलो होतो, त्या भीतीतून आपण कधीच बाहेर पडलो नाही. परिणामी, त्या क्षणात आपण अडकलो आणि त्या क्षणापुरती आपली वाढ खुंटली.

बहुतेक वेळा, आपल्या हे लक्षात येत नाही की, ज्या अनुभवांमुळे आपल्याला सर्वाधिक वेदना झाल्या, त्या अनुभवांची आपली स्मृती कधीच अंधूक होत नाही : वेदनदायी असूनही त्या अनुभवांमध्ये असे काहीतरी असते, ज्यामुळे तेव्हा खोल कुठेतरी आपल्याला बरे वाटले होते. एवढेच नाही, अजूनही ते आठवले की बरे वाटते. कदाचित तो अनुभव प्रेमाचे नाते तुटण्याचा असेल, नाते तुटले हे आपल्या तुटण्याचे कारण नव्हते याची जाणीव झाली म्हणून आपण तुटलो होतो. प्रेम आपल्यासाठी योग्य नव्हते आणि तरीही ते प्रेम आपल्याला हवेसे वाटले. प्रेमाचे ते नाते तुटल्यामुळे, आपल्या आयुष्यातले काहीतरी हरवले किंवा आपले हक्काचे काहीतरी हरवले, म्हणून आपण उद्ध्वस्त झालो नाही, आपण उद्ध्वस्त झालो, कारण ती व्यक्ती किंवा ती वस्तू आपल्याला आपल्या आयुष्यात का हवीशी वाटली या जाणिवेमुळे.

जे अनुभव अनुभवण्याची तीव्र इच्छा अजूनही सरलेली नसते, अशा अनुभवांपाशी आपण मानसिकदृष्ट्या अडकून राहतो. आपल्या लक्षात हे येत नाही की, त्यापासून आपण आपली सुटका करून घ्यायला हवी, म्हणजे आपल्याला पुढचे पाऊल टाकता येईल आणि तो अनुभव वर्तमानात, खरोखरी अनुभवता येईल.

आपल्याला आपले आयुष्य जसे घडवायचे होते, ते घडवता न आल्याची कारणे मान्य करून गप्प बसून राहण्यापेक्षा, आपल्याला आपल्या इच्छेचे मूळ स्वरूप समजून घेता यायला हवे आणि ते मिळवणे अजूनही कसे साध्य होईल याचे मार्ग शोधायला हवेत.

तुम्हाला खरोखरीच भूतकाळातील एखादा अनुभव मागे टाकायचा असेल, तर तुमच्या स्मृतीच्या आधारे, तुम्ही पुन्हा एकदा त्या अनुभवात शिरायला

हवे. डोळे मिटा आणि काहीतरी ठीक नसल्याची जाणीव तुम्हाला शरीरात नेमकी कुठे जाणवते याचा मागोवा घ्या.

काहीतरी ठीक नसल्याच्या जाणिवेमुळे तुमच्या शरीरात उमटणारी संवेदना हे तुमच्या समस्येच्या मुळापर्यंत जाण्यासाठीचे प्रवेशद्वार आहे. त्या जाणिवेपर्यंत पोहोचल्यानंतर, तिलाच तिचे मूळ कुठे आहे ते विचारा. तुम्हाला एखादी विशिष्ट वेळ, जागा किंवा अनुभव आठवेल. कधीकधी त्या गोष्टीची स्मृती ताजी असते, अशा वेळेस तुम्हाला हे सगळे करण्याची गरज नसते, तुम्ही त्या गोष्टीची सुरुवात जिथून झाली, थेट तिथूनच त्या स्मृतीला पुन्हा उजाळा देऊ शकता.

आता तुम्ही लहान असताना कसे होतात, याची तुमच्या मनात जी प्रतिमा आहे, त्या प्रतिमेवर मनातल्या मनात एक कथा चिकटवायची आहे. त्या कथेमध्ये तुम्ही शारीरिक आणि मानसिकरीत्या पूर्णत: निरोगी आणि आनंदी आहात. आणि असे निरोगी आणि आनंदी असलेले तुम्ही, तुमच्यासाठी काय योग्य आहे, हे तुमच्या लहानपणच्या त्या प्रतिमेला सांगत आहात, अशी कल्पना करायला हवी.

याच पद्धतीने तुम्ही आतापेक्षा तरुणपणात ज्या पणात प्रेमभंग झाला, त्या वयाचे आहात अशी कल्पना करा. तेव्हाच्या त्या तरुण 'तुम्ही'बरोबर आताचे तुम्ही बसला आहात, आणि त्या तरुण 'तुम्ही'ला काही विशिष्ट सूचना देत आहात. जे घडले, ते कसे चांगल्यासाठीच घडले आणि त्या तरुण 'तुम्ही'ला त्या क्षणी ते कळले नसले, तरी त्याला यापेक्षा कितीतरी अधिक चांगला/चांगली जोडीदार मिळणार आहे, हे समजावून सांगत आहात, अशी कल्पना करा.

तुमच्या तेव्हाच्या तरुणपणचे 'तुम्ही' खूप उदास आहात आणि त्याने या मनोवस्थेतून बाहेर पडावे, यासाठी नेमके काय केले पाहिजे; म्हणजे त्याने या क्षणी कोणाशी बोलण्याची गरज आहे, त्याने कुठे जाण्याची गरज आहे, त्याने काय करण्याची सुरुवात करायला हवी आणि काय करणे थांबवायला हवे, याच्या सूचना आताचे 'तुम्ही' देत असाल.

सर्वांत महत्त्वाचे म्हणजे तुमच्या तरुणपणच्या 'तुम्ही'ला अगदी प्रत्येक गोष्ट, हो, हो अगदी प्रत्येक गोष्ट ठीक होणार असल्याची ग्वाही तुम्ही देत आहात, त्याची भीती खरी नाही, पुढे चांगल्याच गोष्टी घडणार आहेत आणि आयुष्याने चांगले वळण घेतले आहे, असे सांगत आहात, अशी कल्पना करा.

तुमच्या जुन्या पाशांमधून मुक्त होण्यासाठी आणि तुमचे मन पुन्हा एकदा वर्तमान क्षणाशी आणि वर्तमानातल्या गोष्टींशी जोडले जाण्यासाठी हे करणे भाग आहे.

भूतकाळात जे काही घडले ते बदलणे तुमच्या हातात नसले तरी त्याबद्दलचा तुमचा दृष्टिकोन बदलल्याने तुमची आताची स्थिती तुम्ही बदलू शकते. तुम्ही तुमच्या कहाणीत बदल आणू शकता आणि तुमचे आयुष्य बदलवू शकता. ज्या वयात तुमच्या उपजत 'स्व'रूपात असणे तुम्हाला शक्य झाले नाही, त्या तुमच्या पूर्वायुष्याचा तुम्ही निरोप घेऊ शकता.

यामागचे सत्य असे आहे की, जेव्हा तुम्ही एखाद्या गोष्टीशी अहितकारक पद्धतीने जोडले गेलेले असता, तेव्हा त्याबद्दलचा तुमचा दृष्टिकोन अवास्तव बनतो. त्यामागचे सत्य आपल्याला दिसत नसले तरी आपल्याला आपली मानसिकता अधिक समावेशक करून सत्याला सामोरे जण्याची गरज असते. आपल्याला पूर्वी जे मिळाले नाही, ते मिळावे म्हणून झटण्यापेक्षा आपण स्वत:ला भूतकाळापासून सोडवून घ्यायला हवे आणि आपल्याला हव्या असणाऱ्या आयुष्याची पुनर्निर्मिती करण्यासाठी या क्षणी सज्ज व्हायला हवे.

आपण जेव्हा असे सज्ज होतो तेव्हा कधीही न संपणाऱ्या संभाव्यतांच्या क्षेत्रात प्रवेश करायला आपण मोकळे होतो. त्यानंतर आपल्याला नेहमीच आपण जसे असावे असे वाटत होते तसे होण्याचे, आपल्याला जे निर्माण करायचे होते ते निर्माण करण्याचे, आणि आपल्याला जे नेहमीच हवेसे होते ते मिळवण्याचे स्वातंत्र्य आपल्याला मिळते. त्यासाठी हीच ती वेळ आणि हीच ती जागा आहे.

भूतकाळाचा पुन्हा पुन्हा विचार करणे याचा अर्थ त्या भूतकाळात तुम्हाला परत जाण्याची इच्छा असते, असा होत नाही.

मागे काय घडले, हे विसरणे तुम्हाला शक्य होत नाही म्हणून त्याच्या आठवणी पुन्हा पुन्हा जाग्या केल्याने तुम्हाला या क्षणी कदाचित बरे वाटेल, पण तसे केल्याने तुम्ही कायमचे समाधानी व्हाल, असे नाही.

जीवनाबद्दलची समजायला अत्यंत अवघड गोष्ट कोणती असेल तर ती म्हणजे जीवनाचे कधीही खंडित न होणारे निर्मम प्रवाहित्व! तुमची अत्यंत प्रिय व्यक्ती तुम्ही गमावलीत तर जग तुम्हाला दुखवट्याचे काही दिवस देऊ करते, पण त्यानंतर तुम्ही तुमचे आयुष्य नेहमीसारखे सुरू करावे, अशी अपेक्षा असते.

तुमची अत्यंत प्रिय व्यक्ती तुम्ही गमावल्यामुळे तुम्ही आयुष्य बदलवून टाकणाऱ्या, मनाची घालमेल व्हायला लावणाऱ्या आणि खोलवर आघात करणाऱ्या एका प्रसंगातून जात असता आणि तुमच्या लक्षात येते की, तुमच्या मनातल्या आताच्या भीतीचा विचार करत बसायला आसपासच्या लोकांजवळ फारशी सवड नाही.

तुमच्या काही गोष्टी स्वीकारल्या जातात : तुम्ही रडायला हरकत नसते, तुमचे दुःखी असणे किंवा तुम्ही आधी ठरवलेले छोटे-मोठे कार्यक्रम रद्द करणे, यांसारख्या गोष्टी क्षमावृत्तीने सगळे जण मान्य करतात. तुमची कामावरील काही दिवसांची अनुपस्थिती माफ केली जाते आणि एखाद्या माणसाजवळ तुम्ही तुमचे मन मोकळे केले, तर ते लक्ष देऊन ऐकून घेतले जाते.

पण तुमच्या अस्तित्वाचा इंचन्इंच ढवळून काढणाऱ्या एखाद्या गोष्टीची तीव्रता कमी करण्यासाठी आणि ती गोष्ट स्वीकारण्यासाठी काम करायला एखादा मानसिक-आरोग्य दिन पुरेसा होणार नाही. ही गोष्ट अशी नाही की, जग तुम्हाला पुरेसा वेळ देत नाही, हे निमित्त सांगून स्वतःवर काम करणे तुम्ही अर्धवट ठेवावे. तुम्ही ते सुरूच ठेवायला हवे.

एक दिवस तुम्ही जागे होता आणि तुमच्या लक्षात येते की, तुम्ही सर्वार्थाने आयुष्यात पुढचे पाऊल टाकले आहे. तुम्ही जिथून सुरुवात केलीत, तिथून अनेक मैल पुढे निघून आला आहात, इतके की आता तुम्हाला मागचे फारसे आठवतही नाही. तुम्हाला आता हे समजले आहे की, एक गोष्ट तुम्ही आतापर्यंत पूर्णपणे लक्षात घेतली नव्हतीत. ती म्हणजे, तुम्ही एखाद्या जागेपासून किंवा व्यक्तीपासून किंवा एखाद्या परिस्थितीपासून लांब जाऊ शकता...पण स्वत:पासून लांब जाऊ शकत नाही.

तुम्ही भूतकाळाचा विचार करत राहता याच्याबद्दल आश्चर्य वाटण्याजोगे काय आहे? भूतकाळ हा तुमच्या मनातला अंधारा कोपरा आहे. त्या विशिष्ट अंधाऱ्या कोपऱ्यावर प्रकाश टाकण्याची आणि तिथे सगळे ठीक आहे असे समजण्याची संधीच तुम्हाला कधी दिली गेली नाही. खरे म्हणजे, तुम्हाला कसलेच काही फारसे दिले गेले नाही.

तुमचे मन भूतकाळात अडकते, ते यामुळे नाही की, त्याला भूतकाळात रमायचे आहे; ते अडकते, ते तुमच्या मनावर झालेल्या आघातामुळे. तो आघात किती खोल होता याची कल्पना तुम्हाला कधीच आली नाही, त्या आघाताच्या नंतर उठणाऱ्या तरंगांचे धक्के, तुमच्या मनाला अजूनही बसत आहेत.

ते धक्के किरकोळ विचारांच्या स्वरूपात थोडे थोडे डोके वर काढत राहतात, पण त्या धक्क्यांचे जे प्रतिध्वनी उमटतात, त्यांमध्ये खूप सामर्थ्य असते की, ते तुम्ही पूर्वी जिथे होतात, तिथेच तुम्हाला ते प्रतिध्वनी अशा तऱ्हेने परत नेऊन सोडू शकतात, की जणू काही तिथून तुम्ही कधी बाहेर पडलाच नव्हतात, असे वाटावे.

तुम्ही देश सोडून जाऊ शकता, लग्न करू शकता, संपूर्ण नवीन उद्योगव्यवसाय उभा करू शकता, आणखी डझनभर लोकांना भेटू शकता, संपूर्णपणे नवीन मित्रांचा गट जमवू शकता, कधी नव्हतात इतके आनंदी आणि समाधानी असू शकता आणि तरीही तुम्ही तरुण असताना तुम्हाला जे सोसावे लागले, त्याच्या आठवणीने दु:खी होत राहता.

तुम्ही वरकरणी जरी वेगळे, बदलल्यासारखे वाटलात तरीही तुमचे तरुणपणचे मन, ते तुमचाच अविभाज्य भाग असते. ते तुम्हाला पुढे जाऊ देत नाही, तुम्ही मागे वळून पाहावे आणि त्याची दखल घ्यावी, हे त्याला हवे असते.

काळाबरोबर त्याची योग्य ती दखल घ्यायला तुम्ही निश्चितच शिकाल.

तुम्हाला आता जसे वाटते आहे, तसे वाटणे म्हणजे तुम्ही चुकीचे आहात किंवा खचलेले आहात, असे नाही. कुठलीही सशक्त व्यक्ती अशा परिस्थितीत जशी वागेल, तसेच तुम्ही वागलात. तुमच्या जागी आणखी कोणी असते तरी ते अगदी तुमच्यासारखेच वागले असते. त्यांना अगदी तुमच्यासारखेच वाटले असते.

तुमच्यावर आघात झाला, त्या वेळी त्याला तोंड देणारी तुम्ही एक सशक्त व्यक्ती होतात आणि त्या प्रसंगाला जसे धैर्याने तोंड द्यायला हवे होते, तसेच ते तुम्ही दिलेत.

तुम्ही एक अशी व्यक्ती आहात, जी त्या प्रसंगातून बाहेर आली आणि दुसरा पर्यायच नव्हता म्हणून पुढची वाटचाल करू लागली, पण त्या आघाताने भूतकाळातील तो प्रसंग तुमच्या स्मरणातून पूर्ण पुसला जाईल, इतका परिणाम तुमच्यावर होण्याइतके मानसिकरीत्या दुर्बल तुम्ही नव्हता.

त्या प्रसंगी काय घडले, हे अजूनही तुम्हाला आठवते आहे. ही सत्य परिस्थिती स्पष्टपणे हे दर्शवते की, तुम्हाला वाटते त्याहीपेक्षा तुम्ही जास्त सशक्त आहात. स्वत:वर इलाज करण्यासाठी तुम्हाला वाटते त्याहीपेक्षा अधिक इच्छुक आहात आणि तुम्हाला कल्पना नाही, इतके क्षमाशीलही आहात.

जरी तुम्ही तेव्हा आतून तुटलेली तीच व्यक्ती आहात, तरी तेव्हा होतात त्यापेक्षा आता तुमच्या व्यक्तिमत्त्वात बदल झाला आहे.

तुमचे आतून तुटलेले तेव्हाचे मन, अजूनही तुमच्या व्यक्तित्वाचाच एक भाग असले तरी व्यथेने तुटलेली तेव्हाची ती व्यक्ती आणि आताचे तुम्ही यांच्यात थोडा फरक आहे.

अवाजवी अपेक्षांचा त्याग करणे

तुमच्या बाह्य रूपाविषयी तुमच्या ज्या अपेक्षा होत्या, त्याप्रमाणे तुमच्या शरीरात कृत्रिमरीत्या वेडेवाकडे बदल करून झाले की, मग 'माझे रूप जसे आहे तसे ते मला आवडते,' असे म्हणायला काही विशेष धैर्य लागत नाही.

जेव्हा जगातील तुम्हाला हवी असलेली प्रत्येक गोष्ट तुमच्या हाताशी असते तेव्हा माझ्या जवळ किती मालमत्ता आहे; ती आहे की नाही, याने मला काही फरक पडत नाही, असे म्हणायला काही विशेष धैर्य लागत नाही.

जेव्हा तुमच्या जवळ भरपूर पैसा असतो, तेव्हा मला पैशाचा मोह नाही, असे म्हणायला काही विशेष धैर्य लागत नाही.

तुमच्यातले सगळे दोष दुरुस्त करून झाले, प्रत्येक आव्हानावर तुम्ही मात केली, की मगच, त्यानंतरच्या आयुष्यात तुम्हाला निश्चितपणे आनंद, शांती मिळेल असे तुम्हाला वाटत असेल, तर तुम्ही कोणतीच समस्या सोडवू शकणार नाही.

सगळे परिपूर्ण असल्याखेरीज तुमची बेचैनी दूर होणार नाही, हीच कल्पना तुम्ही पुन्हा पुन्हा उगाळत राहाल.

वास्तविक पाहता जर तुम्ही आयुष्यातील प्रत्येक गोष्ट जागच्या जागी लावण्याचा प्रयत्न करत असाल आणि तोच तुमच्या बरे होण्याचा उपाय आहे असे मानतअसाल तर तुम्ही आयुष्यात बदल घडवू शकत नाही.

तुमचे आयुष्य तेव्हाच बदलते, जेव्हा तुम्ही कोणत्याही मुखवट्याशिवाय जगामध्ये वावरता. तुम्हाला प्रगती करायची आहे, हे खरे असले तरी तुम्ही जिथे/जसे आहात त्यात तुम्हाला स्वस्थता लाभलेली असेल तरच तुमचे आयुष्य पुढे जाईल. तुम्ही तुमच्या अपेक्षेइतके देखणे नसतानाही स्वत:च्या दिसण्याबद्दल खंत करत बसला नाहीत, तरच तुम्ही तुमचे आयुष्य बदलू शकाल. तुम्ही पैसा, प्रेम आणि नातेसंबंध यांबाबतीत तत्त्वनिष्ठ असाल,

तुमच्या साहेबाशी वागता तितक्याच अदबीने अनोळखी व्यक्तींशीही वागत असाल आणि १०००० डॉलर्स जवळ असताना तुमचे व्यवहार जितके विनासायास सांभाळाल, तितक्याच सहजपणे ते १००० डॉलर्समध्येही सांभाळाल, तर तुम्ही आयुष्य बदलू शकाल.

कसलाही मुखवटा न चढवता समाजात वावरणे ही गोष्ट खरोखरी अडचणीची असते. जेव्हा ते करण्याची सुरुवात तुम्ही करता, तेव्हा तुम्ही स्वत:चे आयुष्य बदलता.

आपल्या आयुष्यात असणाऱ्या बहुतेक समस्या या मूळ समस्येपासून आपले लक्ष हटवत असतात, ती मूळ समस्या ही असते की, आपण या क्षणी जिथे आणि जसे आहोत, त्याबद्दल समाधानी नसतो.

म्हणून प्रथम आपल्या त्या मन:स्थितीवर उपाय करणे अत्यावश्यक आहे. सुरुवातीलाच आपण त्याकडे लक्ष द्यायला हवे. कारण बाकी सगळ्या समस्या त्यामधून उत्पन्न झालेल्या असतात.

आपण धैर्य एकवटून आपल्या असमाधानाचा सामना करायला हवा. तुमच्या असमाधानाचा विचार करताना तुमचे आतडे पिळवटून निघणार असले, कपाळावर आठ्या पडणार असल्या आणि याच्यावरचा उपाय आपल्याला कधीच सापडणार नाही, असे वाटणार असले (तो तुम्हाला सापडणार आहेच), तरी शांत चित्ताने बसून त्याकडे लक्ष द्या.

नेमके काय चुकते आहे हे कळण्यासाठी आपल्याला आपल्या असमाधानाच्या भावनेशी संवाद साधता यायला हवा. तसा प्रयत्न करत असताना शरीरात जाणवणाऱ्या संवेदना समजून घेता यायला हव्यात, त्यात (श्वासाच्या आधाराने) शिरता यायला हवे, मुळात समस्या आहे, ती ही की आपण असमाधानी आहोत या गोष्टीचा स्वीकार करता यायला हवा.

तुमची वास्तविक समस्या तुमच्या मनातले असमाधान ही आहे. आणि एकामागून दुसरी समस्या सोडवण्यासाठी आपण खुळ्यासारखे इकडून तिकडे

धावाधाव करत आहोत. कारण ज्या गोष्टींना आपण समस्या समजतो आहोत, त्या गोष्टी तर मूळ समस्येची वरवरची लक्षणे आहेत, हे आपल्या लक्षात आलेले नाही.

आपली पैशाची चिंता जेव्हा मिटलेली असेल तेव्हा आपल्याला काही शारीरिक व्याधी असेल का अशा कल्पनेने चिंता वाटू लागते. काही शारीरिक व्याधी नाही, असे असेल तेव्हा आपल्याला आपल्या नातेसंबंधांबद्दल शाश्वती वाटत नाही. आपल्याला ज्या ज्या गोष्टींची काळजी असते, त्या सगळ्या आपल्या मनासारख्या झाल्या. तरी आपले असमाधान संपत नाही. आपण आता पोहोचलो आहोत, त्यापेक्षा वरच्या पायरीवर जाण्याच्या, परिस्थिती बदलण्याच्या, सगळे काही ठीक करण्याच्या, समस्या असली तर ती काय आहे ही निश्चित करण्याच्या मागे लागतो, पण 'आपले असमाधान' या मूळ समस्येला हातच घालत नाही.

जेव्हा तुम्ही कोणत्याही मुखवट्याशिवाय जगामध्ये वावरायला सुरुवात करता, तेव्हा तुमचे आयुष्य मुळापासून बदलते.

तसे होते तेव्हा तुमच्या वाट्याला निर्हेतुक, निरपेक्ष प्रेम येऊ लागते. तुम्ही तुमची क्षमता पूर्ण पणाला लावून, अतिशय सहजपणे आणि फायदेशीर ठरेल, अशा तऱ्हेने काम करू लागता. तुम्ही हसू-खेळू लागता : तुम्ही पुन्हा एकदा सर्व गोष्टींचा आनंद घेऊ लागता. तुमच्या लक्षात येऊ लागते की, तुमची सगळी भीती टांगण्यासाठी तुम्हाला कोणत्या ना कोणत्यातरी खुंट्यांची गरज होती, त्यासाठी तुम्ही तुमच्या आयुष्यातल्या फुटकळ आणि सर्वसामान्य समस्या निवडल्या.

जेव्हा तुम्ही कोणत्याही मुखवट्याशिवाय जगामध्ये वावरायला सुरुवात करता, तेव्हा तुम्ही या असल्या मूर्खपणाला फाटा देता.

तुम्ही जणू काही जगाला सांगू पाहता की, हे माझे खरे रूप, तुमची खरी योग्यता आहे. आता तुमची योग्यता सर्वांना माहीत आहे, त्यामुळे तुमच्या मनातील प्रेमाची भावना आता फक्त स्वकेंद्री असण्याची आवश्यकता उरलेली नाही.

जेव्हा तुमच्या जवळ सगळेच असेल, तेव्हा तुम्हाला फक्त तुमच्या जवळ असलेल्या नीतिमूल्यांवर समाधान मानावे लागणार नाही, त्याहीपेक्षा ते जास्त काहीतरी असेल...

तुम्ही एकदा तुमचे ध्येय गाठलेत की इतरांचा तुमच्याबद्दलचा आदर तुम्ही 'तत्त्ववादी आहात', एवढ्यापुरताच मर्यादित राहणार नाही, त्याहीपेक्षा ते जास्त काहीतरी असेल.

तुमच्यावर जेव्हा कोणी प्रेम करेल, तेव्हा तुम्ही फक्त आनंदी आहात, असे होणार नाही, त्याहीपेक्षा ते जास्त काहीतरी असेल.

तुम्ही जेव्हा कसलाही मुखवटा न चढवता समाजात वावरू लागता, तेव्हा तुम्हीच तुमच्या आयुष्याची जुनी पठडी मोडीत काढलेली असते.

आयुष्यातल्या चांगल्या गोष्टी तुमच्या एखाद्या विशिष्ट पैलूसाठी राखून ठेवलेल्या आहेत असे आता होणार नाही (कदाचित, यानंतर तुम्हाला एखादा विशिष्ट मुखवटा चढवून समाजात वावरण्याची गरजच भासणार नाही, त्या मूळ स्वरूपातल्या चांगल्या गोष्टी, आताच्या 'तुमच्या'साठी आहेत).

समाजात मुखवट्याशिवाय, तुमच्या मूळ स्वरूपात कसे वावरावे आणि तुमच्या भावना मोकळेपणाने व्यक्त कशा कराव्यात, हे तुम्हाला जोपर्यंत समजले नव्हते तोपर्यंत आयुष्य चांगले आहे असे वाटणे, ही गोष्ट तुमच्यासाठी सहजसोपी नव्हती. तुमच्या मुखवट्याचे स्वत:शीच समर्थन करण्यासाठी तुम्हाला कोणत्यातरी बहाण्याची गरज सतत भासायची. आयुष्यातले असमाधान हा तुमचा बहाणा त्यासाठीच होता. मात्र असा बहाणा करण्याच्या तुमच्या गरजेबाबत जोपर्यंत तुम्ही अंधारात होतात, तोपर्यंत तुम्हाला तुमचे असमाधान दडवून ठेवावे लागत होते, आणि त्याचे उट्टे दुसऱ्या कशावरतरी निघत होते. आता त्याची कधीच गरज लागणार नाही.

तुम्ही आज कोणत्याही मुखवट्याशिवाय समाजात वावरत आहात - या क्षणी तुम्ही जसे, जिथे आहात तसे - आणि जे तुमच्या हक्काचे आहे ते

मिळवता आहात. जगाच्या दृष्टीने काय योग्य आहे याचा विचार करून, त्यानुसार मुखवटा चढवलेल्या त्या काल्पनिक तुमच्यासाठी, आता तुम्हाला काही नको आहे.

तुम्ही आता खरोखरी सशक्ततेकडे वाटचाल करत आहात.

वास्तविक पाहता या विश्वात परिपूर्ण असे काहीच नसते. भंगलेल्या जागा आणि पोकळ्या जर अस्तित्वात नसतील तर या विश्वात काहीही अंकुरणार नाही. निसर्ग हा अपरिपूर्णतेवर अवलंबून असतो. पृथ्वीचा पृष्ठभाग खंडित होतो तेव्हा त्यातून पर्वताचा जन्म होतो, ताऱ्यामध्ये अंत:स्फोट (इम्पल्शन) होतो आणि अतिनवताऱ्याचा (सुपरनोव्हा) जन्म होतो आणि एक ऋतू संपतो, तेव्हा दुसरा ऋतू सुरू होतो.

तुमच्या डोक्यात तुम्ही ज्या काही अपेक्षा गोळा करून ठेवल्या आहेत, त्या अपेक्षांना पुरे पडण्यासाठी तुमचा जन्म झालेला नाही. तुम्ही प्रत्येक गोष्ट अचूकपणे आणि अचूक वेळेवर करणे, फक्त एवढाच तुमच्या इथल्या अस्तित्वाचा अर्थ नाही. तसे करण्याचा प्रयत्न कराल तर तुम्ही उत्स्फूर्तता, कुतूहल आणि नवलाई या गोष्टी तुमच्या आयुष्यातून वजा करत आहात, असे होईल.

काही गोष्टी तुमच्या मार्गावरून निघून जातात, याचा अर्थ त्यांनी तुमचा मार्ग पुढील मार्गक्रमणासाठी मोकळा केलेला असतो.

जे कोणी किंवा काही तुमचे नसतेच, ते आपलेसे करून घेण्यासाठी काहीही करता येत नाही.

तुमच्या जवळ जे आहे, त्या प्रत्येक गोष्टीशी तुम्ही भांडू शकता. तुम्हाला शक्य होईल तेवढे तुम्ही त्यांना पकडून ठेवण्याचा प्रयत्न करू शकता. तुम्ही कल्पनेच्या कोलांट्या उड्या मारून, झालेल्या गोष्टींची रेषन्‌रेष स्पष्ट होईपर्यंत त्यांचे विश्लेषण करू शकता. तुमच्या मित्रमैत्रिणींच्या ईमेल आणि

संदेशांमध्ये, काही वेगळा अर्थ दडला आहे का, याचा वेध घेऊ शकता. तुमच्यासाठी काय उत्तम आहे आणि काय योग्य आहे, हे तुम्ही ठरवू शकता. त्याहीपेक्षा थोडे थांबून तुम्ही वाट पाहू शकता.

तुम्ही कितीही वाट पाहू शकता.

जे तुमच्यासाठी योग्य नाही, ते तुमच्या आयुष्यात कधीच राहणार नाही.

काही काळापुरता का होईना, एखादी नोकरी, व्यक्ती अथवा शहर तुमच्यासाठी पूर्णपणे योग्य असल्याचा आव तुम्ही बळेबळे आणू शकत नाही. हां, तुम्ही स्वतःला फसवू शकाल, तुम्ही समर्थन करू शकाल आणि निर्वाणीचे बोलू शकाल. तुम्ही स्वतःची समजूत काढू शकाल, की थोडी अजून वाट पाहण्याचा प्रयत्न करून पाहू, गोष्टी तुम्हाला हव्या तशा, आता या क्षणी का घडत नाहीत, याच्या सबबीही द्याल.

सत्य हे आहे की, जे तुमच्यासाठी योग्य आहे, ते तुमच्याकडे चालत येईल आणि तुमच्या जवळ राहील, तुमच्यापासून फार काळ दूर जाणार नाही. सत्य हे आहे की, जेव्हा एखादी गोष्ट तुमच्यासाठी योग्य असते, तेव्हा ती मिळाल्यानंतर आपल्या विचारात सुस्पष्टता येते, आणि जेव्हा एखादी गोष्ट तुमच्यासाठी योग्य नसते, तेव्हा ती मिळण्याने गोंधळ वाढतो.

एखादी तुमच्यासाठी योग्य नसलेली गोष्ट योग्य बनावी म्हणून बळजबरीने प्रयत्न करू लागलात तर तुम्ही त्या प्रयत्नात एकाच जागी अडकून पडता. जी जागा ज्या गोष्टीची नाही, तिथे तिला तुम्ही बळजबरीने बसवण्याचा प्रयत्न केलात, तर तुम्ही आतून मोडून पडता : तुम्ही सोडवू शकत नाही, असा आंतरिक संघर्ष जन्माला घालता. तो संघर्ष जसजसा तीव्र होत जातो, तसतसे त्या गोष्टीबद्दल तुम्हाला वाटणारी ओढ अधिकच वाढू लागते. मग तुम्हाला प्रश्न पडतो की, ती गोष्ट जर तुमच्यासाठी योग्य नव्हती, तर तुम्हाला त्या गोष्टीबद्दल एवढी तीव्र ओढ का वाटावी?

तुम्हाला असे वाटू शकते. कारण तुम्ही त्या गोष्टीशी तुमच्या मनाद्वारे जोडले गेलेले असता. तुम्ही वास्तवाच्या ऐवजी जे संभाव्य आहे, त्याच्या

प्रेमात पडू शकता. तसे नक्कीच होऊ शकते. सर्व गोष्टी तुमच्या अपेक्षेप्रमाणे असतील तेव्हा तुम्ही आयुष्य कसे जगाल, याच्या कल्पनेत मश्गूल होऊन तुम्ही राहू शकता. तुमच्या आयुष्यात तुम्हाला हवीशी वाटणारी प्रत्येक गोष्ट तुमच्या रोजच्या जीवनात स्थिरावली आहे, अशा मनोरम कल्पनेच्या हिंदोळ्यावर तुम्ही झुलत राहू शकता.

पण ती कल्पना प्रत्यक्षात अवतरत नाही. तिचे मोल तेवढेच असते – फक्त एका मनोरम कल्पनेइतके! आपण जेव्हा एखाद्या मृगजळाच्या मागे लागतो, तेव्हा त्याचे रूपांतर छांदिष्टपणात होते. आणि छांदिष्टपणा भान विसरायला लावणारा असतो.

सत्य हे आहे की जे तुमच्यासाठी योग्य नाही, ते तुमच्या जवळ कधीच थांबत नाही. तुम्हाला हे माहीतच नाही, असा आव तुम्ही आणलात तरी तुम्हाला ते माहीत आहे. तुम्हाला त्याची जाणीव असते. म्हणूनच तुम्हाला जे हवेसे वाटते, ते खूप घट्ट पकडून ठेवण्याची गरज भासते, पण तसे करण्याचा फारसा उपयोग होत नाही. ज्या गोष्टी तुमच्यासाठी योग्य आहेत, त्यांना जखडून ठेवावे लागत नाही. त्या तुमच्यासाठी योग्य आहेत, हे पटवून द्यावे लागत नाही. न्यायालयात तुमची बाजू मांडत असल्याप्रमाणे तुम्ही पुरावे देण्याची गरज नसते.

कधीकधी आपण जुन्या स्वप्नांमध्ये हरवून जातो. आपल्या आयुष्याबद्दलच्या इतरांच्या अपेक्षांच्या ओझ्याखाली आपण हरवून जातो. आपण आयुष्यात कोण व्हायला पाहिजे याबद्दल आपण केलेल्या कल्पना, आपल्या जवळ काय आणि कसे असले पाहिजे, याबद्दल आपण गृहीत धरलेल्या गोष्टी यांच्यात अडकून पडतो. फक्त परिस्थिती जरा वेगळी असती, सगळे जरा नीट लागी लागले असते; तर काय काय आणि कसे कसे *असू शकले असते* आणि कसे *असायला पाहिजे होते*, याबद्दलच्या आपल्या डोक्यात घोंघावणाऱ्या सगळ्या कल्पनांमुळे आपण भरकटले जातो.

आयुष्य त्याच्या त्याच्या पद्धतीने आपल्याला या परिस्थितीपासून वाचवत असते. आपल्यासाठी काय योग्य नाही, याची दखल घेण्याची तयारी आपण दर्शवली नाही, तर त्या गोष्टीपासून आयुष्य आपल्याला दूर नेते.

खरे म्हणजे, आपल्यासाठी जे योग्य नाही ते आपल्याला नकोच असते; मात्र नको असले तरी ते आपल्या सवयीचे झालेले असते. आपल्याला भीती वाटते. आपण हे गृहीत धरतो की, यापेक्षा वेगळे काही आपल्याला मिळणार नाही. सवयीचे नसलेले आयुष्य जगण्याची वेळ आली तर आपल्या समोर न संपणाऱ्या व्यथा-वेदनांची एक अथांग विहीरच जणू आपल्यापुढे आडवी येईल आणि त्या परिस्थितीवर काही उपाय नसेल, ही भीती आपल्याला ग्रासत राहते. आपल्यासाठी जे योग्य नाही, ते आपल्याला नकोच असते; पण ज्याच्यामुळे सुरक्षित असल्यासारखे वाटते, ती सवयीची गोष्ट आपण हातातून जाऊ द्यायला तयार नसतो.

यातला विरोधाभास असा की, आपल्यासाठी जे योग्य नसते ते आपल्या सवयीचे झाल्यामुळे आपल्या अंगवळणी पडलेले असते, असे गृहीत धरले तरीसुद्धा ते जोपर्यंत आवतीभोवती आहे, तोपर्यंत आपल्याला एक प्रकारची जी कातरता जाणवत असते, ती इतर कशानेही जाणवत नाही. ती योग्य नसलेली गोष्ट इतर कशाहीपेक्षा वेगाने कोलमडते, आपल्या आंतरिक संघर्षाला तिच्याइतके इतर काहीच कारणीभूत असत नाही.

तुमच्यासाठी जे योग्य नाही, ते तुमच्या आयुष्यात कधीही राहणार नाही, हे खरे. पण त्याचा अर्थ असा होत नाही की, ते कसे घडेल याची दिशा आणि तपशीलवार क्रम आपल्या समजशक्तीच्या पलीकडे असलेली कुठलीतरी शक्ती ठरवत असते. तुमच्यासाठी जे योग्य नाही, ते तुमच्या जवळ कधीही राहणार नाही, कारण आतमध्ये खोलवर, कुठेतरी तुम्हाला हे माहीत असते की ते तुमच्यासाठी योग्य नव्हतेच. केव्हातरी तुम्हीच ती गोष्ट सोडून द्यायला तयार होता, तुम्हाला वास्तव काय आहे ते समजते आणि तुम्ही त्यापासून स्वत:ला दूर करता. सुरुवातीला हे घडू नये म्हणून तुम्हीच प्रयत्न करत असता. तुम्हीच पुढे जाण्यापासून स्वत:ला रोखत असता. मात्र, जेव्हा केव्हा या सर्वांतून तुम्ही बाहेर पडाल, त्या दिवसाची कल्पना करून त्यासाठी तुम्ही काय उपाय केलेत, चुकीच्या गोष्टी सुधारण्यासाठी तुम्ही किती कष्ट केलेत, याच्या कल्पनारम्य कहाण्या रचून त्यात तुम्ही रमलेले असता.

तुमच्यासाठी जे योग्य नाही, ते तुमच्या आयुष्यात राहत नाही; कारण ते तुम्हाला नको असते आणि म्हणून तुम्ही ते निवडत नाही. तुमच्या मनाची जेव्हा तयारी होते तेव्हा स्वत:हून तुम्ही त्या गोष्टीपासून दूर होता, तुम्ही जेव्हा सक्षम होता तेव्हा ती गोष्ट सोडून देता आणि मग तुमच्या लक्षात येते की, इतके दिवस त्या गोष्टीमुळे तुम्हाला सुरक्षित वाटत होते, आणि म्हणून ती गोष्ट तुमच्यासाठी योग्य नसूनही ती तुम्हाला द्यायला तुम्ही तयार होत नव्हतात, एका चुकीच्या समजाने तुम्हाला भरकटवले होते.

भावनिक आघातातून बाहेर पडणे

कदाचित तुम्हाला असे वाटेल की, आघाताची स्मृती ही फक्त तुमच्या डोक्यात असलेली एक भावनिक कल्पना आहे. पण प्रत्यक्षात ती स्मृती शारीरिक स्वरूपाची असते.

आघात झाला, असे तेव्हा म्हणता येते, जेव्हा तुम्हाला कशाचेतरी भय वाटलेले असते आणि त्या भीतीच्या पगड्यातून तुम्ही बाहेर पडू शकत नाही. तुम्ही जर यावर उपाय केला नाहीत किंवा त्या भीतीला 'पराभूत' केले नाहीत तर तुम्ही त्या आघाताच्या प्रभावाखाली अति संवेदनशील (hypersensitive) अवस्थेत जाता आणि ती अवस्था टिकून राहते. अति संवेदनशील होणे हा जीवनसंघर्षात टिकून राहण्याच्या गरजेला दिला जाणारा प्रतिसाद असतो आणि हे मनुष्यप्राण्याचे वैशिष्ट्य आहे.

सुरक्षिततेच्या पायाभूत भावनेला जेव्हा काही कारणाने धक्का बसतो, त्या अनुभवाची अवस्था ही भावनिक आघाताची अवस्था असते. जोपर्यंत ती सुरक्षिततेची भावना पुनर्प्रस्थापित होत नाही, तोपर्यंत तुमच्या मनात एक हानिकारक पूर्वग्रह तयार होतो, ज्यामुळे तुमचा जगाकडे बघण्याचा दृष्टिकोन विकृत होतो : तुम्ही अति संवेदनशील अवस्थेत जाता, म्हणजे प्रत्येक गोष्टीमागे दुसऱ्याचा काहीतरी हेतू असल्याचा तुम्हाला संशय येतो, तुम्ही आवश्यकतेपेक्षा जास्त विचार करता, तुमच्या प्रतिक्रिया आवश्यकतेपेक्षा जास्त तीव्र असतात, अगदी क्षुल्लक कारणानेही तुम्ही उत्तेजित होता, तुमच्याशी ज्याचा संबंध नाही अशा गोष्टीही स्वत:वर ओढवून घेता आणि सतत लढण्याच्या/भांडणाच्या पवित्र्यात असता.

आघाताच्या अनुभवानंतर कोणत्याही गोष्टीतून 'संभाव्य धोक्याची' सूचना सतत मिळत राहण्यासाठी तुमच्या मेंदूतील संदेशवहनाच्या व्यवस्थेमध्ये काही तात्पुरते बदल होतात. त्यामुळे प्राथमिक समस्या मागे टाकून पुढे जाणे आणि पीडित असल्याची मनोधारणा (victim complex) निर्माण होऊ न देणे, या दोन्ही गोष्टी अवघड होउन बसतात. बाहेरचे जग तुम्हाला किती वेगवेगळ्या प्रकारांनी घेरू शकते, याची अक्षरश: प्रत्येक संभाव्यता तुमच्या लक्षात आणून देण्यासाठी तुमचा मेंदू कार्यरत होतो.

अशा वेळी, भीती किंवा अति संवेदनशील अवस्थेवरील एकच प्रभावी उपाय म्हणजे त्या अवस्थेमागची कारणे आणि परिस्थिती यांचा थेट सामना करणे. त्या व्यक्तीच्या आयुष्यात त्यासारखी परिस्थिती पुन्हा एकदा हळूहळू निर्माण करणे - आणि ती व्यक्ती त्या परिस्थितीचा व्यवस्थित सामना करू शकते, हे त्या व्यक्तीला पटवून देणे - त्यामुळे त्या व्यक्तीमध्ये सुरक्षिततेची भावना पुनर्प्रस्थापित होऊन अति संवेदनशील अवस्थेतून बाहेर पडून त्या व्यक्तीचा मेंदू पुन्हा पूर्वस्थितीला येऊ शकतो.

म्हणूनच ज्या लोकांचे सामाजिक संबंध दृढ असतात आणि ज्यांच्या जवळ मनाची लवचिकता असते, ते आघात झाल्याचा धक्का पचवून त्या प्रसंगाचा उपयोग उत्प्रेरकाप्रमाणे (catalyst) करून घेतात. त्या अनुभवातून स्वत:चे व्यक्तित्व अधिक समजून कसे घेता येईल, ते अधिक समृद्ध, अधिक करुणायुक्त कसे होईल आणि आत्मघाताकडे न जाता आत्मकल्याणाकडे कसे जाता येईल, याचा बोध घेण्याचा प्रयत्न करतात. काही आघात होण्याआधीच्या आयुष्यात, ते 'सुरक्षित' असण्याच्या त्यांच्या मनातील भावनेशी अनेक दुव्यांनी जोडले गेलेले असतात. त्यामुळे त्यातला एक दुवा झिजला, तुटला, तरी बाकीचे दुवे शाबूत असतात.

एखाद्या आघातदायक प्रसंगानंतर तुमच्या मेंदूवर काय परिणाम होतो?

चेताशास्त्रानुसार (neurologically), कोणत्याही प्रकारच्या ताणावर आपल्या मेंदूच्या तीन भागांमध्ये काम केले जाते.[१३]

त्यातला पहिला भाग म्हणजे ॲमिग्डला (विचारमंथन आणि सर्जनशीलता यांचे केंद्र), दुसरा हिप्पोकॅम्पस (भावना आणि स्मृती यांचे केंद्र), आणि तिसरा प्रीफ्रन्टल कॉर्टेक्स (नियोजन आणि आत्मविकास यांसारख्या गुंतागुंतीच्या व्यवहारांचे केंद्र). आघातानंतरच्या ताणामुळे आजारी असलेल्या (post-traumatic stress disorder) रुग्णाच्या हिप्पोकॅम्पसचा आकार आकुंचन पावतो म्हणजे भावना आणि स्मृती यांवर परिणाम होतो, ॲमिग्डलाच्या कामाचा वेग वाढतो म्हणजे विचारांचा गोंधळ होऊ लागतो, तर प्रीफ्रन्टल कॉर्टेक्सच्या कामाचा वेग मंदावतो म्हणजे नियोजन आणि आत्मविकास या गोष्टींची क्षमता कमी होते.

आघातामुळे आपल्यावर का परिणाम होतो, हे आता स्पष्ट झाले असेल.

- आपला मेंदू झालेल्या प्रसंगाची आपल्या स्मृतीमध्ये सलग आणि पूर्ण नोंद करण्याचे थांबवतो, त्यामुळे आघातग्रस्त व्यक्तीला तो प्रसंग सलगपणे आठवत नाही, तुकड्यातुकड्यांत आठवतो. त्यामुळे झाल्या प्रसंगाशी त्याचा काय संबंध आहे, याची जाणीव धूसर होते.

- एकाहून अधिक भावना हाताळण्याची आपली क्षमता कमी होते.

- आपल्यामध्ये ताठरपणा येतो (वैचारिक लवचिकता कमी होते) आणि आपण एक जागी खिळून राहतो, भविष्याचे नियोजन करण्याची क्षमता कमी होते आणि आत्मविकास व आत्मशोध घेण्याची वाटचाल, या गोष्टींना खीळ बसते.

- जेव्हा आपण उत्तेजित होऊन एक तर लढायचे तरी, नाही तर पळ तरी काढायचा असा पवित्रा होतो, तेव्हा आपले शरीर जगण्यासाठी अत्यावश्यक नसलेल्या सर्व हालचाली थांबवते. शरीर अत्यंत सावधपणे प्रत्येक संवेदना आणि बाह्य उत्तेजना यांना तीव्र प्रतिक्रिया देऊ लागते. माणूस असण्याचा तो एक अत्यावश्यक आणि सुंदर भाग आहे; त्याच्या आधारे, मानवी

> प्रजाती म्हणून टिकून राहण्यास आपल्याला मदत झाली आहे, पण ही अवस्था जरुरीपेक्षा अधिक काळ लांबणे नैसर्गिक नाही.

अनेक शतकांपूर्वी आपण आत्मविकासाच्या आणि आत्मशोधाच्या तळाच्या पायरीवर उभे होतो. मॅस्लोने या अवस्थेला मानवाच्या मानसिक गरजा/प्रेरणांच्या अनुक्रमातली पहिली पायरी[१४], असे म्हटलेले आहे. आदिम काळात जिवंत राहणे आणि आपली प्रजाती टिकवणे या आपल्या सर्वांत अग्रक्रमावर असलेल्या गरजा होत्या. आज आपले लक्ष प्रामुख्याने – आत्मशोध, आयुष्याची अर्थपूर्णता, तसेच समाजमान्यतेच्या आधारे 'सुरक्षित' वाटण्याची भावना, आर्थिक सुबत्ता आणि बौद्धिक तीक्ष्णता यांसारख्या गोष्टींवर केंद्रित झालेले आहे. ही सगळी क्षेत्रे अत्यंत कष्टसाध्य आहेत, त्यामुळे हे उघड आहे की, अधिकाधिक लोक आता शारीरिक आव्हानांच्या बरोबरीने मानसिक आणि भावनिक स्तरावरही पूर्वीपेक्षा जास्त तणावपूर्ण जीवन जगत असतात.

अशा परिस्थितीवर मात करण्याचा उपाय सोपा आहे, सुरक्षिततेची भावना परत मिळवणे.

पण यातला सर्वांत महत्त्वाचा भाग म्हणजे तुमच्या आयुष्यातला जो भाग आघातग्रस्त आहे, त्या भागाविषयीची सुरक्षिततेची भावना तुम्ही परत मिळवायला हवी.

बहुतेक वेळा असे दिसते की, असफल झालेल्या प्रेमामुळे तरुण वयात ज्यांच्यावर आघात झाला आहे, असे लोक आकर्षक दिसण्यासाठी किंवा खूप यशस्वी होण्यासाठी प्रयत्न करतात, प्रेमाच्या सफलतेसाठी वापरली जाणारी ऊर्जा ते तिकडे वळवतात. त्यांच्या मनात असा विश्वास असतो की, जर त्याचे रूप आकर्षक असेल, तर ते 'प्रेम मिळवण्यासाठी' ते अधिक पात्र ठरतील आणि त्यांना कधीही नकार पदरात घ्यावा लागणार नाही. पण आपणा सगळ्यांनाच माहीत असते की हे असे नसते. प्रत्यक्षात अशा प्रकारच्या विचारांमुळे आकर्षक दिसणे किंवा यशस्वी होणे, या गोष्टींबद्दल आपल्या मनात अहितकारी आणि विनाशकारी भ्रम घट्ट बसतात.

प्रेमातील असफलतेच्या एखाद्या अनुभवामुळे जर आपण खचून गेलो असलो तर अधिक हितकारी आणि सशक्त नाते जोडण्यावर आपण भर दिला पाहिजे.

आपल्याला आर्थिक अडचणींमुळे त्रास झाला असेल तर सुरक्षित वाटण्यासाठी पुरेसा पैसा मिळवणे आणि अडीअडचणीच्या वेळी उपयोगी पडावेत म्हणून बचत करणे, या गोष्टी करायला हव्यात.

नोकरी गेल्यामुळे आपण हताश झालो असलो तर अशा संकटाच्या वेळेला स्वत:ला सुरक्षित ठेवण्यासाठी काहीतरी पूर्वनियोजन केलेले असले पाहिजे किंवा उत्पन्नाच्या एखाद्या जोडसाधनाची तजवीज आधीच केलेली असली पाहिजे.

आपल्याला मित्रांकडून छळ सहन करावा लागला असेल तर नवीन मित्र जोडून आपल्याला पुन्हा सुरक्षित कसे वाटेल ते पाहायला पाहिजे.

बहुतेक लोक त्यांच्या आयुष्याचा जो भाग तुलनेने समस्यांपासून मुक्त असतो, तिथेच जास्त लक्ष देऊन असफलतेमुळे आलेली पोकळी भरून काढण्याचा प्रयत्न करतात. उदाहरणार्थ, त्यांना प्रेमात अपयश आले, तर सुरक्षित वाटण्यासाठी ते पैशाच्या मागे लागतात. अर्थातच त्याचा तसा काही उपयोग होत नाही, कारण मूळ समस्या वेगळी असते आणि ती जशीच्या तशीच राहते.

तुमच्यावर आघात झालेला असे वाटणे, ही 'तुमच्या डोक्यातली कल्पना' नसून ती खरोखरीच तुमच्या मेंदूची बदललेली स्थिती असते आणि तुम्हाला तुमची ही स्थिती पूर्ववत व्हायला हवी असेल, तर तुम्हाला पुन्हा एकदा सुरक्षित कसे वाटेल, याकडे लक्ष द्यायला हवे, ज्यामुळे तुम्ही तुमच्या अति संवेदनशील अवस्थेतून पूर्णपणे बाहेर पडून पुन्हा एकदा सामान्य आयुष्य जगू शकाल.

कोंडलेल्या भावनांना वाट मोकळी करून देणे

तुमच्या कोंडलेल्या भावना या तुमच्या ईमेल बॉक्ससारख्या असतात.

ही तुलना तुम्हाला कदाचित फारच सरळसाधी वाटेल, पण ती पटणारी आहे. तुमच्या मनात जेव्हा काही भावना उमटतात, तेव्हा त्या तुमच्या ईमेल बॉक्समध्ये साचत जाणाऱ्या, छोट्या छोट्या संदेशांसारख्या असतात. मनात उमटणाऱ्या भावनाही, तुमचे शरीर एकावर एक साचवत जाते. तुमची ईमेल बॉक्स तुम्ही जर उघडून पाहिली नाहीत, तर तुमच्या बॉक्समध्ये कितीतरी संदेश नुसतेच साठत जातात. त्या संदेशांमध्ये कदाचित आयुष्यात पुढे जाण्यासाठी आवश्यक असलेली खूप सखोल आणि महत्त्वाची माहिती असू शकते. असे असले तरी दिवसभर बसून ते संदेश जसजसे येत राहतील, तसतसे प्रत्येक संदेश वाचून त्याला ताबडतोब उत्तर देणे शक्य नसते; तसे करत राहिलात तर तुम्हाला इतर कोणतेही काम पूर्ण करता येणार नाही. मनात साचत राहणाऱ्या भावनांचेही तसेच असते. उमटणाऱ्या प्रत्येक भावनेला न्याय देण्यासाठी तुमच्याकडे वेळ नसतो.

एका भावनेचा अनुभव हा दुसऱ्या भावनेच्या अनुभवाचा पर्याय असू शकत नाही. भावना एकमेकींना पर्यायी नसतात. मात्र, आपल्या भावनिक जाणिवांकडे आणि त्यामुळे जाणवणाऱ्या शारीरिक संवेदनांकडे दुर्लक्ष करण्यात आपण पटाईत असतो. अनेकदा आपण आपल्या शारीरिक संवेदना बोथट होण्यासाठी अमली पदार्थ, आपल्या दोषाचा विचार करण्याऐवजी दुसऱ्यांच्या दोषांवर बोट ठेवणे, इतर ऐहिक गोष्टींच्या मागे लागणे, यांसारख्या गोष्टींवर विसंबतो आणि बाकी काही नाही तर सगळा ताण स्वतःच्या शरीरात इतका साठवत राहतो की, हळूहळू शरीर ताठरते आणि आपल्या सगळ्या संवेदनाच मरून जातात.

मनातल्या मनात कदाचित तुम्हाला हे माहीत असते की, आपल्या भावनिक जाणिवांकडे दुर्लक्ष करत राहण्याचा फार काळ उपयोग होणार नाही. त्या साचलेल्या भावना हळूहळू तुंबून राहायला सुरुवात होईल. अशा वेळी, एका जागी बसून हालचाल ना करता अंग झोकून देणे आणि रडून त्या सगळ्या साचलेल्या भावनांना वाट मोकळी करून देणे, एवढा एकच पर्याय तुमच्या समोर शिल्लक राहतो.

मला खूप वाटते आहे की आता या क्षणी तुम्हाला सांगण्यासाठी माझ्या जवळ कवितेत सांगण्यासारखे काहीतरी हळवे, आध्यात्मिक वचन असायला

हवे होते, पण माझ्या जवळ तसे काही नाही. इथे तुम्ही लक्ष द्यायला हवेत असे फक्त तुमचे शरीर आणि तुमच्या शरीरांतर्गत जे काही घडते आहे, एवढेच काय ते आहे.

भावनांचा अनुभव शारीरिक स्तरावरचा असतो. आपण शौचाला जातो, आपल्याला घाम येतो, आपण रडतो आणि अक्षरश: महिनाभरात आपल्या जुन्या त्वचेचा कोंडा निघून जाऊन आपली त्वचा पूर्णपणे नवी झालेली असते, आपल्या शरीरातील सर्व टाकाऊ गोष्टींचा निचरा आपण नित्य नियमाने करत असतो. भावनिक जाणिवांच्या बाबतीत यापेक्षा काही वेगळे नाही. भावना याही अनुभवाच्या स्वरूपातच असतात. आपल्याला त्या अनुभवांमधून मोकळे होता आले पाहिजे.

भावनिक जाणिवांकडे दुर्लक्ष केले तर त्या बीजरूप धारण करतात. त्या आपल्या शरीरात साठतात. असे होते कारण भावनिक जाणिवा ऊर्जारूपी असतात. ज्या क्षणी भावनिक जाणिवांचा उद्भव होतो, त्या क्षणी – त्यांना दडपून टाकण्याचा किंवा त्यांच्याकडे दुर्लक्ष करण्याचा अवसर तुम्हाला मिळण्याआधीच – तुमच्या शरीरातील स्नायू सूक्ष्म रीतीने सक्रिय झालेले असतात.

आपले शरीर तत्क्षणी प्रतिसाद देते.

आपल्या भावनांची जाणीव देणाऱ्या संवेदनेची अनुभूती जर पूर्णत्वाला गेली नाही, तर आपल्या शरीराच्या ज्या भागात ती संवेदना प्रथम अनुभवाला आली, त्या भागात वेदना आणि ताण यांची साठवणूक केली जाते.

असे होण्याचे कारण चेताशास्त्रीय आहे. आपल्या भावनांचे नियंत्रण करणारा आपल्या मेंदूचा भाग (अ‍ॅन्टीरिअर सिन्युलेट) हा आपल्या ऐच्छिक स्नायूंच्या हालचालींवर नियंत्रण ठेवणाऱ्या भागालगत असतो (प्रीमोटर कॉर्टेक्स). याचा अर्थ असा की, ज्या क्षणी एखादी भावना मेंदूपर्यंत पोहोचते, त्या क्षणी तिच्याशी संबंधित शारीरिक संवेदना जाणवायला सुरुवात होते. आपल्या ऐच्छिक स्नायूंच्या हालचालींवर नियंत्रण ठेवणारा भाग (प्रीमोटर कॉर्टेक्स),

आपल्या ऐच्छिक स्नायूंच्या हालचालींचे नियोजन, कार्यवाही करणाऱ्या प्रेरक भागाशी (मोटर कॉर्टेक्स) जोडला जातो आणि तिथून मिळालेला संदेश ज्या स्नायूंच्या हालचालीतून त्या विशिष्ट भावनेची अनुभूती येणार असते, त्या स्नायूंपर्यंत पोहोचवला जातो.

कोणत्या स्नायूंच्या हालचालीतून कोणती भावना व्यक्त होईल, हे सापेक्ष असते.

भावनांच्या शारीरिक प्रतिक्रियांचा निर्देश करणारे अनेक शब्द आपल्या भाषेत असतात. भीती पोटात जाणवते ('पोट ढवळणे' किंवा 'आतडे पिळवटणे') आणि छातीत उठणारी कळ ('हृदयात कळ उठणे', 'हृदय चूर चूर होणे,' इत्यादी) आपल्या खांद्यांवर जाणवणारा ताण आणि बेचैनी ('साऱ्या जगाचे ओझे खांद्यांवर वाहणे', 'ओझ्याने खांदे वाकणे') आणि नात्याचा/कामाचा जाणवणारा ताण ('डोकेदुखी'), यांसारखे वाक्प्रचार आठवा.

पण हे इतके वरवरचेही नाही, ते अधिक खोलवर जाणारे आहे. समजा, कोणीतरी तुमच्याशी अनुचित वर्तन केले असता तुम्हाला त्या व्यक्तीवर जोराने ओरडावेसे वाटणे, ही तुमची उत्स्फूर्त प्रतिक्रिया होती, परंतु त्याचा काही उपयोग होणार नाही, हे लक्षात आल्यामुळे तुम्ही तसे केले नाहीत. तुमचे गप्प राहणे त्या क्षणाच्या परिस्थितीचा विचार करता कदाचित बरोबर असेलही; परंतु तुमच्या हे लक्षात येत नाही की, त्या वेळी आलेला ताण काही अंशी तुमच्या मानेत किंवा घशात साठून राहणार आहे. काही इतर लोकांच्या बाबतीत भावनेच्या उद्रेकामुळे त्यांच्यावर झालेले परिणाम मनो-शारीरिक (सायकोसोमॅटिक) असतात, जे प्रतीकात्मक स्वरूपाचे असू शकतात. उदाहरणार्थ, त्यांच्या आयुष्यात झालेल्या कोणत्यातरी मानसिक आघातामुळे त्यांना वाटणारी पुढे जाण्याची भीती, गुडघ्यांचे दुखणे किंवा पावलांचे दुखणे यांसारख्या लक्षणांमधून प्रकट होते.

यामागचे वास्तव असे आहे की, आपले शरीर आपल्याशी नि:शब्द लक्षणांच्या आधारे मूक संवाद साधत असते. आपण जर त्याचा अर्थ समजून घ्यायला शिकलो तर आपण एका अनोख्या पद्धतीने स्वत:च स्वत:ला बरे करू शकतो.

आता तुमच्या लक्षात आले आहे की, कधीकधी आपल्या भावना मोकळपणाने व्यक्त करता आल्या नाहीत तर त्या आपल्या शरीरात साठवल्या जातात. हे जे काही होत असेल ते असो, पण आपल्या शरीरातून त्यांचा निचरा करण्याची सुरुवात आपण कशी करायची?

तुम्ही ते वेगवेगळ्या पद्धतींनी करू शकता. त्यात महत्त्वाचे हे आहे की, तुम्ही वापरणार असलेली पद्धत तुमच्यासाठी प्रभावी असली पाहिजे. सगळ्यांना सरसकट लागू पडेल अशी कोणतीही एक विशिष्ट ठरलेली पद्धत नाही, पण काही पर्याय आहेत, जे एकत्रितपणे वापरले तर बहुतेकांना त्यांचा व्यवस्थित उपयोग होतो.

ध्यान करण्यामागे 'शांत वाटावे' यापेक्षा, 'भावनिक संवेदनांचा अनुभव पूर्णत्वाने घेता येण्याची क्षमता वाढवता येणे,' हा उद्देश असायला हवा

मला कल्पना आहे की, आजवर तुम्ही ध्यानासंबंधी जे ऐकले आहे, त्याच्या विरोधी असे हे विधान आहे. पण खरे म्हणजे ध्यानधारणेच्या आधी लक्षात घेण्याचा मूळ मुद्दाच त्यासंबंधीचा आहे. जेव्हा शांत व हलके वाटण्यासाठी दहा मिनिटे स्वस्थ बसून ध्यान करायला हवे, असे तुम्ही ठरवता तेव्हा तुम्हाला आता ध्यान करण्याची गरज का भासावी, याचा विचार केला तर असे लक्षात येईल की तुम्ही पुन्हा भावना दडपण्याचाच प्रयत्न करत आहात आणि त्यासाठी तुम्हाला ध्यानाला बसावेसे वाटते आहे.

पण त्याउलट, ध्यानाचा उद्देश हा आहे की, तुम्ही स्वस्थपणे एका जागी बसून तुमच्या भावनिक संवेदनेद्वारे तुमच्याशी संवाद साधू पाहणाऱ्या मूळ भावनेकडे तुम्ही एकाग्र चित्ताने लक्ष द्यावे : संताप, भीती, उदासी, मन भरकटवून टाकणारे आणि न थांबणारे विचार... ते विचार कितीही चित्ताकर्षक किंवा चेतवणारे असले तरी त्या विचारांना प्रतिसाद न देता तुम्ही स्थिर बसावे आणि त्या विचारांना व भावनिक जाणिवांना प्रकट होण्याचा आणि मावळण्याचा अवसर द्यायला शिकावे.

त्यासाठी सरावाची गरज असते.

शरीरात साचून राहिलेल्या ताणाचा मागोवा घेण्यासाठी श्वासाचे निरीक्षण करा.

तुम्ही तुमच्या शरीरात वेदना कुठे साठवून ठेवली आहे हे लक्षात येण्यासाठी सहसा फार प्रयत्न करावे लागत नाहीत. तुम्हाला ती जाणवते. ती तुमच्या छातीत, तुमच्या पोटात, तुमच्या खांद्यांमध्ये, जिथे कुठे तुम्हाला त्रास जाणवत असेल तिथे तिथे असते.

पण तुम्हाला जर खात्री नसेल किंवा तुम्हाला त्या वेदनेच्या बिंदूचा अगदी अचूक वेध घ्यायचा असेल, तर तुमच्या श्वासाचे निरीक्षण करा. ते करताना तुम्ही न थांबता संथ श्वासोच्छ्वास करत रहा. कदाचित एखाद्या जागी तुम्हाला श्वासाला अडथळा होतो आहे किंवा झटका बसतो आहे असे वाटेल. अशा पद्धतीने श्वासाचे निरीक्षण करता करता तुम्हाला तुमच्या शरीरात कुठे ताण साठवला गेला आहे, ती नेमकी जागा कळेल.

एकदा ती जागा तुम्हाला सापडली की, तिथे जाणवणाऱ्या संवेदनेचे अधिक खोलवर निरीक्षण करण्याचा प्रयत्न करा, त्या संवेदनेला दृश्य रूप देण्याचा प्रयत्न करा, तिचे मूळ शोधण्याचा प्रयत्न करा आणि त्यातून तुम्ही काय लक्षात घेण्याची आवश्यकता आहे, याचा शोध घ्या. हे करत असताना बहुतेकदा लक्ष देण्याची गरज आहे, अशा काही विशिष्ट स्मृती जाग्या होतात किंवा पूर्वीचे आपण कसे होतो, याचा एखादा विशिष्ट पैलू नजरेसमोर येतो. एखादी नोंदवही हाताशी ठेवा आणि तुमचा अनुभव, तुम्ही जे पाहिलेत ते लिहून ठेवा. एक लक्षात ठेवा की, तुमच्या शारीरिक संवेदनांच्या मार्फत होणारा तुमचा स्व-संवाद हा रूपकात्मक असतो, त्यामुळे तो समजून घेताना त्याच्या वरकरणी स्वरूपावरच थांबू नका.

चांगला घाम येऊ दे, खूप शारीरिक हालचाली करा, रडून घ्या

तुमच्या कोंडलेल्या भावनांना वाट मोकळी करून देत असताना, सर्वांत शेवटची, सर्वात कठीण आणि सर्वाधिक महत्त्वाची गोष्ट काय असू शकते. खरे तर एकच गोष्ट महत्त्वाची आहे, ती म्हणजे... तुम्ही त्या भावना पूर्णत्वाने अनुभवायला हव्यात.

कधीकधी तुम्ही तद्दन मूर्ख आहात असे वाटले तर वाटू द्या. योग, शरीरातील विविध स्नायूंना ताण देण्याचे व्यायामाचे प्रकार, चालणे, यांसारख्या गोष्टी न कंटाळता तुम्हाला नित्य नियमाने कराव्या लागतील. न थकता अस्वस्थ करणाऱ्या विचारांचा सामना करावा लागेल आणि ज्या गोष्टींचा तुम्हाला अत्यंत भावनिक त्रास होतो आहे, त्यांचा मोकळेपणाने रडून निचरा होऊ द्यावा लागेल.

एक लक्षात ठेवा की भावनिकदृष्ट्या सशक्त असणे म्हणजे कोणत्याही परिस्थितीत तुम्ही शांत आणि आनंदीच दिसले पाहिजे, असा होत नाही. भावनिकदृष्ट्या सशक्त असणे म्हणजे चांगल्या आणि वाईट अशा दोन्ही प्रकारच्या विविध भावना अनुभवण्याची तयारी असणे आणि त्यातल्या कशातच अडकून न पडणे असते. तसेच, मानसिक आरोग्य आणि स्व-नियंत्रण म्हणजे एखाद्या विचारावर प्रतिक्रिया न देता त्याचे फक्त निरीक्षण करणे, त्यांच्याशी निगडित असलेली संवेदना जाणणे आणि ती अनुभवणे, हे असते. त्याला प्रतिसाद देणे आणि प्रतिक्रिया न देणे, हे आपले स्व-सामर्थ्य परत मिळवण्याचा आणि आपले आयुष्य परत आपल्या ताब्यात घेण्याची सुरुवात असते.

स्वत:ला परिपूर्ण बनवण्यासाठी तुमचा जन्म झाला आहे, असे तुम्हाला वाटत असेल, तर तसे समजू नका.

तुम्ही सदासर्वदा आनंदीच असायला हवे, यासाठी तुमचा जन्म झालेला आहे, ही समजूत चुकीची आहे.

प्रत्येक दिवशी तुमचे माणूसपण पूर्णत्वाने जपण्यासाठी कार्यरत राहाल, तुम्ही घाबरलेले असतानाही तुमच्या भावनिक जाणिवांचे पूर्ण भान ठेवाल, तर तुम्ही खरोखरीच एका सुंदर पद्धतीने माणूसपणाच्या उदात्त स्तरावर पोहोचू शकाल.

मानसिक स्वास्थ्य मिळवणे म्हणजे काय?

मानसिक स्वास्थ्य मिळवणे आणि शारीरिक स्वास्थ्य मिळवणे, हे दोन्ही एकच नाही. जेव्हा तुम्हाला शारीरिक इजा झालेली असते तेव्हा ती बरी

होण्याची प्रक्रिया ही सर्वसाधारणपणे एका रेषेत, टप्प्याटप्प्याने पुढे जाणारी असते. तुम्ही हळूहळू बरे होत जाता आणि एक दिवस जवळजवळ पूर्वीसारखे होता.

मनाचे स्वास्थ्य परत मिळवणे ही गोष्ट पूर्णत: वेगळी आहे, कारण यामध्ये तुम्ही आता जसे आहात त्यात बदल होणे अपेक्षित नसते. हळूहळू धैर्य गोळा करणे आणि कात टाकल्याप्रमाणे पूर्णपणे नव्याने घडणे अपेक्षित असते.

हे जरा जास्त अवघड आणि कठोर स्वरूपाचे वाटले तर वाटू दे, ते तसे वाटायलाच हवे. मानसिक स्वास्थ्य मिळवणे म्हणजे एक अद्भुत वाटावे असे उत्थान नव्हे, की ज्यायोगे तुम्ही आराम आणि कल्याणाच्या वरच्या पायऱ्या एकदा चढलात की चढलात आणि तिथेच कायमचे स्थिर झालात. असे होत नाही.

बरे होणे म्हणजे तुमच्या स्व-रूपाच्या स्थितीपर्यंत पोहोचणे असते. ज्यात तुम्हाला व्यक्तिगत स्वातंत्र्याची भूक असते, जे तुम्हाला गुदमरवून टाकणाऱ्या इतरांच्या मतांवर अवलंबून नसते. जे कोणतीही नवनिर्मिती नि:शंकपणे स्वीकारते, जे निर्भयपणे वावरते आणि नियम, करार, अटी यांच्या चौकटीत बांधले न जाता प्रेम करते. तुमच्या स्व-रूपात स्थित होणे. हा तुमच्या व्यक्तित्वाचा सर्वोत्तम आविष्कार असतो, ज्याची तुम्ही कधी कल्पनाही केली नसेल, उपजत तुम्ही जसे होतात, तेच तुमचे 'स्व'रूप आहे.

आणि त्या 'स्व'रूपापर्यंत पोहोचायचे? त्यासाठी खूप जाणीवपूर्वक प्रयत्न करावे लागतात.

आजवर कायम ज्या गोष्टींकडे तुम्ही दुर्लक्ष करत आलात, त्या तुमच्या सर्व तक्रारी, तुमच्यातली आक्रमकता आणि न संपणाऱ्या इच्छा व भीती, या सर्वांची तुम्हाला तपशीलवार नोंद घ्यावी लागेल. तुमच्या आयुष्यात नेमके काय चुकले, असे तुम्हाला वाटते त्याचा व्यवस्थित आढावा घेऊन ते दुरुस्त करावे लागेल. तुमच्या भावनिक जाणिवांच्या बाबतीत, थोडेही विचलित न होता त्यांचा पूर्ण अनुभव तुम्हाला प्रत्यक्षात घ्यावा लागेल.

तुमच्या हृदयात रेंगाळलेली जी खोल वेदना आहे, त्या वेदनेतून मुक्त होऊन बरे होण्यासाठी त्या वेदनेचा अनुभव सुप्त मनाच्या पातळीवर राहू देऊ नका. त्या वेदनेची भावनात्मक संवेदना जाणीवपूर्वकतेने पूर्णपणे अनुभवा. म्हणजे तुमच्या कोंडलेल्या भावनांचा निचरा व्हायला वाट मिळेल. बरे होणे म्हणजे तुमच्या भावनिक अनुभवांचे शुद्धीकरण करत राहणे नव्हे.

तुम्हाला अस्वस्थ वाटते म्हणून तुमच्या भावनांकडे तुम्ही कायमची पाठ फिरवायची, त्यांना गाडून टाकायचे, असे ठरवता. खरे म्हणजे तसे न करता त्या भावनांचे संपूर्ण स्वरूप तुम्ही जाणून घेणे हे बरे होण्यासाठी आवश्यक असते. बरे होण्यासाठी तुम्ही तुमच्यातल्या अंधाऱ्या बाजूचा कणन्‌कण जाणून घेणे गरजेचे असते; कारण लगोलग त्याखाली असणारा, अभेद्य वाटणारा जो थर असतो, तो परिपूर्ण, मूलभूत स्वरूपाचा आणि संपूर्ण स्वातंत्र्याचा असतो. जेव्हा तुम्हाला कोणत्याही अनुभवाला सामोरे जाण्याचे भय उरत नाही, तेव्हा त्या अभेद्य थरापर्यंत आपोआपच पोहोचता. जेव्हा तुम्ही तुमच्या आयुष्यातल्या कोणत्याही गोष्टीकडे पाठ फिरवत नाही, तेव्हा नवल घडते : तुम्हाला शांती मिळते.

जरा स्पष्टच बोलू या : तुमच्या भावनांचे संपूर्ण स्वरूप जाणून घेण्यासाठीचे हे कष्ट तुम्हाला काही कायम सोसायचे नाही आहेत. हा त्रास काही फार काळ असणार नाही. पण जोपर्यंत तुमच्या भूतकाळातील सर्व अनुभव तुमच्या पुढे उलगडलेले नाहीत आणि तुम्हाला जोपर्यंत तुमच्या मूळ स्वरूपापर्यंत पोहोचता आलेले नाही, तोपर्यंत तुम्ही हळूहळू सुधारत आहात, असा फसवा दिलासा स्वत:ला देत राहण्याची चूक करू नका... तसे केलेत तर सगळेच मुसळ केरात गेल्यासारखे आहे.

ज्या काळाला सकारात्मक विघटनाचा काळ असे म्हटले जाते; अशा आपल्या व्यक्तित्वाचे विघटन होत असण्याच्या या काळातच आपल्या स्व-प्रतिमेत काही बदल करता यायला हवेत. या काळात खूप बहरलो आहोत असे झाले नाही, तरी किमान ती परिस्थिती आपण सांभाळू शकू असा दिलासा आपल्याला त्या स्व-प्रतिमेतून मिळायला हवा.

असे होणे हे मनःस्वास्थ्याचे निदर्शक आहे, सामान्य स्थितीचे निदर्शक आहे. आपल्याकडून याच प्रतिसादाची अपेक्षा असते.

पण आपण माघार घेतो, कारण स्व-प्रतिमेत बदल करण्याने आपले मन:स्वास्थ्य बिघडेल, असे आपल्याला वाटते. आपल्याला योग्य पद्धतीने जगण्यासाठी काय काय लागेल, असे शिकवले गेले होते - सुखसोय आयुष्य सुखसोयीचे आणि सरळसाधे असावे आणि वरवर पाहता सगळे काही आलबेल असल्यासारखे वाटले पाहिजे - हे सर्व केवळ आपण स्व-प्रतिमेत बदल केले म्हणून लगेचच साध्य होत नाही.

बरे होणे म्हणजे सगळे काही ताबडतोब सुधारेल, असे नाही. त्याचा अर्थ योग्य तो अवधी घेत, हळूहळू आपल्यासाठी योग्य असलेले आयुष्य उभारत जाणे. जेव्हा आपल्याला आपल्या 'स्व'रूपाची ओळख पटते, तेव्हा त्याला सामोरे जाणे, आपण कुठे चुकलो हे मान्य करणे म्हणजे बरे होणे. भूतकाळात आपण कसे होतो, त्याचे अंतर्मुख होऊन परीक्षण करणे आणि ज्या राग, भीती, कोतेपणा यांसारख्या अवगुणांमुळे आपण असे झालो, त्या अवगुणांवर मात करणे म्हणजे बरे होणे.

बरे होणे म्हणजे बदलांमुळे जाणवणारी अस्वस्थता टाकून देणे. कारण तुम्ही जेव्हा तसे करता, तेव्हा अगदी थोड्या वेळासाठी का होईना, सुमार दर्जाच्या गोष्टींचा आयुष्यात समावेश करायला तुम्ही नकार देत असता. वास्तविक पाहता, तुम्ही अस्वस्थता टाळू शकत नाही; आपण जिथे कुठे जसे असू, तिथे ती आपल्या बरोबर येतेच. पण आपल्या स्वनिर्मित मर्यादांवर मात करून, सगळ्या सीमा ओलांडून, आपल्या स्वप्नातील ध्येय प्रत्यक्षात उतरवत असताना वाटणारी अस्वस्थता आपण स्वीकारणार आहोत, ते केले नाही, तर आपण पुढे जाण्याच्या वाटचालीची सुरुवात का करत नाही, याचे समर्थन देण्यासाठी जन्मभर आपल्याला भीतीच्या स्व-रचित कहाण्या उगाळत राहाव्या लागतील.

बरे होण्याचा प्रवास सुरुवातीला अत्यंत कठीण असणार आहे. त्या प्रवासाची सुरुवात करण्यासाठी तुम्ही प्रामाणिकपणे आत्मचिंतन करायला सुरुवात

करा. कदाचित ते करण्याची ही तुमची पहिलीच वेळ असेल. त्यासाठी कदाचित तुम्हाला सोयीस्कर वाटणाऱ्या तुमच्या नेहमीच्या रिंगणातून बाहेर पडावे लागेल, म्हणजे तुम्ही तुम्हाला जसे होण्याची इच्छा आहे, तसे होण्याकडे झेप घेऊ शकाल. तुम्हाला सुखात असल्यासारखे वाटू लागणे आणि त्यामुळे आरामाचे आयुष्य जगणे म्हणजे बरे होणे नाही. बरे होणे म्हणजे सुखसोयीच्या अभावामुळे स्वत:ला बेचैन होऊ न देणे, उलट अधिक कार्यप्रवृत्त होणे आणि रिकाम्या वेळेत एकामागून एक काळजीची साखळी निर्माण करत बसण्यापेक्षा त्या वेळेचा विनियोग अधिक उत्स्फूर्तपणे जगण्यासाठी करणे.

बरे होण्यामुळे सगळेच बदलणार आहे, पण त्यासाठी तुम्ही तुमच्या भावनिक जाणिवांना स्वेच्छेने सामोरे जाऊन त्याची सुरुवात करायला हवी.

एक गोष्ट इथे स्पष्ट करायला हवी : तुमचे उत्तमातले उत्तम रूप म्हणजे तुमचे 'स्व'रूप, ही तुम्हाला मिळालेली जन्मजात देणगी आहे. तुमच्या 'स्व'रूपात स्थित होण्यासाठी तुमचा जन्म आहे. तुमची विश्वासप्रणाली आणि भीती या गोष्टी तुम्हाला सीमित करतात, 'स्व'रूपात स्थित होण्याची वाटचाल सुरू करण्यापासून त्या तुम्हाला मागे खेचतात.

बरे होण्याचा अर्थ पहिल्यासारखे होणे असा नाही. कारण बरे होण्यापूर्वी तुम्हाला वादळ येऊन धडकण्याची पूर्व सूचना मिळाली तरी ती समजत नव्हती आणि आलेल्या वादळापासून स्वत:चे रक्षण करायचे हेही ठाऊक नव्हते.

तुम्हाला बरे व्हायचे आहे, याचा अर्थ असा नाही की, तुम्ही आधीसारखे पुन्हा अजाण, संभ्रमित आणि जागरूकतेचा अभाव असलेली व्यक्ती व्हायचे आहे. ज्या काळात तुम्हाला आयुष्यातल्या विरोधी गोष्टी, वेदना, सर्व भल्याबुऱ्या गोष्टी यांची ओळख झालेली नव्हती, त्या काळातला तुमचा स्वच्छंदी बेसावधपणा आपल्याला पुन्हा नको आहे.

बरे होण्याची जी दुसरी बाजू आहे, त्यातील गोष्टी तुमच्या अधिक हिताच्या आहेत; हे तुम्हाला आता कळणार नाही, कारण त्या तुम्ही अजून

अनुभवलेल्या नाहीत. बरे होण्याचा वेदनादायी प्रवास केल्यानंतर तुम्ही अधिक प्रतिकारक्षम, अधिक स्वयंपूर्ण, अधिक सक्षम होता.

तुमच्या लक्षात येते की कोणत्याही गोष्टीचा आधार घेतला, तरी तुमची सुटका आपोआप होणार नाही, स्वतःचे रक्षण स्वतःच करण्यासाठी, तुम्ही कामाची सुरुवात करणे आवश्यक आहे आणि स्वयंपूर्ण होण्याकडे वाटचाल करत राहणे हाच तर तुमच्या आयुष्याचा उद्देश आहे.

तुम्ही ते करायला जेव्हा सुरू करता, तेव्हा तुम्हाला आतूनच शक्ती येते. तुमच्या लक्षात येते की, तुमच्या आयुष्याला नवी दिशा देण्यासाठी, योग्य धोरण आखण्यासाठी, तुमच्या जवळ शक्ती आणि प्रभाव दोन्ही आहेत. तुमच्या लक्षात येते की, तुमचे नियंत्रण नसलेल्या गोष्टींवर लक्ष केंद्रित न करता जे तुमच्या हातातले आहे त्याच्या आधाराने तुम्ही उत्तम आयुष्याची उभारणी करू शकता.

जेव्हा तुम्ही बरे होता, तेव्हा तुमचा जो भाग दुखावला होता तो अधिक कणखर झालेला असतो. ज्या बाबतीत तुम्ही अहंमन्य होतात, त्या बाबतीत तुम्हाला वास्तवाचे भान येते. ज्या गोष्टींकडे तुम्ही दुर्लक्ष करत होतात, त्या गोष्टींबाबत अधिक जबाबदार बनता. तुम्ही अधिक संवेदनशील, सक्षम आणि सावधचित्त होता. तुमचे वर्तन अधिक समजूतदार, दुसऱ्यांच्या भावनांची कदर करणारे, विशेष ध्यान देणारे, अधिक काळजीपूर्वकतेचे होऊ लागते.

आता तुम्हाला कशाची जास्त गरज असेल, तर ती कशालाही न घाबरण्याची.

सतत घाबरून वागत राहिलात म्हणून तुम्ही सुरक्षित राहाल, असे मुळीच नाही. तुम्ही सक्रिय झालात तर मात्र तुम्ही नक्कीच सुरक्षित राहाल. सतत चिंता करत राहिलात म्हणून तुम्ही सुरक्षित राहाल, असेही मुळीच नाही. आल्या प्रसंगाला सामोरे जाण्याची तयारी ठेवलीत, तर मात्र तुम्ही नक्की सुरक्षित राहाल. खूप विचार केलात म्हणून तुम्ही सुरक्षित राहाल, असे तर नाहीच नाही. परिस्थिती समजून घेतलीत तर मात्र तुम्ही नक्कीच सुरक्षित राहाल.

एखाद्या धक्कादायक घटनेनंतर जेव्हा आपण भीती आणि वेदना घट्ट पकडून ठेवतो तेव्हा ते आपल्या दृष्टीने सुरक्षिततेचे एक कवच असते. आपण आपली खोटी समजूत करून घेतलेली असते की, कसलीही पूर्वसूचना न मिळता यापूर्वी ज्या भयंकर गोष्टी घडल्या त्या आपण जर नीट स्मरणात ठेवल्या तर भविष्यात त्या गोष्टी टाळता येतील. अर्थातच या विचाराचा उपयोग तर होतच नाही, पण खरंच त्या भयंकर गोष्टी पुन्हा घडल्या तर त्यांना तोंड देण्याची आपली क्षमताही कमी होते.

कारण तुमचा बहुतेक वेळ तुमच्या मनाच्या आत बंदिस्त असलेल्या भीतीच्या बागुलबुवाला घाबरण्यातच निघून जातो. त्यामुळे काळाबरोबर ज्या गोष्टींमध्ये घट होत जाते, अशा प्रत्यक्षातल्या गोष्टींकडे तुमचे लक्षच जात नाही : तुमचे आरोग्य, तुमची नाती, तुमची दूरदृष्टी, तुमची आर्थिक स्थिती आणि तुमची वैचारिक शक्ती.

जेव्हा तुम्ही पूर्ण बरे होता तेव्हा तुम्हाला नुसते बेचैन होऊन काळजी करत राहणे मान्य होत नाही. जर एखादी गोष्ट बरोबर नसेल, तर ती बरोबर नाही, हे तुम्हाला कळते आणि ते बरोबर करण्यासाठी तुम्ही त्वरित कृती करता, कारण तसे न केल्याने काय होते, याचा अनुभव तुम्ही पूर्वी घेतलेला असतो.

जेव्हा तुम्ही पूर्ण बरे होता तेव्हा पुढे काय होईल याचा आणि त्याच्या कार्यकारणाचा वस्तुनिष्ठ विचार करण्यास तुम्ही सक्षम असता. तुम्ही जे कराल त्याचे काही निश्चित परिणाम असणार आहेत, हे तुम्हाला माहीत असते. ते परिणाम लक्षात घेऊन, तुमच्या आयुष्यात घडणाऱ्या गोष्टींचे व्यवस्थित नियंत्रण करायचे असेल तर तुमच्या सवयींमध्ये काही बदल करावे लागतील, हेही तुम्हाला कळलेले असते.

जेव्हा तुम्ही पूर्ण बरे होता, तेव्हा तुमच्या लक्षात येते की, आता तुम्ही जिथे/जसे आहात, त्यातच आनंद मिळवण्याच्या क्षमतेपेक्षा अधिक महत्त्वाचे दुसरे काही नाही. आताच्या क्षणाचे भान राखून, आयुष्याचा आनंद उपभोगण्याच्या मार्गात जे काही अडथळे असतील ते अडथळे म्हणजे तुमच्यापुढे उभी असलेली आव्हाने आहेत आणि त्यांचा सामना करणे तुम्हाला भाग आहे, हे तुम्हाला समजलेले असते.

आयुष्य वेगाने पुढे सरकते आणि ते क्षणभंगुर आहे. आज तुमच्या जवळ जे काही आहे, ते उद्या असेलच असे नाही आणि ते खूप घट्ट पकडून ठेवण्याचा प्रयत्न केला, ते हातातून निसटू नये म्हणून प्रतिकार केला, म्हणजे ते सुरक्षित राहील, असेही नाही. याचा अर्थ एक ना एक दिवस तुमच्या हातातले सर्व काही निघून जाण्याची वेळ निश्चित येईल - ज्याप्रमाणे प्रत्येक गोष्ट आणि प्रत्येक व्यक्ती कधीतरी निघून जातेच - आणि तुमच्या लक्षात येईल की, जेव्हा त्या गोष्टी तुमच्या जवळ होत्या, तेव्हा तुम्ही त्यांचा आनंद घेतलाच नाहीत.

आणि शेवटी बरे होणे म्हणजे तरी काय? बरे होणे म्हणजे अशा अवस्थेला पोहोचणे, जिथे तुम्ही फक्त, तुमच्या या एका छोट्याशा आयुष्याच्या गुणवत्तेला सर्वप्रथम महत्त्व देता.

आयुष्यात पुढे जाण्याचा संबंध एखाद्या गोष्टीचा सूड घेण्याशी नसतो.

तुमच्यातला सकारात्मक बदल कदाचित कोणाच्या लक्षात येणारही नाही. वरवर पाहता तुमच्यात फार काही बदल झाला आहे, असे कदाचित कोणाला जाणवणार नाही. ज्या जगात प्रेमभंगाचा सूड म्हणून शरीर कमावण्याची किंवा सुंदर दिसण्याची धडपड, पुन्हा एकत्र येण्याचे प्रयत्न केले जातात, ज्या जगात तुमच्या परिवर्तनाची बातमी तुम्ही समाजमाध्यमांवर जाहीर केली पाहिजे, अशी अपेक्षा केली जाते; त्या जगात खरोखरी बरे होणे, सुधारणे, आयुष्यात पुढे जाणे, यांसारख्या गोष्टींचा अर्थच हरवला आहे.

तुमच्यात खरोखरच सकारात्मक बदल हा तुमच्या पूर्व आयुष्यातल्या लोकांना चुकीचे सिद्ध करण्यासाठी नसतो. सकारात्मक बदल म्हणजे इतके समाधानी आणि भविष्याबद्दल सकारात्मक असणे, की तुम्ही त्याबद्दल कसलीही काळजी करणे थांबवता.

तुमचे आयुष्य आतापेक्षा वेगळे दिसायला हवे म्हणून त्यात बदल व्हायला हवा, असे जोपर्यंत तुम्हाला वाटत राहते, तोपर्यंत तुम्हाला लोकांच्या

मतांची फार चिंता असते, पण लोकांना मात्र तुमच्या आयुष्याशी काही फारसे देणेघेणे नसते.

तुम्हीसुद्धा हा फरक ओळखू शकाल. ज्यांच्यामध्ये खरोखरीच परिवर्तन घडून आले आहे, अशा व्यक्तींना बाह्यत: गोष्टी कशा दिसतात याची फारशी फिकीर नसते. त्यांच्या आयुष्यात त्यांना आता फक्त भोवतालच्या गोष्टींमधून आयुष्याबद्दल काय जाणवते आहे, वरच्या आवरणाखालचे त्यांचे खरे रूप कसे आहे, याला खूप प्राधान्य असते.

खरोखरची सकारात्मकता जिथे असते तिथे शंकेला काही जागा असू शकत नाही. तिथे सर्व नकलीपणाला झुगारून देऊन, सरळ समस्येला हात घालणे असते. अशा प्रकारचे बरे होणे, बदलणे कायमस्वरूपी असते. आयुष्यात प्रथमच इतरांच्या नजरांपेक्षा स्वत:चे हृदय/मन काय सांगते आहे, त्याला महत्त्व देणे असते. स्व-प्रतिमा इतरांच्या नजरेत चांगली वाटावी म्हणून कोणीही तुकडे तुकडे जोडून ती आकर्षक बनवू शकते. कोणीही फोटो फिल्टर वापरून आणि एकापुढे एक चित्रे जोडून एक संपूर्ण वाटणारी कहाणी बनवू शकते, सलगपणाचा आभास निर्माण करू शकते. कोणीही सुंदर दिसण्यासाठी भरपूर खर्च करू शकते, खरोखरीच प्रयत्न केला तर पहिल्यापेक्षा अधिक चांगलेही दिसू शकते, कोणीही प्रत्यक्षात आहे त्यापेक्षा त्यांची परिस्थिती कितीतरी अधिक चांगली असल्याचा आभास निर्माण करू शकते.

तसे करण्यावर त्यांचा अजूनही खूप भर असेल, तर ते कदाचित अजूनही आतून रिते आहेत.

तुम्ही दहा वर्षांपूर्वी दिसत होतात, त्यापेक्षा आता मोठे दिसता की लहान, अधिक छान की थोडे बरे, याची जर तुम्हाला चिंता नसेल तर?

तुम्हाला जर तुमचा आत्मसन्मान, प्रामाणिक नाती, भावनिक स्वातंत्र्य, वैचारिक स्पष्टता, तुम्हाला मनापासून करावीशी वाटणारी नोकरी, आवडणारे काम, अधिक लाघवी आणि समजूतदार स्वभाव, या सगळ्या गोष्टी आता हव्याशा वाटत असतील तर?

तुम्हाला जर तुमचे यश हे आता फोटो काढण्याचा किंवा मोजमाप करण्याचा विषय वाटत नसेल, तो फक्त काही पिक्सेल्सच्या माध्यमातून आणि स्टेटस अपडेट्समधून लोकांपर्यंत पोहोचवता येण्यासारखा विषय आहे, असे वाटत नसेल तर? मग सांगा, तुम्हाला आज कसे वाटते आहे? कालच्यापेक्षा अधिक चांगले? अधिक संपूर्ण, अधिक आत्मविश्वास असलेले?

खरे म्हणजे आयुष्यात कशाच्यातरी पूर्वी आणि कशाच्यातरी नंतर असे काही नसते. आपल्यातले काहीतरी सतत गळून पडत असते आणि आपण सतत नव्याने घडत असतो. असा एखादा अविस्मरणीय क्षण येण्याची वाट पाहणे की, कोणीतरी तुमची माहिती माध्यमांवर शोधून काढेल आणि त्याला दिसेल की तुमचे एकदम मस्त चालले आहे... हा मनाचा एक खेळ आहे, आणि तो फक्त तुमच्यापुरताच आहे.

तुम्हाला वाटते तसे तुमच्याकडे कोणी पाहत नसते. तुमचा विचार कोणीतरी करावा, असे तुम्हाला वाटत असते; पण तसे होत नाही. ते स्वत:कडे बघत असतात. ते स्वत:चा विचार करत असतात.

ते स्वत:चे आयुष्य वाचत असतात.

यात दु:ख करण्यासारखे काही नाही; उलट ही गोष्ट तुम्हाला बंधनातून सोडवणारी आहे. तुमच्या स्वातंत्र्याचे मर्म आहे.

सत्य असे आहे की, तुमच्या स्वत:खेरीज इतर कोणीही तुमच्यातील दोष शोधत बसत नाहीत. लोकांनी तुम्हाला नावे ठेवली असतील, याची तुम्हाला पूर्वी ज्या प्रमाणात भीती वाटत असे, त्या प्रमाणात क्वचितच तुम्हाला कधी कोणी नावे ठेवली असतील.

तुमच्या भूतकाळात उघडणारे हे दार तुम्हाला स्वतःच्या हितासाठी बंद करायचे आहे. त्यामुळे तुमच्या परिस्थितीत सुधारणा होणार आहे. तुमच्यातला बदल स्वत:साठी आहे. तुम्ही विरुद्ध तुम्ही, अशी ही लढाई आहे, तुमचे स्वत:चे स्वत:ला भेटणे आहे, हे असे तुमचे स्वत:चे स्वत:ला भेटणे प्रथमच घडणार आहे. तुम्ही कोण होऊ शकता, हे तुम्हाला माहीत

आहे, आणि त्यानुसार तुम्ही आता स्वत:ला घडवणार आहात. आयुष्य जगण्याची तुमची क्षमता आता पूर्णपणे आकाराला येऊन, तुमचे आयुष्य आता त्याप्रमाणे घडणार आहे.

परंतु, तुमचे याआधीचे रूप हे तुमचे सर्वोत्तम रूप नव्हते, हे तुम्हाला कळणे सर्वांत जास्त महत्त्वाचे आहे.

याआधी तुमच्या मनातल्या इच्छेप्रमाणे तुम्ही वागला नाहीत.

तुम्ही जे करणे अपेक्षित होते ते तुम्ही केले नाहीत.

तुम्हाला जे आणि जसे बनण्याची आशा होती तसे तुम्ही बनला नाहीत.

जेव्हा केव्हा आपण दुसऱ्या कोणालातरी चुकीचे ठरवण्याची खूप धडपड करत असतो, तेव्हा खरे म्हणजे आपण आपल्याला हवे तसे जगलो नाही, ही आपली पाठ न सोडणारी निराशा संपवण्याचा प्रयत्न करत असतो.

म्हणून एक गोष्ट लक्षात ठेवा : पुढच्या वेळेस जेव्हा तुम्ही तुमच्या यशाची चमकदार गोष्ट बनवून, लोकांवर छाप टाकण्याचा प्रयत्न कराल, तेव्हा तुम्हाला दुसऱ्यांकडून मान्यता मिळवण्याची गरज अजूनही का भासते, हे स्वत:ला विचारा.

त्याचे उत्तर कायम हेच असेल की, तुम्ही अजूनही स्वत:लाच, तुम्ही जसे आहात तसे स्वीकारलेले नाही.

प्रकरण ६

नवीन भविष्याची बांधणी करणे

आता तुम्ही तुमच्या जुन्या अनुभवांच्या त्रासदायक स्मृती सोडून देण्याचे आव्हानात्मक काम सुरू केलेलेच आहे, तर मग तुम्ही तुमच्या आयुष्याचा वर्तमानकाळ आणि भविष्यकाळ घडवण्यावर लक्ष केंद्रित करायला हवे. जेव्हा आपण मागचे सोडून तुमच्यासाठी योग्य अशा रीतीने देतो तेव्हा आपण काहीतरी चांगले घडवण्यासाठी मागची पाटी कोरी करत असतो.

जे लोक त्यांचा भूतकाळ मागे टाकण्याचा प्रयत्न करत असतात, पण त्यात यशस्वी होत नाहीत, त्यांचे सर्व लक्ष त्यांच्या भूतकाळावर केंद्रित झालेले असते आणि तोच त्यांच्यासाठी असलेला – भूतकाळातच अडकून बसण्याचा – सर्वांत मोठा धोका असतो, ते बाहेर पडू शकत नाहीत. तुम्हाला त्यातून आता कोण व्हायचे आहे, हेच नजरेसमोर ठेवण्याचे, त्यानुसार तुमच्या सर्वोत्तम व्यक्तित्वाची कल्पना मनात बाळगून तुमच्या दैनंदिन जगण्यातून नव्या आयुष्याची दिशा ठरवण्याचे आणि तुमच्या आयुष्याचा मूळ हेतू काय आहे, हे जाणण्याचे काम करायचे आहे.

भविष्यातील तुमच्या संभाव्य सर्वोत्तम 'स्व'ला भेटणे

मानसोपचाराच्या पद्धतीतली एक लोकप्रिय पद्धती म्हणजे 'तुमच्या आत असलेल्या बालवयीन 'स्व'शी संवाद साधणे'[१५] किंवा तुमच्या बालवयीन

'स्व'ची कल्पना करून, त्या 'स्व'शी नाते प्रस्थापित करणे. या प्रक्रियेत तुम्ही स्वत:ला भूतकाळातील काही विशिष्ट धक्कादायक प्रसंगांपर्यंत घेऊन जाणे आणि तुम्हाला आता जे जाणतेपण प्राप्त झाले आहे, त्याच्या मदतीने त्या प्रसंगांकडे पुन्हा नव्याने पाहणे, यांचा समावेश असतो.

तुमच्या आत दडलेल्या बालवयीन 'स्व'शी संपर्क साधण्यासाठी त्या बालवयीन 'स्व'ने तुमच्याशी बोलावे असा प्रयत्न बहुतेकदा केला जातो. त्याच्या द्वारे तुमच्या सुप्त इच्छा, आवड, भीती आणि इतर भावनिक जाणिवा माहीत करून घेता येतात.

ही प्रक्रिया उलट दिशेने, म्हणजे पुढून मागे जाणाऱ्या अभियांत्रिकी विश्लेषणासारखी असते. समोर असलेल्या यंत्राच्या निर्मितीची आणि त्याच्या कार्याची काहीच माहिती उपलब्ध नसेल तर ते यंत्र पूर्णपणे खोलून, त्यातला प्रत्येक घटक बारकाईने तपासून, पुन्हा यंत्राची जुळणी करावी, अगदी तसे. तुमच्या सुप्त मनात असलेले मूल जागे करण्यासाठी तुम्ही तुमच्या आयुष्याचे अंतिम ध्येय खरोखरी काय आहे, ते सर्वप्रथम जाणायला हवे. मग तुमच्या लहानपणचा एकेक टप्पा मागे जात, तुमच्या भूतकाळाचा पट उलगडत, तुमच्या आंतरिक इच्छा, भावना जाणून घेत, तुमच्या ध्येयपूर्तीसाठी पुढे येणाऱ्या प्रत्येक दिवशी, आठवड्यात, महिन्यात, वर्षात काय काय साध्य करणे जरुरीचे आहे ते ठरवून घ्यायला हवे. अर्थातच, ही पद्धती भूतकाळाच्या स्मृतींमधील जळमटे झटकण्यासाठी जशी उपयोगी आहे, तशीच ती तुमच्या भविष्याचे स्पष्ट चित्र तुमच्या नजरेसमोर उभे करण्यासाठीही उपयोगी आहे.

टप्पा १ : प्रथम तुमच्या भीतीचा सामना करा

एखाद्या शांत जागी बसा, हातात एक नोंदवही असू द्या. हे करण्यासाठी तुम्ही पूर्ण निवांत असलेली वेळ निवडायची आहे आणि या प्रक्रियेतून जाताना मिळणारे मार्गदर्शन, तुम्ही पूर्णपणे मोकळ्या मनाने स्वीकारायचे आहे. हे करत असताना मनात भीती असेल तर प्रक्रियेचे फलितही भीती हेच असेल.

आता ध्यानाला सुरुवात करा. काही क्षण खोल श्वास घ्या आणि तुमच्या नाभीपाशी आणि नाभीच्या आत चित्त केंद्रित करा. तुम्ही आता जिथे तुम्हाला आनंदी आणि शांत वाटते अशा स्वच्छ प्रकाश असलेल्या एका खोलीत आसनस्थ आहात, अशी कल्पना करा.

मग भविष्यातल्या तुमच्या 'स्व'ला तुमच्या बरोबर बसण्यासाठी आणि बोलण्यासाठी आवाहन करा. त्या स्व-चे वय किती असावे, याची कल्पना तुम्ही करू शकता, परंतु सहसा तुमचा 'स्व' प्रकट होतानाचे वय आपोआप कळतेच.

हे पूर्ण झाले की, तुमच्या 'स्व'कडून मार्गदर्शन मिळायला सुरुवात होते.

टप्पा २ : तुमचा भविष्यातला 'स्व' कसा दिसतो, त्याचे निरीक्षण करा.

तुमच्या या 'स्व'चे रूप, तुम्ही केलेल्या कल्पनेनुसार असले तरीसुद्धा त्याचे दिसणे, वागणे आणि त्याच्या चेहऱ्यावरचे हावभाव या गोष्टींकडे नीट लक्ष द्या.

भविष्यातील तुमच्या 'स्व'बरोबर काम करण्याचा उद्देश हा आहे, की तो पैलू आता तुमच्या व्यक्तित्वाचा अविभाज्य हिस्सा बनावा. तुम्हाला तुमच्या 'स्व'चे सर्वाधिक आदर्श रूप नजरेसमोर साकारता येणे आवश्यक आहे; म्हणजे तुम्हाला तुमचे यापुढचे आयुष्य कसे समृद्ध व्हायला हवे, वरच्या पायरीवर जायला हवे, बदलायला हवे, हे स्पष्टपणे समजेल.

त्या 'स्व'चा रोजचा पोशाख कसा असेल, त्याच्या भावना काय असतील, आणि त्याची दिनचर्या कशी असेल हे पहा. तुमच्या स्वत:च्या घडणीमध्ये या गोष्टी अत्यंत महत्त्वाच्या आहेत.

टप्पा ३ : तुमचा भविष्यातला 'स्व' कसा दिसतो, त्याचे निरीक्षण करा.

तुमच्या भविष्यातील 'स्व'ला मार्गदर्शनाची विनंती करा.

सगळे काही स्वच्छ धुवून काढायचे आहे, असा पवित्रा घेऊन भीतिदर्शक भल्या मोठ्या प्रश्नांची यादी तुमच्या भविष्यातील 'स्व'समोर टाकून तुम्ही या प्रक्रियेची सुरुवात करू नका. तसे केलेत तर शक्यता हीच आहे की तुम्हाला मिळालेल्या उत्तरांमधून तुमच्या पदरात प्रभावी मार्गदर्शनाऐवजी तुम्हाला खिळवून टाकणारी भीतीच अधिक येईल.

त्याऐवजी तुमचा भविष्यातील 'स्व' तुम्हाला जे काही सांगू पाहतो आहे, ते तुम्ही नीट ऐकून घेऊन त्याचा स्वीकार करा. त्याच्याकडून येणारे संदेश सकारात्मक, मनाला उत्साहित करणारे, दिलासा देणारे आणि उपयोगी होतील, असे आहेत; या दृष्टीने त्या संदेशांकडे बघा. आताचा *तुमचा प्रेमसंबंध तोडा,* असे जरी त्याने सांगितले तरी तुम्हाला शांत आणि दिलासा वाटेल अशा पद्धतीनेच तो ते सांगत आहे, त्यामुळे तुमचा आत्मविश्वास बळावला आहे आणि तुम्हाला शांत वाटते आहे, असे तुम्हाला वाटू दे.

टप्पा ४ : तुमचा भविष्यातला 'स्व' तुमच्या नवीन आयुष्याची किल्ली तुमच्या हवाली करत आहे, अशी कल्पना करा.

दुसरा एक खूप प्रभावी प्रयोग म्हणजे अशी कल्पना करा की तुमच्या भविष्यातल्या 'स्व'बरोबर तुम्ही बसलेले आहात. तुमचे स्वत:चे वय ३, ५ किंवा सात वर्षांपूर्वी तुम्ही ज्या वयाचे होतात, तेवढे आहे. तुमच्या दोघांच्या वायतील अंतर इतकेच असावे की, दोन्ही व्यक्तित्वांचे एकमेकांशी नाते सहजपणे जोडले जावे, पण ते इतके कमीही असू नये की, दोन्ही व्यक्तित्वांमध्ये फारसा फरकच नाही असे वाटेल.

अशी कल्पना करा की, तुम्ही नेहमी जिथे जात होतात, अशा एखाद्या जागेत किंवा तुम्ही पूर्वी राहत होतात त्या जागेत, आताचे तुम्ही आणि काही वर्षांपूर्वीचा तुमचा 'स्व' बसलेले आहात. आताच्या तुमच्या आयुष्याचे काही तुकडे आणि त्यांसंबंधीची त्या त्या वेळेची माहिती तुम्ही आता तुमच्या त्या पूर्वीच्या 'स्व'च्या हातात देणार आहात. या माहितीचा उपयोग त्यांना तुमच्या आताच्या व्यक्तित्वाशी जोडले जाण्यासाठी होईल.

तुम्ही त्यांना तुमच्या गाडीच्या किल्ल्या, तुमच्या नोकरीच्या ठिकाणचे तुमचे ई-मेल, तुमचे बँक खाते, तुमचा एखादा ड्रेस किंवा करिअर, नातेसंबंध किंवा तुमच्या रोजच्या सवयी, यांपैकी काही देऊ शकता. किंवा तुम्ही अशीही कल्पना करू शकता की, तुमचा भविष्यातला 'स्व' तुम्हाला तुमच्या भावी आयुष्यातले काही भाग देत आहे. कल्पना करा की तो तुम्हाला तुमच्या राहत्या घराच्या किल्ल्या देत आहे किंवा तुमची लग्नाची अंगठी किंवा इतर काहीही, अशा गोष्टी ज्या तुमच्या अत्यंत उत्कृष्ट दर्जाच्या असणाऱ्या भावी आयुष्यामध्ये समाविष्ट असतील.

लक्षात असू द्या, या प्रक्रियेत तुम्ही शांत चित्ताने, ठामपणे आणि पूर्ण आत्मविश्वासाने सहभागी व्हायला हवे, त्याच्या उलट वृत्तीने नाही. भीती हा एक भास, मनाने आणि पोटातल्या जाणीवेने निर्माण केलेली एक फसवी गोष्ट असते. भविष्यातील तुमचा 'स्व' इथे तुमच्या मदतीला उभा राहील, तुमच्या आयुष्यातील सर्व शक्यता आणि ज्यांमुळे तुम्हाला जगता येईल, असे भरवसा, स्पष्टता आणि सन्मान यांनी युक्त असलेले आयुष्य, अशा सर्व गोष्टींची आठवण करून देईल.

तुमचा भूतकाळ अनंतामध्ये (क्वांटम फील्ड) विसर्जित करा

जेव्हा एखादी अत्यंत भीतिदायक घटना घडते आणि तुम्ही त्या भीतीच्या प्रभावातून बाहेर पडू शकत नाही, तेव्हा तुम्ही आघातग्रस्त असता.

आघात हा असा अनुभव आहे, ज्यामुळे तुमच्या मूलभूत मानसिक सुरक्षिततेच्या भावनेपासून तुम्ही तोडले जाता. उदाहरणार्थ, जेव्हा आपल्या पालकांचे अस्तित्व किंवा त्यांच्या बरोबरचे नाते धोक्यात येते तेव्हा त्याचा प्रभाव सर्वाधिक तीव्रतेचा असतो. पण तुम्ही कमी-अधिक प्रमाणात आघातग्रस्त व्हायला कारणीभूत होतील, असे अनंत मार्ग या जगापाशी आहेत.

आघात होणे म्हणजे काय आणि आघाताचे मूळ कुठे असते, याबद्दल अनेक सिद्धान्त मांडले गेले आहेत. काहींच्या मते त्याचे मूळ आपल्या

डीएनएमध्येच असते.[१६] इतरांच्या मते, त्याचे मूळ मानसिक आणि भावनिक स्वरूपाचे असते, जे आपण विशिष्ट वर्तनपद्धती आणि निरीक्षण यांमधून आत्मसात केलेले असते. सर्वसाधारणपणे, आघात हा व्यक्तीव्यक्तींमधल्या व्यवहारातून निर्माण झालेला एक अनुभव असतो. त्यामध्ये आपल्याला कोणीतरी आव्हान दिलेले असते आणि त्या आव्हानाला भिडण्यासाठी लागणारे कौशल्य किंवा त्याच्या तोडीस तोड उभे राहण्यासाठी लागणारी यंत्रणा आपल्याकडे नसते.

तुमच्यावर झालेल्या आघाताचे मूळ कशात आहे हे महत्त्वाचे नाही, तुमच्यावरील आघाताचे परिणाम महत्त्वाचे आहेत. ते दीर्घ काळ रेंगाळले असतील, तर तुम्हाला ते जाणवत राहतील. तुम्हाला ते शारीरिक संवेदनांमधून समजतील. अस्वस्थता, ताण, भीती, दहशत, उदासी किंवा अपराधित्वाची भावना जाणवत राहील. पण त्यांचे कारण आणि त्यांची जाणीव यात एकवाक्यता नसेल. त्या भावनांच्या मुळाशी असलेले नेमके कारण समजणार नाही. एखाद्या गोष्टीवरची तुमची प्रतिक्रिया जरुरीपेक्षा अधिक असेल आणि कदाचित समोर असलेली समस्या सुटली, तरीसुद्धा तुमचे घाबरणे काही कमी होणार नाही. ही आघातग्रस्त असल्याची लक्षणे आहेत.

आघाताचा प्रभाव तुमच्या डोक्यात राहत नाही. तो तुमच्या शरीरात राहतो.

तुम्हाला आघाताच्या प्रभावातून बरे व्हायचे असेल तर प्रथम लक्षात ठेवण्याची आणि अत्यंत महत्त्वाची असणारी एक गोष्ट आहे : आघाताच्या प्रभावाने ग्रस्त असण्यात काही विचित्र नाही. आघाताच्या वेळच्या भावना, ऊर्जा आणि ज्या पद्धतीने गोष्टी घडल्या, त्याचे कायमस्वरूपी स्मरण तुमच्या पेशींमध्ये सूक्ष्म तऱ्हेने साठवून ठेवले जाते.

सुदैवाने, पाण्यावरच्या तरंगांच्या आधारे पाण्याच्या काही अडथळा आहे का, याचा शोध घेता येतो त्याचप्रमाणे शरीरात उमटणाऱ्या संवेदनांच्या आधारे आपण पेशींमध्ये साठवलेल्या सूक्ष्म स्मृतींपर्यंत पोहोचू शकतो. आपल्या शारीरिक संवेदनांच्या आधारे आपण आघातमुक्त होण्याची सुरुवात करू शकतो.

प्रथम आघाताचे मूळ कारण शोधा

तुमच्या शारीरिक संवेदनांचा वेध घेत घेत तुम्हाला शरीरात कुठे खूप टणकपणा जाणवला किंवा आवळल्यासारखे वाटले तर त्याकडे लक्ष द्या. जिथे त्रास असेल ती जागा संरक्षित करण्यासाठी तिथे आपले शरीर टणक होते, ठणकते. आपला जर पाय मोडला, तर इजा झालेल्या जागी तंतुमय उतींचे (फॅशिया) एक टणक नैसर्गिक आवरण तयार होते. त्यामुळे तिथे आणखी इजा होईल, अशा तऱ्हेने आपण पाय वाकवू शकत नाही, वाकवायला गेलो तर तिथे तो ठणकतो. अगदी त्याचप्रमाणे जेव्हा आपला मनोभंग होतो, तेव्हा आपल्या भावना थिजतात आणि त्यायोगे आपण मनाला पुन्हा त्याच तऱ्हेची इजा होऊ देण्याचे टाळू शकतो.

अर्थातच, थोडा काळ गेला, की आपल्याला पुन्हा चालण्याची सुरुवात करायला लागतेच. पुन्हा प्रेमही करायचे असते. आपल्याला आयुष्य पुन्हा जगायचे असते. आपल्या संरक्षणासाठी टणक झालेल्या, ठणकणाऱ्या जागा हळूहळू पुन्हा मऊ व्हायला हव्यात, म्हणजे आपण पुढे जाण्यासाठी हालचाल करू शकतो.

आघाताच्या प्रभावातून बरे होणे हा फक्त मनोविश्लेषणाचा विषय नाही. त्यावर शरीराच्या माध्यमातून प्रत्यक्ष काम करावे लागते. जर पुन्हा कधी एखाद्या गोष्टीमुळे तुमच्या शरीरात तीव्र प्रतिक्रिया उमटत आहे असे वाटले, तर तुमच्या लक्षात येईल की, तुमचे शरीर आवळले जात आहे किंवा तुम्ही एका जागी खिळून राहिले आहात. या स्थितीतून बाहेर पडण्यासाठी जोपर्यंत तुमचे शरीर तुम्हाला पुन्हा सैल सोडता येत नाही, तोपर्यंत बळ एकवटून खोल आणि दीर्घ श्वास घेत राहायला हवे.

पुन्हा आराम वाटण्यासाठी तुम्हाला स्वत:लाच विविध पद्धतींनी प्रयत्न करावा लागेल : ध्यान करणे, प्राणायाम, भरपूर पाणी पिणे, पुरेशी झोप घेणे, सुगंधी अर्कांचा उपचारासाठी उपयोग (ॲरोमाथेरपी), ध्वनिकंपनांचा उपचारासाठी उपयोग (साउंड थेरपी), किंवा तुम्हाला उपयोगी वाटणारी इतर कोणतीही उपचारपद्धती सुरू करा.

तुमचा मेंदू आणि शरीर यांना केवळ जिवंत राहणे एवढ्यापुरताच प्रयत्न करण्याच्या, या स्थितीतून बाहेर काढायचे असेल तर त्यासाठी तुम्हाला स्वत:च काम केल्याशिवाय तरणोपाय नाही.

दुसरे म्हणजे आपण सुरक्षित आहोत या भावनेला नव्याने बळ द्या

तुम्ही आघाताच्या प्रभावाखाली आलात, कारण तुम्ही कशालातरी भयंकर घाबरलात आणि आता तुमची पक्की खात्री पटलेली आहे की, ते काहीतरी जे आहे ते तुम्हाला पकडण्यासाठी अजूनही दबा धरून बसलेले आहे. जेव्हा आपण एखाद्या गोष्टीचा थेट सामना करत नाही किंवा त्यापासून पूर्णत: लांबही जात नाही, तेव्हा हेच घडते – ती गोष्ट कायमच आपल्या आसपास रेंगाळत असल्यासारखे आपल्याला वाटत राहते.

आघाताच्या प्रभावामुळे तयार झालेल्या मानसिकततेतून बरे होण्याचे वैशिट्य हेच आहे की, ज्या पद्धतीने तुमचा स्वत:शी असलेला संवाद तुटला, त्याच पद्धतीने तो पुनर्प्रस्थापित करता येतो.

तुमच्यावर नातेसंबंधांमुळे आघात झाला असेल तर बरे झाल्यानंतर तुम्ही अधिक सशक्त नातेसंबंध निर्माण करायला लागता. तुम्हाला आर्थिक हानी झाल्यामुळे धक्का बसला असेल तर तुम्हाला आर्थिक व्यवस्थापन उत्तम रीतीने करण्याची सवय लागते. तुम्हाला प्रवासाची भीती बसलेली असेल तर ती भीती निघून जाण्यासाठी तुम्हाला पुन्हा प्रवासच करावा लागतो.

या गोष्टी आपण कायम टाळत राहिलो तर त्यावरचा उपाय आपल्याला कधीच सापडत नाही. वास्तविक पाहता आपण जर त्या भीतीच्या थोडे आत शिरून वेध घ्यायचा प्रयत्न केला, तर असे दिसते की, आपल्याला बाह्यतः ज्याची सर्वाधिक भीती वाटत असते, तीच गोष्ट करून पाहण्याची तीव्र ओढही वाटत असते.

तिसरे म्हणजे मनातले विचार आणि भावनिक संवेदनांचा फक्त वरवरचा अर्थ काढणे थांबवा

शेवटी एवढेच सांगता येईल की, आघाताच्या प्रभावातून बाहेर यायचे असेल तर मानसिक संप्रेषणाच्या क्रियेवर आधारित विचारसरणीच्या (सायकिक थिंकिंग) आधारे तुम्हाला सर्व जाणता येते, हा समज दूर करायला हवा. मानसिक संप्रेषणाच्या आधारे पुढे काय घडेल याचे भाकीत तुम्ही करू शकता, तुम्हाला इतर लोकांचे हेतू कळू शकतात किंवा तुम्हाला जे जाणवते किंवा तुम्ही जो विचार करता, तेच फक्त सत्य आणि वास्तवाला धरून आहे, यांसारखे समज दूर करायला हवेत.

हे समज उत्तेजित करतात आणि तुम्हाला अपयशाकडे नेणारे दुष्टचक्र सुरू होते. एक कोणतीतरी भीतिदायक गोष्ट घट्ट पकडून त्यावरून तुम्ही भविष्यात काय घडणार आहे, याचे अंदाज बांधू लागता.

तुम्ही वर्तवलेले अंदाज म्हणजे आकाशवाणी नव्हे. या क्षणी काय करायला हवे, त्याची निवड करणे तुमच्या हातात असले तरी पुढे काय आहे, ते तुम्हाला माहीत नसते. जे घडेल अशी भीती तुम्हाला वाटत असते, ते खरोखरीच घडणार आहे की नाही, याबद्दल तुम्हाला काही माहीत नसते. ती तुम्ही बांधलेली फक्त एक अटकळ, तुमच्या मनातल्या भीतीचे प्रक्षेपण असते. पण तुमचे मन, ती संभाव्य भीती म्हणजे जणू काही एक भयानक वास्तवच आहे, असे चित्र रंगवते.

तुम्हाला असे वाटेल की, आघाताने ग्रस्त असणे ही एक अशी गोष्ट आहे, जी फक्त आजारी लोकांमध्ये दिसते, पण ते खरे नाही. प्रत्येक जण कोणत्या ना कोणत्यातरी आघाताच्या प्रभावाखालून गेलेला असतो, प्रश्न असतो तो आपण त्याला कसा प्रतिसाद देतो, आपण शेवटी त्यातून काय शिकतो आणि स्वत:वर प्रभुत्व कसे मिळवतो याचा. त्यावर आपल्या आयुष्याचा पुढचा प्रवास अवलंबून असतो.

तुमच्यातील सर्वाधिक सशक्त 'स्व' साकार करणे

आताचे तुमचे रूप, तुमचे सर्वाधिक सशक्त रूप आहे का?

या प्रश्नाचे उत्तर देण्यासाठी, तुम्हाला थोडे थांबून विचार करावा लागत असेल तर, कदाचित तुमचे उत्तर 'नाही' असेच असेल.

प्रत्येकाच्या व्यक्तिमत्त्वाचे पैलू वेगवेगळे असतात, प्रसंगानुसार आपल्या वर्तनातून त्यांचे दर्शन घडत असते. समाजात योग्य रीतीने वावरता येण्यासाठी त्याचा उपयोग होतो : तुम्ही तुमच्या पालकांबरोबर असताना जसे वागता, तसे तुमच्या मित्रांसोबत असताना वागत नाही. समाजात वावरताना अशा तऱ्हेने वेगवेगळ्या गटांमध्ये सहजपणे सामावून जाता येणे आणि त्याप्रमाणे वागता येणे, हे प्रगत मानसिक क्षमतेचे लक्षण आहे.

वर्तमानातल्या आपल्या सामाजिक आणि सांस्कृतिक गरजांनुसार घडलेल्या आपल्या व्यक्तिमत्त्वाच्या वेगवेगळ्या पैलूंची आपल्याला ओळख झालेली असते. आपल्याला माहीत असते की, कामाच्या ठिकाणी आपण कसे वागायला हवे, घरात कसे वागायला हवे, किंवा प्रेमामध्ये कसे वागायला हवे. पण आयुष्यात पुढे जाण्यासाठी आपण कसे वागायला हवे, ते आपल्याला बऱ्याचदा माहीत नसते.

तुमच्या लहान वयातील 'स्व'शी संवाद साधताना लहानपणी ज्या वयात तुम्हाला एखादा आघात सोसावा लागला असेल, त्या विशिष्ट वयातील तुमच्या 'स्व'ची कल्पना करून त्या बालवयीन 'स्व'चे स्वास्थ्य पुनर्प्रस्थापित करण्याचा तुम्ही प्रयत्न करता. तुम्ही तुमच्या त्या बालवयीन 'स्व'शी फक्त संवादच साधत नाही तुम्ही त्याच्याकडून काही शिकताही, तसेच त्याला संरक्षित करता किंवा त्या 'स्व'ला तेव्हा ज्याची गरज होती, असे मार्गदर्शन करता.

या पद्धतीमुळे बरेच लोक व्यवस्थित बरे होताना दिसतात, कारण ही प्रक्रिया आपल्या पूर्वीच्या 'स्व'पासून वेगळे होण्यासाठी नाही, तर त्या 'स्व'च्या अनुभवाच्या आधारे आपण अधिक प्रगल्भ होण्यासाठी आहे.

हीच पद्धती आणखी एका प्रकारे उपयोगी पडू शकते. ज्या रूपात स्वत:ला पाहण्याची तुमची इच्छा आहे, अशा तुमच्या भविष्यकाळातील 'स्व'ची कल्पना करून तुम्ही त्याच्या बरोबर संवाद साधू शकता.

तुमचे सर्वाधिक सशक्त 'स्व'रूप आजच्या घडीला काय करेल?

तुमचा सर्वाधिक सशक्त 'स्व' प्रत्यक्षात साकारण्यासाठी प्रथम तुम्हाला त्याचे चित्र तुमच्या नजरेसमोर साकार करावे लागेल. त्यासाठी तुम्हाला सध्याच्या तुमच्या आयुष्यापेक्षा काही वेगळी कल्पना करण्याचीही गरज नाही. स्वत:ला विचारायला सुरुवात करा : माझा सर्वाधिक सशक्त 'स्व' आताच्या घडीला काय करेल? आजच्या दिवशी तो काय करेल? आता समोर असलेल्या या आव्हानाचा सामना तो कसा करेल? प्रगती साधण्यासाठी तो काय करेल? कशा पद्धतीने तो विचार करेल? त्याच्या भावना काय असतील?

तुमच्या सर्वाधिक सशक्त 'स्व'ने एखाद्या प्रमुख कार्यकारी अधिकाऱ्याप्रमाणे तुमच्या आयुष्याची सर्व सूत्रे हातात घेण्याची गरज आहे. तो तुमच्या आयुष्याचे सर्व व्यवस्थापकीय निर्णय घेईल आणि इतर सर्व गोष्टींचे नियंत्रणही करेल. तुमच्यासाठी आता त्याची भूमिका एक मुख्य संपादक, कर्ती स्त्री किंवा कर्ता पुरुष यांच्यासारखी असेल. तुम्ही तुमच्या सर्वाधिक सशक्त 'स्व'साठी काम कराल.

तुमच्या सर्वाधिक सशक्त 'स्व'ची प्रतिमा तुमच्या नजरेसमोर स्पष्टपणे साकार झाली की, 'स्व'च्या त्या प्रतिमेप्रमाणे तुमचा आताचा 'स्व' बनवण्यात तुमच्या कोणत्या सवयींचा, गुणांचा आणि वर्तनाचा अडथळा होत आहे, याचा नीट आढावा घेण्याची गरज आहे.

तुमच्या दोषांची तुम्हाला जाणीव असू द्या

सशक्त व्यक्तिमत्त्वाचे लोक भ्रमात राहत नाहीत. त्यांना कधीच असे वाटत नाही की, ते प्रत्येक गोष्टीत परिपूर्ण आहेत. म्हणून ते सशक्त असतात असे मात्र नाही. त्यांची बलस्थाने आणि कमजोरी या दोहोंची त्यांना यथार्थ जाणीव असते, म्हणून त्यांचे व्यक्तिमत्त्व सशक्त असते.

ज्या कामांमध्ये स्वतःचे कौशल्य कमी पडते, ती कामे सशक्त व्यक्तिमत्त्वाचे उद्योजक इतरांवर सोपवतात. आयुष्यामध्ये सशक्त व्यक्तिमत्त्वाच्या लोकांना त्यांच्या मर्यादा ठाऊक असतात आणि ते कशामुळे अस्वस्थ होऊ शकतात, हेही त्यांना व्यवस्थितपणे माहीत असते. त्यामुळे ते आयुष्यात सहज प्रगती साधू शकतात आणि स्वत:चे दोष सुधारण्यासाठी त्यांना पुरेसा वेळ आणि अवकाश मिळतो.

'मला माहीत आहे की या गोष्टीशी मी खूप संघर्ष करतो आहे, म्हणून मला आता या गोष्टीवर काम करण्यासाठी स्वतंत्र वेळ काढण्याची आवश्यकता आहे,' हे मोकळेपणाने स्वत:शी कबूल करायला फार सशक्त व्यक्तिमत्त्व असावे लागते.

तुम्ही लोकप्रिय नसलात, तर काही बिघडत नाही

सशक्त व्यक्तिमत्त्वाचे लोक सर्वांनाच आवडणाऱ्या लोकांपैकी असतात, असे नाही.

ते लोकांकडून मान्यता मिळवण्यासाठी जीव टाकणाऱ्यांपैकीही नसतात.

जर तुमचे व्यक्तिमत्त्व सशक्त व्हायला हवे असेल तर तुम्हाला कदाचित लोकप्रियता मिळणार नाही, या गोष्टीसाठी तुम्ही तयार असले पाहिजे. याचा अर्थ असा नव्हे की तुम्ही कसेही वेडेवाकडे वागावे, यातले तथ्य एवढेच आहे की तुम्ही भले किंवा वाईट, काही केलेत तरी लोक तुम्हाला त्यांच्या त्यांच्या पद्धतीनेच जोखणारच आहेत.

सशक्त व्यक्तिमत्त्वाच्या लोकांना हे माहीत असते. आयुष्यातला कोणताही मार्ग असा नाही की जिथे तुम्हाला लोकांकडून कसलाही प्रतिकार होणार नाही, म्हणून हे महत्त्वाचे आहे की, तुम्हाला लोकप्रियता मिळत नाही, या कारणाने तुम्ही खट्टू न होता, उलट ते गृहीत धरून तुमचे काम तुम्ही सातत्याने करत राहाल.

कोणतीही कृती करण्याआधी साध्य निश्चित केलेले हवे

सशक्त व्यक्तिमत्त्व असणे आणि साध्य निश्चित करून त्यासाठी काम करणे, हे एकच आहे.

सशक्त व्यक्तिमत्त्व घडवायचे असेल तर तुम्ही जे घडवू पाहता आहात, त्याबद्दल तुम्हाला संपूर्ण आणि दृढ विश्वास हवा. त्यासाठी तुम्ही कदाचित लोकांमध्ये आवडणार नाही, हे गृहीत धरावे लागेल आणि त्याबरोबर 'फक्त या क्षणाच्या आनंदासाठी जगायचे' या उद्देशाऐवजी 'आपल्यामागे टिकून राहणारा वारसा निर्माण करण्यासाठी जगायचे' हा उद्देश मनाशी बाळगावा लागेल आणि त्यासाठी निश्चितच सक्रिय व्हावे लागेल.

तुमचे साध्य ही एक गतिमान, सतत नवी उंची गाठणारी गोष्ट असते. बहुतेक वेळा तुम्हाला कशात रस आहे, काय चांगले जमते आणि तुमच्या भोवतीच्या जगाला कशाची गरज आहे, या दोन गोष्टींच्या छेदबिंदूवर तुमचे साध्य तोललेले असते. तुमच्या आंतरिक शक्तीचा शोध घेण्यासाठी तुम्हाला काय घडवायचे आहे आणि त्यातून काय साध्य करायचे आहे, याची स्पष्ट कल्पना असणे आवश्यक आहे. जे स्वप्न तुमच्या 'स्व'रूपाचा भाग नाही, त्याबद्दल तुम्हाला तीव्रतेने काही जाणवणार नाही.

तुमच्या अंतर्मनावर काम करा

अंतर्मनावर काम करणे हे सर्वांत महत्त्वाचे आहे आणि तरीही सर्वसाधारणपणे त्याच्याकडे दुर्लक्ष केले जाते, कारण ते करणे कष्टाचेच असते.

तुमच्या अंतर्मनावर काम करणे, याचा अर्थ कोणती कळ दाबली गेल्यामुळे तुमची चिडचिड होते, तुमचे मन:स्वास्थ्य कशामुळे बिघडते, तुमचे आयुष्य तुम्हाला नेमके काय लक्षात आणून द्यायला पाहत आहे, हे शोधणे आणि त्या अनुभवांमधून स्वत:चे व्यक्तिमत्त्व समृद्ध करण्याचे मार्ग शोधणे. खरोखरी सशक्त व्यक्तिमत्त्व असलेले लोक त्यांच्या बाबतीत जे काही घडते, ते स्वत:मध्ये सामावून घेतात आणि एवढेच नाही तर ते पचवतातही. घडणाऱ्या

प्रत्येक गोष्टीकडे ते शिकण्याची, स्वत:ला समृद्ध करण्याची संधी म्हणून पाहतात. तुम्हाला खरोखरीच सशक्त व्यक्तिमत्त्व हवे असेल तर स्वत:च्या मनावर आणि भावनांवर काम करण्यात हयगय करून चालत नाही.

एखादी व्यक्ती सशक्त आहे म्हणजे ती लोक सर्वांत जास्त आक्रमक आहे असे नसते; सशक्त व्यक्तिमत्त्वाचे लोग छोट्या छोट्या गोष्टींनी ते अजिबात अस्वस्थ होत नाहीत. आक्रमकता हा सहसा स्वसंरक्षणासाठी घेतलेला पवित्रा असतो. त्याची त्यांना गरज भासत नाही, कारण सशक्त व्यक्तिमत्त्वाचे लोक छोट्या छोट्या अडथळ्यांनी अजिबात अस्वस्थ होत नाहीत आणि मोठे अडथळे कसे पार करायचे, यावर काम करण्यासाठी अत्यंत इच्छुक असतात.

अर्थात, ही तर मूलभूत गोष्ट आहे. खरी गोष्ट पुढचे आहे, त्यामुळे तुम्हाला तुमचे आयुष्य साधेसरळ कसे करता येईल, यावर काम करायचे आहे. तुमच्या महत्त्वाकांक्षांबद्दल कमी बोला आणि तुमची कामे पूर्ण झाल्यानंतरच तुमचे यश जगासमोर आणा. हळूहळू तब्येतीत सुधारणा करा. प्रत्येकाकडे आणि प्रत्येक गोष्टीत तुम्ही शिकावे, असे काहीतरी निश्चितच असते. असुरक्षित वाटले म्हणून अस्वस्थ होऊ नका, कारण तुमच्या आयुष्यातली प्रत्येक महत्त्वाची घटना घडण्याआधी असुरक्षितता जाणवतेच आणि असुरक्षिततेची ती जाणीव तुमची दिनचर्या ठरवण्यात महत्त्वाचे काम करत असते.

तुमचा सर्वाधिक सशक्त 'स्व' कसा विचार करेल, हे जाणून घेऊन तसा विचार तुम्ही प्रत्येक गोष्टीच्या बाबतीत करायला हवा. त्याच्या नजरेतून तुम्ही जगाकडे आणि तुमच्या आयुष्याकडे पाहायला शिकलात तर त्या 'स्व'ची साध्ये ज्यात प्रतिबिंबित झालेली आहेत, असे आयुष्य तुम्ही घडवू शकाल. ते आयुष्य अस्तित्वात आहे, तुम्हाला फक्त त्याच्यापर्यंत पोहोचायचे आहे.

भावनांशी सहमती दर्शवणे

उपचारक (थेरपिस्ट) म्हणून कार्यरत असणे, राजकारणात असणे, प्रेम करणे, मुलांना शिकवणे, कोणालातरी नैराश्यापासून वाचवण्यासाठी मदत

करणे, शांतता राखणे, एखाद्याशी संपर्क वाढवणे, असे कोणतेही काम तुम्ही करत असाल तर ते काम प्रभावीपणे करण्यासाठी एका तंत्राचा अवलंब सर्वप्रथम करायला हवा.

ते एक छोटेसे गुपित आहे आणि त्याचा अवलंब करण्यासाठी फारसे प्रयत्नही करावे लागत नाहीत. पण त्यामुळे तुम्हाला होणारा लोकांचा प्रतिकार कमी होतो. ते तुमच्याशी मोकळे होतात, तुमचे स्वागत करतात, तुमचे ऐकून घ्यायला आणि ते आत्मसात करायला तयार होतात. त्या तंत्रामुळे माणसांना बरे वाटते, त्याने मन:परिवर्तन होते, पण सर्वांत महत्त्वाचे म्हणजे प्रगतीकडे वाटचाल करण्यासाठीचे ते पहिले पाऊल आहे. ते सोपे तंत्र म्हणजे दुसऱ्यांच्या भावनांशी सहमती दर्शवणे.

कितीदा आपल्याला उगाचच सल्ला न देता फक्त *'झाले ते वाईट झाले,'* एवढेच म्हणून तुम्हाला आश्वस्त करणाऱ्या जोडीदाराची गरज भासते?

जेव्हा आपण स्वत:शीच विचार करतो : *'हो, खरेच, मला खूप ताण जाणवतो आहे आणि तो तसा जाणवणे बरोबरच आहे,'* तेव्हा आपल्या खांद्यावरचे ओझे कसे एकदम उतरते की नाही?

आपण जेव्हा एखादी गोष्ट पडद्यावर सविस्तर पाहतो आणि त्याचा अनुभव आपल्या ओळखीचा आहे, असे वाटते, तेव्हा ती गोष्ट कितीही उद्ध्वस्त करणारी असली तरीसुद्धा आपल्याला किती हलके वाटते?

दु:ख झाले तर त्या दु:खाच्या संवेदनेला न दडपता आपण जर ती व्यक्त होऊ दिली, खुलेपणाने वैताग, चीड दाखवू शकलो तर त्याचा भर ओसरल्यानंतर आपल्याला किती हलके वाटते?

आपण जेव्हा एखादी भावनिक जाणीव आहे तशी स्वीकारतो, तेव्हा काहीतरी अद्भुत घडते. आपल्याला वड्याचे तेल वांग्यावर काढण्याची गरज भासत नाही, कारण इतरांनी आपल्या भावनेशी सहमती दाखवावी ही गरज आपल्याला राहिलेली नसते.

आपल्या दु:खात इतरांनी सहभागी असायला हवे अशी अपेक्षा न करता, आपण आपले दु:ख अनुभवू शकतो, कोणालाही ना दुखवता आपण वैतागू शकतो, वेड्यासारखे चिडू शकतो आणि या सगळ्यातून बाहेर पाडण्यासाठी काम करू शकतो.

जेव्हा लोक खूप रडतात किंवा कृतीतून भावना व्यक्त करतात तेव्हा ते फक्त मदत मागत नसतात. बऱ्याचदा आताच्या परिस्थितीत त्यांना जसे वाटते आहे, तसे वाटणे स्वाभाविक आहे, हे कळण्यासाठी तुम्ही त्यांच्या भावनांशी सहमती दर्शवावीत, एवढीच त्यांची अपेक्षा असते. आणि तुमची सहमती दिसली नाही तर त्यांच्या भावनांच्या ओझ्याकडे तुमचे लक्ष वेधण्यासाठी परिस्थिती वाढवून चढवून सांगण्याची वेळ आली, अतिशयोक्ती करावी लागली, तरी ते ती करतात. दुसऱ्याने त्यांना म्हणावे की : 'तुम्हाला या सगळ्यातून जायला लागते आहे, याचे मला फार वाईट वाटते आहे,' एवढ्या एका गोष्टासाठी ते काही करायला तयार होतात. याचा अर्थ असा नाही की ते अक्षम किंवा असमंजस असतात. ते तसे वागतात कारण या जगात आपल्या भावना योग्य तऱ्हेने कशा हाताळाव्यात, हे त्यांना कोणीच शिकवलेले नसते आणि मग बहुतेक वेळेला परिस्थितीशी जमेल तसे जुळवून घेणे एवढाच पर्याय त्यांच्या पुढे असतो आणि तो अपुरा असतो.

जेव्हा आपण स्वत: आपल्याच भावनांशी सहमती दर्शवू शकत नाही, तेव्हा ते दुसऱ्यांकडून करवून घेण्याच्या मागे आपण लागतो आणि हे न संपणारे असते. शिवाय त्याचा काही उपयोग होत नाही हे वेगळेच. आपल्याला जे खरोखरी हवे असते, ते कधीच मिळत नाही.

यामध्ये इतरांचे लक्ष वेधून घेण्याचा, त्यांची सहमती मिळवण्याचा, कौतुकाची थाप मिळवण्याचा आपला प्रयत्न नाटकी, नकारात्मक आणि आपल्या आयुष्यातील उणिवांवर नको इतके लक्ष देत आहोत, असे वाटायला लावणारा असतो. जेव्हा एखादी व्यक्ती साध्याशा वाटणाऱ्या गोष्टीबद्दल तक्रार करताना दिसते - ते परिस्थितीचा जरा जास्तच बाऊ करत आहेत, असे वाटते - तेव्हा ती व्यक्ती त्या छोट्याशा वाटणाऱ्या गोष्टीसाठी तुमच्या मदतीची अपेक्षा करत नसते. त्या व्यक्तीला तिच्या भावनांशी तुम्ही फक्त सहमती दर्शवण्याची गरज असते.

सर्वसामान्यपणे आत्मघाताच्या प्रवृत्तीचे हे मूळ असते. जेव्हा आपल्या आतमध्ये खूप खोलवर दुःख साचलेले असते, तेव्हा आपण निवांत होऊन आपले आयुष्य आणि नाती यांचा आनंद अजिबात घेऊ शकत नाही. आपण 'मजा' करू शकत नाही कारण तसे केल्याने आपण फसवे वागतो आहोत असे वाटते. अपराध केल्यासारखे वाटते. कोणाकडून तरी आपण काही गैर करत नसल्याची हमी आपल्याला हवी असते, पण असे का वाटते, तेही आपल्याला सांगता येत नाही.

हे तंत्र का उपयोगी ठरते?

तुमच्या भावनात्मक संवेदना म्हणजे जणू काही तुमच्या शरीरातील नलिकांमधून वाहणारे पाणी आहे, असे समजा. ते पाणी स्वच्छ आहे की नाही, हे ठरवण्याचे काम तुमचे विचार करतील. पाणी वाहून नेणाऱ्या नलिका किती स्वच्छ आहेत किंवा नाहीत, यावरून पाण्याची स्वच्छता लक्षात येते.

तुम्हाला न आवडणारे आणि अनपेक्षित असलेले काहीतरी जाणवते आहे – समजा, अचानक धो धो पाणी वाहू लागले – तर तुम्ही काय कराल? जाऊन ताबडतोब नळ बंद करणे आणि पाणी वाहण्याचे थांबवणे ही बहुतेकांची सर्वसाधारण प्रतिक्रिया असेल. पण नळ बंद केल्याने पाण्याचा प्रवाह थांबत नाही. उलट त्यामुळे तत्क्षणी दाब वाढू लागतो म्हणजेच तुमच्या शरीराच्या ज्या भागांमधून तुम्हाला न आवडणारी आणि अनपेक्षितपणे जाणवणारी संवेदना जाणवण्याचे थांबवले गेले त्या भागातील भावनिक दाब वाढतो आणि शरीराच्या त्या भागांना वाढलेल्या दाबामुळे हानी पोहोचते. तुमच्या संपूर्ण आयुष्यावर या गोष्टीचे एकामागून एक लाट आल्यासारखे पडसाद उमटतात.

कधीकधी त्याच संवेदना सावकाशपणे इकडे तिकडे पसरत जातात. कधीकधी त्यांचा आतल्या आत उद्रेक होतो आणि आपल्याला वरवर पाहता त्या व्यक्तीच्या भावना अनावर झाल्या असे आपल्याला वाटते. शेवटी जेव्हा भावनांचा अतिरेक होतो, तेव्हा आपण खूप दुःख करतो, तुटून

पडतो, तेव्हा ती आयुष्यात पुन्हा नव्याने उभे राहण्याच्या आधीची पायरी असते. या क्षणाचे तुटून पडणे, हे सकारात्मक विघटन असते : आपण उद्ध्वस्त होत आहोत, असे वाटत राहते, पण प्रत्यक्षात जेव्हा आपण त्यातून सावरतो, तेव्हा बरे वाटते.

त्या आतल्या आत फुटण्याच्या क्षणी जे जे काही घडले, ते घडत असतानाच्या तुमच्या भावनात्मक संवेदनांना तुम्ही अडवले नाहीत - अर्थात, तुमच्या जवळ त्याशिवाय दुसरा पर्यायपण नव्हता - पण त्यामुळे तुमच्या भावनांना तुमची सहमती मिळाली. उपचारपद्धतीतही हेच केले जाते. आपण रडण्या-ओरडण्यासारख्या कृतीमधून आपल्या भावनांना जेव्हा वाट करून देतो, तेव्हा आपण हेच करत असतो. जेव्हा आपण भावविमोचन किंवा भावविरेचन (कॅथार्सिस) होऊ देतो, तेव्हा हेच घडते. जेव्हा आपण एखादा दुःखाने भरलेला चित्रपट पाहतो आणि त्यातील दुःखाच्या भावनेने आपल्यालाही उघडपणे दुःख ही भावना स्वीकारण्याची संधी मिळते तेव्हा एक प्रकारचा आनंद होतो, कारण एरवी हे जग आपल्याला दुःखी राहण्याची परवानगी देत नाही.

'भावनांशी सहमती दर्शवणे,' हे कदाचित काहीतरी फार मोठे आहे असे वाटू शकते, परंतु प्रत्यक्षात त्याचा एकच साधा अर्थ आहे : भावना जशा असतात, तशाच त्या स्वीकारणे.

जेव्हा तुम्ही पूर्वी घडलेल्या एखाद्या घटनेच्या आघातातून बरे होण्याच्या प्रक्रियेतून जात असता, तेव्हा तुम्ही त्या भावनेचा अनुभव संपूर्णत्वाने घेणे ही त्यातली सर्वांत महत्त्वाची गोष्ट असते. कदाचित पूर्वी कधीतरी तुम्ही या प्रक्रियेतून गेला असाल. तुम्हाला एखादा नातेवाईक आवडत असतो, परंतु त्याचा फार सहवास असतोच असे नाही. त्याचा जर मृत्यू झाला तर तुम्हाला नक्कीच वाईट वाटते. पण म्हणून तुम्ही त्याच्या अंत्यक्रियेला जावे, हे तुम्हाला आवश्यक वाटत नाही. तुम्ही थोडा वेळ रडता आणि मग जणू काही झालेच नाही, अशा तऱ्हेने नेहमीच्या कामाला लागता.

किंवा त्याउलट तुम्हाला कदाचित त्या क्षणी दुःखाचा मोठा उमाळा येतो, कदाचित दुसऱ्या दिवशीही तेच होते, कदाचित आठवडाभराने पुन्हा तसेच

होते. दु:खाचे कमीजास्त उमाळे येतात आणि जातात. तुम्ही त्यांना दाबण्याचा प्रयत्न करत नाही, तुम्ही रडता आणि दु:खी होता, कदाचित थोडे झोपता, गरम पाण्याने स्नान करता किंवा एक दिवस कामावर जात नाही.

आणि मग तुम्हाला फारसा प्रयत्नही करावा लागत नाही, दु:ख निसर्गक्रमाने कमी होते आणि तुम्हाला बरे वाटले.

एखादी भावना आपल्याला जाणवली आणि ती आपण स्वीकारली, तर सहसा ती आपोआप ओसरते. त्यावर काही करण्याची आवश्यकता नसते – ती स्वीकारणे, एवढेच करण्याची गरज असते – आपण फक्त त्या भावनेच्या जाणिवेकडे पूर्ण लक्ष द्यायचे असते.

हे आपण सहजगत्या करू शकत नाही, कारण उघड आहे, आपल्याला कशाचातरी त्रास झाला तर कामाच्या टेबलापाशी बसून दर वेळेस आपण अश्रू गाळू शकत नाही. जर घरी जाऊन आपण अश्रूंना वाट करून देऊ शकणार असलो, तर त्या क्षणी त्यांचे वाहणे बंद करणे ठीक असते. ज्या क्षणी आणि जिथे एखाद्या भावनेच्या अनुभवातून जाण्याची वेळ आपल्यावर येते, तेव्हा आणि तिथे त्या भावनेवर नियंत्रण ठेवणे ठीक असले तरीही आपण स्थिर आणि सुरक्षित जागी असताना तो अनुभव आठवून त्याचा प्रत्यय घ्यायला शिकणे अधिक चांगले आहे.

दररोज स्वत:साठी वेळ काढून स्वत:च्या भावभावनांकडे, त्या बदलण्याचा प्रयत्न न करता त्यांकडे तटस्थ दृष्टीने पाहणे, हे 'फुटकळ नोंदींची वही' ठेवण्यासाठी थोडा वेळ काढावा, तसे आहे. अंथरुणात पडल्यानंतर, झोप लागण्यापूर्वी स्वत:शीच रडून मोकळे होण्याइतके, हे साधे-सोपे आहे. असे करणे, हे आपल्याला नेहमी दुर्बलतेचे लक्षण वाटते पण प्रत्यक्षात मात्र मोकळेपणाने रडता येणे, हे मानसिक आणि भावनिक सशक्तपणाने आरोग्याचे फार मोठे लक्षण आहे. जेव्हा आपल्या आयुष्यात फार मोठी मोडतोड झालेली असते आणि तरीही आपण रडू शकत नाही, तेव्हा ती आपल्यासाठी एक मोठी मानसिक समस्या असू शकते.

दुसऱ्या व्यक्तीच्या भावना पूर्वग्रहविरहित रीतीने जाणून घेणे हा मूलभूत सह-अनुभूतीचा (रॅडिकल एम्पथी) एक महत्त्वाचा भाग आहे. त्यामध्ये अशा रीतीने संवादाची सुरुवात होणे योग्य आहे : ''तुम्हाला असे वाटणे स्वाभाविक आहे.'' कारण दुसऱ्याला जे वाटते आहे, ते चुकीचे असल्याचे आपण दाखवून दिले, तर ती व्यक्ती पूर्णपणे गप्प होते. ती व्यक्ती गप्प होते कारण तिला संकोच वाटतो. आपल्याला याचे भान असायला हवे की त्या व्यक्तीला, तिला जे वाटते आहे, ते बरोबर नाही याची जाणीव असतेच. तुम्ही संवादाची सुरुवातच जर एखाद्याच्या वर्मावर बोट ठेवून केलीत किंवा त्यांना घाबरवलेत आणि आणखीच दडपायचा प्रयत्न केलात, तर तुम्ही परिस्थिती आणखीच बिकट करून ठेवता.

पण जेव्हा - आपण त्या व्यक्तीला हे सांगून संवादाची सुरुवात करतो, की आहे त्या परिस्थितीत त्यांच्या जागी दुसरा कोणी असता, तर कदाचित त्यालाही असेच वाटले असते, त्यांच्या भावना सद्य परिस्थितीत अत्यंत तीव्र आणि गोंधळात टाकणाऱ्या असणे अगदी स्वाभाविक आहे, पण त्याचा अर्थ निश्चितच असा होत नाही की, त्यांचे आयुष्य पूर्णपणे बरबाद झालेले आहे आणि जर तसे वाटण्याजोग्या गोष्टी घडल्याच असतील, तर त्यांना बरबाद झाल्यासारखे वाटणे काहीही चुकीचे नाही, असे सांगून त्या व्यक्तीच्या मनावरचे ओझे हलके होण्यास आपण मदत करत असतो. आपल्याला हे माहीत असते कारण दुःख दाबून ठेवण्याचा प्रयत्न केल्यामुळे केव्हातरी आपणही अधिकच दुःखी होण्याचा अनुभव घेतलेला असतो आणि त्यानंतर आपल्याला कळलेले असते की, ही दुःखाची स्थिती काही फार काळ टिकणारी नसते. आपल्याला हे कळलेले असते की, कधीकधी आपल्याला उद्ध्वस्त झाल्यासारखे वाटणे, ही काही फार मोठी समस्या नाही, पण समोरची परिस्थिती न स्वीकारल्यामुळे, रडणे जेव्हा खरोखरी गरजेचे होते, तेव्हा न रडल्यामुळे आपण फार मोठे दुःख निर्माण करतो.

इतर लोकांच्या भावनांना सहमती दर्शवली तर आपल्या स्वत:च्या भावनांनाच सहमती दर्शवल्यासारखे असते. आणि आपण जेव्हा स्वत:साठी सहमती दर्शवतो, तेव्हा आपले बळ वाढते. आपल्या भावना आपल्याच आयुष्याला धोक्याच्या आहेत, असे न वाटता, त्या धोक्याची सूचना देणाऱ्या आहेत,

हे कळते. आपल्याला कशाबद्दल आत्मीयता वाटते, आपल्याला कशात रस आहे आणि आपल्याला काय राखायचे आहे, हे त्या दाखवत असतात. आयुष्य क्षणभंगुर आहे, आव्हानात्मक आहे आणि अतिशय सुंदरही आहे, याचे स्मरण त्या आपल्याला देत असतात. त्या याचेही स्मरण देत असतात की, अंधाराचे अस्तित्व स्वीकारल्याशिवाय उजेडाची जाणीव होत नाही.

तुमची तात्त्विक वैठक बळकट करा

जर तुम्हाला काही सुचत नसेल, जणू काही तुम्हाला आयुष्यात पुढे कुठे जायचे आहे हेच माहीत नाही, असे वाटत असेल किंवा त्याहूनही वाईट म्हणजे तुम्ही जे जे उभे केले आहे, ते कोसळून धडाधड खाली येईल, अशी भीती तुम्हाला वाटत असेल तर अशा परिस्थितीत तुम्हाला इतर कोणत्याही इतर प्रेरणेची गरज नाही. तुम्हाला इतर कोणत्याही सकारात्मक विचारांची गरज नाही. तुम्हाला गरज आहे तुमची तात्त्विक बैठक बळकट करण्याची.

तुम्हाला आर्थिक समस्या असतील तर तुम्ही तुमच्या आर्थिक व्यवहारांची तात्त्विक बैठक निश्चित करण्याची गरज आहे.

तुम्हाला प्रेमात समस्या असतील तर तुम्ही तुमच्या नात्यांची तात्त्विक बैठक निश्चित करण्याची गरज आहे.

तुम्हाला जर कामाच्या बाबतीतली समस्या असतील तर तुम्ही तुमच्या कामाची तात्त्विक बैठक निश्चित करण्याची गरज आहे.

तुम्हाला तुमच्या आयुष्यात समस्या असतील तर तुम्ही तुमच्या आयुष्याची तात्त्विक बैठक निश्चित करण्याची गरज आहे.

खूप पैसे आहेत म्हणून आर्थिक समस्या सुटू शकत नाहीत. वेगवेगळे जोडीदार शोधल्यामुळे प्रेमसंबंधातल्या समस्या सुटू शकत नाहीत. काम बदलून कामातल्या समस्या सुटू शकत नाहीत. भविष्यकाळात डोळे लावून बसण्याने तुमच्या आयुष्याच्या समस्या सुटत नाहीत.

हे असे आहे कारण पैसा तुम्हाला आर्थिक व्यवहारांचे कौशल्य देत नाही. केवळ प्रेम ही भावना तुम्हाला स्वतःवर प्रेम करायला शिकवत नाही. प्रेमसंबंध आहे म्हणजे तुम्हाला नाती कळतात, असे होत नाही.

काम आहे म्हणून त्या नोकरीसाठी तुम्ही योग्य आहात किंवा त्या कामासाठी/आयुष्य सावरायसाठी सक्षम आहात, असे होत नाही.

तुम्ही बदलला नाहीत, जुळवून घेतले नाहीत, तर केवळ समस्या आहेत म्हणून तुम्ही आपोआपच समर्थ बनलात असे होत नाही. या संदर्भातला बदलणारा घटक तुम्ही आहात. तुम्ही तुमचा जगाबद्दलचा पायाभूत दृष्टिकोन बदलता की नाही आणि त्या बदललेल्या दृष्टिकोनाच्या चौकटीत राहून तुम्ही कसे वागता, या गोष्टीचे परिणाम मात्र केवळ तुमच्याच बाबतीत नव्हे, तर सर्वांच्याच बाबतीत समान असतात .

हे अधिक स्पष्ट करू या : ५,००,००० डॉलर्स कमावणारी व्यक्ती एखाद्या ५०,००० डॉलर्स कमावणाऱ्या व्यक्तीइतकीच कर्जात बुडालेली आणि संघर्ष करत असलेली असू शकते आणि आपण विचार करतो, त्याहीपेक्षा अधिक वेळा हेच खरे असते. जे लोक बेताचेच कमावतात, त्यांना तेवढ्याच कमाईत व्यवस्थित भागवावे लागते आणि ते तसे करतातही. पण जे लोक जास्त कमावतात, त्यांना असे वाटते की, त्यांच्या जवळ असलेल्या उदंड पैशाच्या बळावर ते आर्थिक व्यवस्थापनाची सगळी तत्त्वे भिरकावून देऊ शकतात. या विचाराने वागून ते आर्थिक घडी विस्कटून टाकतात.

प्रेमामध्ये तुम्ही जेवढ्या चटकन जवळ आलात, तितक्याच चटकन तुम्ही तुमच्या स्वप्नवत असलेल्या त्या नात्याचा चुराडा करू शकता, कारण दुसऱ्यांसंबंधी विचार करण्याची तुमची पद्धत हीच एक समस्या आहे. तुम्हाला राग, वैताग येऊ न देणारी, तुमच्याशी सकारात्मक पद्धतीने वागणारा परिपूर्ण व्यक्ती जोडीदार म्हणून मिळाली, तरीही तुमची मूळ समस्या म्हणजेच तुमची विचार करण्याची पद्धत, त्यात मात्र काहीच बदल झालेला नसतो.

तुम्हाला हव्या असलेल्या तुमच्या आदर्श नोकरीत तुम्हाला हवे तेवढेच कामाचे तास आहेत, तुमच्या इच्छेसारखा पगार आहे आणि तरीही तुम्हाला

तुमच्या वेळेची विभागणी कशी करायची, हे समजत नाही. कामाच्या ठिकाणी असलेल्या सहकाऱ्यांशी जुळवून घेता येत नाही किंवा नोकरीत प्रगती साधता येत नाही म्हणून तुम्ही असमाधानी असता. पण आयुष्यात ज्यांची 'स्वप्ने प्रत्यक्षात उतरली आहेत,' ज्यांना त्यांच्या अत्यंत आवडीचे काम करायला मिळाले आहे, ते लोकसुद्धा, ज्यांना हे सगळे मिळाले नाही, त्यांच्याइतकेच असमाधानी असू शकतात.

आपल्या आयुष्यात घडणाऱ्या चांगल्या गोष्टी एखाद्या भिंगासारख्या असतात. आपल्याला अजून कुठे सुधारायची गरज आहे, हे त्या दाखवतात. खरे प्रेम आपल्याला आरसा दाखवते. आपल्या स्वप्नातील नोकरी आपल्याला आरसा दाखवते. आपल्यातले चांगले, वाईट, तातडीने बदलण्याची गरज आहे, अशा सर्व गोष्टी त्या आरशात दिसतात.

आता जर आपल्या जवळ तात्त्विक बैठक नसेल, तर ती नंतरही असणार नाही. आपल्या ऐपतीप्रमाणे राहणे तुम्हाला आता जमत नसेल तर पैसा आल्यावरही ते जमणार नाही. तुमच्या 'स्व'ची ओळख पटण्यासाठी दुसऱ्यांवर अवलंबण्याची गरज असू नये, हे नाते समर्थ होण्यासाठीचे साधे तत्त्व आहे. ते तुम्हाला उमजलेले नसेल, तर तुम्हाला जशी हवी तशी व्यक्ती भेटली तरीसुद्धा जादू झाल्यासारखी तुमची समस्या सुटणार नाही; तुम्ही त्या नात्याचीही मोजतोड कराल.

तत्त्व म्हणजे काय?

तुमच्या आयुष्याची पाया उभारणी तुम्ही ज्या मूलभूत सत्याच्या बळावर करता, ते सत्य म्हणजे तत्त्व. तत्त्व म्हणजे एखादे मत किंवा विश्वास नव्हे. तत्त्व हे कार्यकारणाशी बांधलेले असते.

व्यक्तिगत मार्गदर्शनासाठी तत्त्वे उपयोगी असतात.

आर्थिक तत्त्वांची काही उदाहरणे पुढीलप्रमाणे सांगता येतील : अतिरिक्त खर्च बेताचे असावेत, कर्ज असेल तर ते फेडून टाकावे आणि पुन्हा कर्ज

घेऊ नये, तुम्हाला तुमच्या आर्थिक मर्यादेत राहून जेवढे करता येईल तेवढेच करावे, अडचणीच्या दिवसांसाठी पैसा बाजूला काढून ठेवावा.

अनेक अर्थतज्ज्ञ आर्थिक स्थैर्य प्रस्थापित करण्यासाठी कर्जफेडीला प्रथम प्राधान्य देण्यावर भर देतात. कदाचित एका दिवसाच्या संचयित व्याजामुळे तुमच्यावर पडणारा भार ठळकपणे लक्षात येणार नाही. पण वीस वर्षांच्या अवधीत हे व्याज हजारो पटींनी वाढलेले असते, त्याहून कमी निश्चितच नाही. हा भार निश्चितपणे प्रचंड असतो.

याच पद्धतीने गुंतवणुकींवर मिळालेल्या एका दिवसाची व्याजाची रक्कम अगदी क्षुल्लक असल्यासारखी दिसते. पण वीस वर्षांनी तीच रक्कम अगदी लक्षात येईल इतक्या फरकाने वाढलेली असते.

स्वत:ची काही तत्त्वे असण्याचे वैशिष्ट्य हे आहे, की ती आल्या दिवसांना तोंड देत कसेबसे जिवंत राहण्याच्या धडपडीतून तुमची सुटका करून, तुम्हाला पुढच्या आयुष्यातील भरभराटीकडे नेतात.

'आपल्या आयुष्यातील गोष्टी तत्त्वांच्या आधाराने नियंत्रित होत असतात,' हे स्टीफन कॉव्हे या लेखकाने फारच चांगल्या रीतीने स्पष्ट केले आहे, तो म्हणतो : "गुरुत्वाकर्षणाच्या नियमाएवढीच तत्त्वेही नैसर्गिक असतात. तत्त्वे आणि मूल्ये यांच्यात फरक आहे. मूल्ये सापेक्ष असतात; तत्त्वे निरपेक्ष/वास्तव असतात."[१७] त्याच्या म्हणण्यानुसार, "आपण आपले वर्तन नियंत्रित करतो, पण त्या वर्तनाच्या परिणामांवर तत्त्वांचे नियंत्रण असते."

याचा अर्थ असा की, आपण पौष्टिक अन्नच खाण्याचा नियम जर कटाक्षाने पाळला तर त्याचा फायदा आपली तब्येत चांगली होण्यासाठी किंवा ती सुधारण्यासाठी होणार हे पक्के आहे. आपण वर्षानुवर्षे, रोज एकेक वाक्य जरी सुसंबद्ध रीतीने लिहीत राहिलो तरी आपल्या हातून एक मोठा ग्रंथ लिहीला जाईल हे नक्की. आपण प्रत्येक महिन्याला आपले कर्ज नियमितपणे फेडत राहिलो, तर आपले उर्वरित सर्व कर्ज वेळेत फिटणार हे नक्की. आपण जर सातत्याने आणि हुशारीने व्यवस्थितपणे पैसे गुंतवत राहिलो तर हळूहळू आपल्याला त्याचा भरपूर चांगला परतावा मिळणार हे नक्की.

बेंजामिन हार्डी या अमेरिकन मानसशास्त्रज्ञाच्या स्पष्टीकरणानुसार : ''बहुतेक लोक कॉलेजमध्ये शिकत असताना परीक्षेची तयारी खूप थोड्या अवधीत, घाईघाईने करतात. पण तुम्ही जर शेती करत असाल, तर घाईघाईने काही करू शकाल का? पेरणीच्या दिवसांत पेरणी करण्याचे विसरून तुम्हाला चालेल का? उबदार उन्हाळ्यात आराम करून पानगळीच्या दिवसांत खूप कष्ट केले तर जमेल का? अर्थातच नाही. शेती ही नैसर्गिक तत्त्वांनी आणि नियमांनी नियंत्रित होणारी गोष्ट आहे. त्यात जेव्हाचे काम तेव्हाच करावे लागते.''[१८]

तुम्हीही नैसर्गिक तत्त्वांनी आणि निसर्गनियमांनी बांधलेले आहात.

''कापणीचा नियम सर्वच क्षेत्रांत लागू असतो. तुम्ही जे पेरता, त्याची कापणी करणे क्रमप्राप्त असते. शिवाय जर तुम्ही सातत्याने दीर्घ काळ एखादी गोष्ट करत राहिलात, तर ती हळूहळू तुम्हाला दामदुपटीने परत मिळते. तुमच्या कृतींचे परिणाम सहसा ताबडतोब दिसत नाहीत. तसे झाले तर ते दिशाभूल करणारे असू शकते. तुम्ही दिवसाकाठी एक सिगरेट ओढलीत, तर कदाचित तुम्हाला लगेच कर्करोग होणार नाही. तुम्ही दिवसाकाठी कॉफीसाठी दहा डॉलर्स खर्च केलेत तर कदाचित तुमच्या आर्थिक स्थितीत लगेचच फारसा फरक पडणार नाही. पण काळाच्या दीर्घ अवधीत या सवयींचा फार मोठा परिणाम दिसतो. रोज १० डॉलर्स या हिशोबाने, ५० वर्षांत ५% चक्रवाढ व्याजाने ८,१६,००० डॉलर्स जमा होतात.[१९]

जेव्हा तुम्ही गुंतवणूक करता तेव्हा लगेच, त्याच दिवशी परताव्याची अपेक्षा करत नाही, वाट पाहता. त्याच न्यायाने, जेव्हा तुम्ही तुमच्या तत्त्वांवर निष्ठा ठेवून काही कृती करता, तेव्हा तुमच्या भविष्यातील कल्याणासाठी काहीतरी थोडेफार केल्याचे समाधान बरोबर घेऊन तुम्ही निवांत झोपू शकता आणि शांतपणे वाट पाहू शकता.

छोट्या छोट्या गोष्टी दीर्घ काळ, पुन्हा पुन्हा करत राहण्याने खूप मोठ्या होतात.

एखाद्या प्रेरणेने प्रभावित होऊन अचानक केलेली कृती प्रस्तुत संदर्भात का प्रभावी का ठरत नाही?

नियोजन नसेल तर केवळ प्रेरणेपोटी एखादी कृती करणे ही गोष्ट फसवी ठरू शकते. मोठी स्वप्ने पत्यक्षात आणण्यासाठी ठोस धोरणावर आधारलेले नियोजन नसेल तर ती स्वप्ने भविष्यात मुळीच फलद्रूप होत नाहीत.

प्रेरणेच्या मुळाशी एखादी भावनिक जाणीव असते. तिच्या आधाराने तुम्ही तुमच्या मनाला मुक्त संचार करू देता; तुम्ही मनात छान छान चित्रांची जुळवणी करता आणि तुमचे आयुष्य कसे असायला हवे, याची प्रतिमा उभी करता.

तत्त्वे कंटाळवाणी वाटू शकतात. प्रेरणा देणे हे त्यांचे काम नाही. तत्त्वे म्हणजे निसर्गाचे नियम असतात.

तत्त्वे त्वरित समाधान देत नाहीत.

तत्त्वांच्या आधाराने लगेचच सगळे मनासारखे झाले, असे होत नाही.

त्यामुळेच आपल्याला अनेकदा प्रेरणा मिळूनही प्रत्यक्षात काही घडले, असे होताना दिसत नाही. कारण आपल्याला काय हवे आहे याचे आपण मानसिक आणि भावनिक स्तरांवर इमले रचलेले असतात, पण ते प्रत्यक्षात उतरवण्यासाठी रोजच्या रोज करावे लागणारे परिश्रम आणि अथक प्रयत्न यांचा विचारच केलेला नसतो.

आपली स्वप्ने सत्यात उतरवण्यासाठी जर आपण प्रेरणा आणि तत्त्वे यांची सांगड घातली नाही तर आपण आणखीच भरकटतो आणि पूर्वी कधीही नव्हतो इतके निराश होतो.

माझी स्वत:ची तत्त्वे ठरवून घेण्यासाठी मी काय करायला हवे?

कोणीही उत्तमोत्तम तत्त्वे बरोबर घेऊनच जन्माला येत नाही; ती तुम्ही हळूहळू आत्मसात करता.

परंतु आयुष्यात वेगवेगळी तत्त्वे असतात आणि त्यातली काही प्रसंग-परिस्थितीनुसार परस्परविरोधी ठरू शकतात. त्यामुळे तुम्ही तुमची ध्येये आणि तुमचे आयुष्य यांच्या अनुषंगाने स्वत:ची तत्त्वे स्वत: निश्चित करणे महत्त्वाचे असते.

स्वत:ला हे प्रश्न विचारायला सुरुवात करा :

- 'तुमच्या लेखी कशाचे महत्त्व जास्त आहे? तुम्हाला मनापासून काय आवडते?'
- 'आयुष्यात तुम्हाला कोणकोणत्या गोष्टींचा अनुभव घेण्याची इच्छा आहे?'
- 'तुम्हाला कशामुळे बेचैन झाल्यासारखे वाटते किंवा तुम्ही कशामुळे अस्वस्थ होता?'

या प्रश्नांची उत्तरे अशी असू शकतील :

'मला नाती महत्त्वाची वाटतात, त्यामुळे जेव्हा जेव्हा संधी मिळेल तेव्हा तेव्हा त्यांना अग्रक्रम देणे हे माझे तत्त्व असणार आहे. त्याचप्रमाणे नात्यातील प्रामाणिकता आणि सकारात्मकता माझ्या दृष्टीने अत्यंत महत्त्वाची आहे, म्हणून नात्याबाबतचा निर्णय लोंबकळत न ठेवणे; दुसऱ्या व्यक्तीने योग्य वेळात निश्चित उत्तर दिले नाही, तर त्या व्यक्तीचा 'नकार' आहे असे समजणे, हे माझे तत्त्व असेल.'

कदाचित, तुमच्यासाठी आर्थिक स्वातंत्र्य महत्त्वाचे असेल आणि त्या तत्त्वासाठी तुम्ही तुमच्याकडे असलेली जास्तीची रोख रक्कम कर्जफेडीसाठी

किंवा बचत आणि गुंतवणूक वाढवण्यासाठी कराल. कदाचित तुम्हाला प्रवास आणि फिरण्याचे स्वातंत्र्य मोलाचे वाटते आणि त्या तत्त्वासाठी नोकरी न करता, तुम्ही स्वतंत्रपणे काम करायचे ठरवाल, कुठेही राहून काम करता येईल, अशा स्वरूपाचे काम निवडण्यालाच प्राधान्य द्याल किंवा स्वत:चे वेळापत्रक स्वतंत्रपणे बनवाल.

जेव्हा तुमची तत्त्वे काय आहेत, याबद्दल तुमच्या मनात संपूर्ण स्पष्टता असेल, तेव्हा तुमच्या आयुष्याला एक बळकट आणि निर्दोष बैठक लाभते. तुम्हाला जे करण्याची इच्छा आहे आणि जे नको आहे, अशा दोन्ही गोष्टींची पूर्तता होण्यासाठी, ती बैठक उपयोगाची ठरते. अशा बैठकीच्या आधारे तुम्ही तुमच्या ध्येयांपर्यंत पोहोचण्यासाठी तुम्ही कामाला सुरुवात करू शकता, तसे करण्याने तुमचे अत्यंत शांत आणि आनंदी 'स्व'रूप वास्तवात आणू शकाल.

एका चांगल्या आयुष्याच्या उभारणीला सुरुवात होते आणि क्रमाक्रमाने त्याच्या परिघाचा विस्तार होत जातो. त्यासाठी स्वत:च स्वत:चे निर्णय घेण्याची आणि अग्रक्रम ठरवण्याची क्षमता असावी लागते. भविष्याबद्दल तुम्हाला दिसणाऱ्या चित्रातील तपशील सहजपणे फलकावर उतरवावेत, असे स्वप्नवत वाटण्यासारखे हे काम निश्चितच नाही, पण ते त्याहूनही कितीतरी अधिक प्रभावी आहे.

तुमच्या आयुष्याचा खरा उद्देश सापडणे

बाहेरच्या जगातले लोक तुम्हाला सतत सांगत असतात की तुम्ही तुमच्या मनाचे ऐका, तुमचा आतला आवाज काय सांगतो, त्यावर विश्वास ठेवा, तुमची नोकरी सोडून द्या आणि तुम्हाला जे मनापासून आवडते ते काम करा. पण तुम्ही या सगळ्याला नक्की कोठून आणि कशी सुरुवात करायची, हे कळायला मात्र काही मार्ग नसतो. त्यामुळे तुम्हाला अधिकच निराश व्हायला होते. जेव्हा तुम्हाला असे वाटायला लागते की तुमच्या आयुष्याचे काय करायचे, हे तुम्हाला समजेनासे झाले आहे, तेव्हा त्याचा खरा अर्थ हा असतो की तुम्हाला तुम्ही खरे कोण आहात, हे उमजलेले नाही.

तुम्हाला तुमच्या आयुष्याचा उद्देश सापडणे म्हणजे असे नाही की तुम्हाला अचानक जाणीव होते की, तुम्ही एखाद्या मठात जाऊन राहण्यासाठी किंवा एखाद्या विशिष्ट जीवनकार्याला वाहून घेण्यासाठी किंवा एखाद्या ध्येयाला तुमचे आयुष्य समर्पित करण्यासांठी जन्माला आला आहात. आयुष्याचा उद्देश सापडणे हे एका नात्याबद्दल किंवा एखाद्या व्यवसायक्षेत्राबद्दलही नसते. सर्वप्रथम आणि सर्वांत महत्त्वाचे आहे, ते या जगातले तुमचे अस्तित्व. तोच तुमच्या आयुष्याचा उद्देश आहे. तुमच्या अस्तित्वामुळे जगामध्ये जो फरक घडला, तो तुम्हाला न दिसणारा असतो. तुमच्या असण्यामुळे जगामध्ये आता जे काही, जसे अस्तित्वात आहे, ते तुमच्याशिवाय असूच शकले नसते. हे समजून घेणे फार महत्त्वाचे आहे. तुम्ही जर असे समजत असाल की, तुम्ही जिवंत असण्याचा उद्देश फक्त तुमची विशिष्ट नोकरी किंवा तुमची कुटुंबातील भूमिका एवढ्यापुरताच मर्यादित आहे तर मग तुम्ही नोकरी सोडलीत किंवा निवृत्त झालात किंवा तुमची मुले मोठी झाली आणि तुमची पालकाची भूमिका संपली, तर त्यानंतर काय, हा प्रश्न उपस्थित होतो.

या प्रश्नाने तुम्ही खचून जाल, कारण आतापर्यंत तुमची अशी व्यर्थ समजूत होती की, तुमच्या अस्तित्वाचा उद्देश तेवढाच होता.

एखादी व्यक्ती जर खूप उदास वाटत असेल तर त्या व्यक्तीकडे पाहून छान हसावे, तिला हसवावे, हा आज तुमच्या आयुष्याचा उद्देश असू शकतो. तुम्ही करत असलेली नोकरी हा या दशकातला तुमच्या असण्याचा उद्देश असू शकतो. जेव्हा तुमच्या लक्षात येईल की, कोणत्या ना कोणत्यातरी पद्धतीने तुमचे असणे, तुमच्या भोवतालच्या जगामध्ये काही ना काही फरक घडवत असते, तेव्हा तुम्हाला हेही समजेल : अर्थपूर्ण रीतीने जगण्यासाठी स्वत:वर काम करणे, जाणीवपूर्वकतेने स्वत:चे अत्यंत आनंदी, अत्यंत प्रेमळ आणि अत्यंत उदार परोपकारी मनोवृत्ती जपणे, ही सर्वांत महत्त्वाची गोष्ट आहे.

तुम्हाला तुमच्या आयुष्याचा उद्देश सापडला याचा अर्थ असा होत नाही की इथून पुढचे आयुष्य तुमच्यासाठी सोपे असणार आहे किंवा प्राप्त परिस्थितीत काय करायचे, हे प्रत्येक वेळेस तुम्हाला माहीत असणार आहे. प्रत्यक्षात,

जेव्हा तुम्हाला खरोखरी तुमचा मार्ग सापडलेला असतो असे वाटते, तेव्हा तुमच्या नजरेसमोर भविष्याचे चित्र लगेचच स्पष्ट झालेले असत नाही. ते चित्र स्पष्ट आहे, असे तुम्हाला जर वाटत असेल तर तुम्ही कोणातरी दुसऱ्या व्यक्तीच्या आयुष्याचा आयता तयार असलेला आराखडा उसना घेऊन, त्यावर तुमच्या भविष्याची उभारणी करत असल्यासारखे होईल.

एवढे सगळे सांगून झाल्यावरही बऱ्याच लोकांना त्यांच्या उद्देशाबद्दल प्रश्न पडतो आणि जीवनाच्या उद्देशाबद्दल बोलायचे झाले तर ते त्यांनी आयुष्यभर ज्या प्रकारचे काम केले त्याबद्दल किंवा ते करत असलेल्या नोकरीबद्दलच बोलताना दिसतात. तुमची नोकरी म्हणजे काहीच नाही, असे नाही. तुमच्या आयुष्यातला सर्वांत उत्तम काळ दररोज तुमच्या दिवसाचा बहुतांश वेळ तुम्ही ती नोकरी करण्यासाठी दिलेला असतो. म्हणूनच तुमच्या रोजच्या कामातूनच तुम्ही जगासाठी काहीतरी चांगले कसे करू शकाल, असा विचार तुम्ही करत असता; त्यामुळे संपत नाही असे वाटणारा दिवस आणि आणि तुमच्या आयुष्यातले अवघड क्षण थोडे सुसह्य होतात. तुमच्या आयुष्याचा उद्देश हा तो बिंदू आहे, जिथे तुमची कौशल्ये, तुमची आवड आणि व्यापारी जग एकत्र येतात.

तुमच्या अस्तित्वातच तुमच्या आयुष्याचा आराखडा सामावलेला आहे. तुमच्या अस्तित्वाशी संलग्न असलेली प्रत्येक गोष्ट, तुम्ही अनुभवलेली प्रत्येक गोष्ट, तुम्ही ज्यातून गेलात ती प्रत्येक परिस्थिती, तुम्ही ज्या ज्या गोष्टींनी झपाटले गेलात ती प्रत्येक गोष्ट, हे सगळे असेच अवचित कुठूनतरी टपकलेले नाही; तुमच्या 'स्व'रूपाचे ते प्रतिबिंब आहे आणि तुम्ही इथे काय करण्यासाठी आला आहात, ते दाखवणारे आहे.

असे असले तरी 'स्व'रूपाच्या जाणिवेत राहणे हे वाटते तेवढे सोपे नाही. तुम्हाला अजूनही असे वाटत राहील की, तुम्ही कशामध्ये कुशल आहात, हे तुम्हाला नेमके माहीत नाही, किंवा आहे त्यापेक्षा दुसरेच काहीतरी तुम्हाला जास्त मनापासून आवडते की काय, असा संभ्रम पडू शकेल. काही हरकत नाही, कारण तुमच्या अस्तित्वाचा उद्देश तुम्ही अमुक अमुक गोष्टीत सर्वोत्तमच असले पाहिजे, असे सांगत नाही.

'स्व'रूपाच्या जाणिवेत राहणे फक्त तुम्हालाच जमेल, विशेषत: इतरांपेक्षा अधिक चांगले जमेल, असे अजिबात नाही. तुम्हाला ज्या गोष्टी आपोआपच आकर्षित करतात, ज्या सहजपणे तुमच्या आतून उमटतात आणि ज्या तुमच्यामध्ये विशिष्ट भावना जाग्या करतात, त्यांवर काम करण्यासाठी तुम्ही इथे आहात. तुम्ही स्वत:मध्ये परिवर्तन घडवण्यासाठी इथे आहात. तुम्ही तुमच्या सर्वोत्तम 'स्व'रूपात असणे, हे तुमचे अंतिम ध्येय आहे. तो तुमच्या प्रवासाचा प्रारंभबिंदू आहे.

तुमचे आयुष्य कसे घडवायचे आहे, ते तुम्हाला कळणे

जर तुम्हाला तुमचा खरा उद्देश काय आहे, हे समजून घ्यायचे असेल तर इथे काही प्रश्न दिले आहेत :

'ज्याच्यासाठी त्रास सहन करावा, असे तुमच्या आयुष्यात काय आणि कोण आहे?'

'तुम्हाला जे मनापासून आवडते, तेच काम तुम्ही अर्थार्जनासाठी करता आहात, म्हणून तुमचे दैनंदिन आयुष्य सोपे झाले असे होत नाही. प्रत्येक गोष्ट स्वत:बरोबर काही आव्हाने घेऊन येत असते. त्यामुळे खरा प्रश्न हा आहे : तुम्ही हे काम करायला तयार झालात, त्यामागे काय कारण होते? तुम्ही काय साध्य करण्यासाठी सगळ्या सुखसोयींवर पाणी सोडायला तयार झालात?'

डोळे बंद करा आणि तुमच्या सर्वोत्तम 'स्व'ची कल्पना करा. तुमच्या 'स्व'रूपातील ती व्यक्ती कशी आहे?

तुमचा सर्वोत्तम 'स्व' – अत्यंत प्रेमळ, दयाळू, सर्जनशील आणि 'स्व'रूपाची पूर्ण जाणीव असलेला – हे तुमचे मूळ रूप आहे. बाकी सर्व रूपे, आयुष्याशी जुळवून घेण्याच्या तडजोडीपोटी तुम्ही इतर लोकांच्या अनुकरणातून निर्माण केलेली, दुय्यम दर्जाची आहेत.

समाजमाध्यमे अस्तित्वात नसती तर तुमच्या आयुष्याचे तुम्ही काय केले असते?

जर तुम्हाला माहीत असते की, तुम्हाला बढाया मारता येणार नाहीत, दुसऱ्यांवर छाप टाकता येणार नाही किंवा तुम्ही आयुष्यात काय करायचे ठरवले आहे, हे जगजाहीर करता येणार नाही, तर तुमच्या महत्वाकांक्षांचे स्वरूप बदलले असते का? तुम्ही जे करता आहात ते करण्याची तुमची स्वत:ची इच्छा आहे, की तुम्ही जे करता आहात ते लोकांना दाखवण्यासाठी, यावर तुमचे या प्रश्नाचे उत्तर अवलंबून आहे.

तुम्हाला अगदी सहजपणे काय जमते?

तुम्हाला अगदी सहजपणे जे जमते तो मार्ग तुम्ही प्रथम चोखाळला पाहिजे, कारण त्या मार्गावर तुमची भरभराट अगदी विनासायास होईल.

तुमचे आदर्श दैनंदिन वेळापत्रक कसे असेल?

परिचयाचे भाषण (इलेव्हेटर स्पीच) उठावदार कसे करायचे याचा विचार विसरा. एखादी खास उपाधी नावामागे आहे की नाही, लिंक्डइनवर लोक तुमचा शिक्षण-नोकरी-व्यवसायाचा आलेख पाहून प्रभावित कसे होतील, याचा विचार विसरा. दिवसभरात तुम्हाला काय काय कामे करायची आहेत त्याचा विचार करा. अनेक लोक अशी नोकरी पत्करतात, जिथे ते खूश राहतील असे त्यांना वाटत असते, पण नंतर त्यांच्या लक्षात येते की त्या नोकरीची फक्त कल्पनाच त्यांना आवडली होती, पण प्रत्यक्षात त्या नोकरीचे दैनंदिन स्वरूप मात्र त्यांना आवडत नाही.

तुमचा वारसा काय असावा असे तुम्हाला वाटते?

तुमची वैयक्तिक माहिती आणि पूर्वानुभवाचे तपशील (रेझ्युमे) यामध्ये नोंदलेले तुमच्या पात्रतेचे तपशील काय आहेत याची काळजी करण्यापेक्षा जेव्हा माणूस म्हणून तुम्ही स्तुतीला पात्र व्हाल तेव्हा त्यामध्ये तुमच्या कोणकोणत्या गुणांचा समावेश असेल, त्याकडे लक्ष द्या.

तुमचे सगळे गुण आणि विशेष कौशल्ये यांची दखल घेतली गेली तर ते छानच वाटेल, पण त्याहीपेक्षा तुम्हाला तुमच्या आयुष्याचा उद्देश सापडणे हे अधिक महत्त्वाचे आहे : आयुष्याचा उद्देश सापडण्यासाठी वेदना सोसाव्या लागतात. खूप लोकांना त्यांच्या खास कौशल्याबद्दल आणि ती उत्तम रीतीने कशी वापरायची याबद्दल काही शंका नसते, म्हणून त्यांना त्यांच्या आयुष्याच्या उद्देश विनासायास सापडला असे होत नाही. उलट आयुष्याच्या एखाद्या वळणावर असा क्षण येतो की, त्यांना रस्ता हरवल्यासारखे वाटते, बळ कमी झाल्याची भावना येते, थकणूक जाणवते आणि मार्गात एक भिंत उभी आहे, असे वाटू लागते, तो क्षण आयुष्याचा उद्देश कळण्याचा असतो.

त्या क्षणी अडचणी आणि आव्हानांच्या अनुभवांमधून जात असताना आपल्यासाठी खरोखरीच काय महत्त्वाचे आहे, हे उमजू लागते. त्यामुळे चैतन्याची एक ठिणगी तयार होते आणि प्रत्यक्ष कृती व निष्ठा यांच्या माध्यमातून जेव्हा ती चेतवली जाते तेव्हा त्यातून परिवर्तनाची आग धगधगते.

जर तुम्ही जगातल्या अनेक सर्वाधिक यशस्वी लोकांच्या गोष्टी ऐकल्या, तर त्यांची सुरुवात कल्पनाही करू शकणार नाही, अशा कष्टांमधून झालेली दिसते. ते अशा अशक्य कोटीतल्या परिस्थितीत सापडलेले असतात की, त्यांना जीव पणाला लावून प्रयत्न करण्याशिवाय दुसरा पर्याय उरलेला नसतो. सुखवस्तू परिस्थिती आणि आत्मसंतुष्ट असणे हे पर्याय त्यासाठी असत नाहीत. त्यांना उमजते की त्यांच्या आयुष्याचे हिरो आणि त्यांच्या भविष्याचे शिल्पकार त्यांनीच व्हायला हवे.

आयुष्याच्या शेवटी, तुमच्या आयुष्याचा उद्देश काय होता हे तुम्ही किती संघर्ष केलात किंवा तुम्ही काय करणे अपेक्षित होते, यावरून ठरवला जाणार नाही. प्रतिकूल परिस्थितीशी तुम्ही कसे लढलात, तुमच्या आयुष्यात असणाऱ्या लोकांच्या मनात तुमचे काय स्थान होते, आणि दर दिवशी, हळूहळू, तुमच्या स्वतःच्या वैशिष्ट्यपूर्ण पद्धतीने, मानवजातीच्या कल्याणासाठी तुम्ही काय केलेत, यावरून तुमच्या आयुष्याचा उद्देश ठरेल.

प्रकरण ७

आत्मघात ते आत्मप्रभुत्व

ऐकताना असे वाटते की, आत्मघात ते आत्मप्रभुत्व हा एका असाधारण परिवर्तनाचा प्रवास असेल. प्रत्यक्षात मात्र आपले आयुष्य पुढे न जाऊ देण्यास आपणच जबाबदार असतो हे मान्य करून, पुढे जाण्याची क्षमताही आपल्यातच असते हे उमजण्याची ती एक नैसर्गिक वाटचाल आहे.

भावना नियंत्रित करणे विरुद्ध भावना दडपणे

भावना नियंत्रित करणे हा आत्मज्ञान प्राप्त करण्याचा मार्ग आहे, असे बौद्ध धर्माचे अनुयायी मानतात.[२०] त्यांच्या मते आत्मज्ञान म्हणजे उत्स्फूर्त आणि सत्यरूप आनंदाची स्थिती.

ही संकल्पना सैद्धांतिक पातळीवर सोपी वाटली तरी आचरणासाठी अवघड आहे : आपल्या मनासंबंधीच्या कल्पनांचा धांडोळा घेणे आणि एका विशिष्ट पद्धतीने वागण्यासाठी मनास प्रवृत्त करणे, या दोन्ही गोष्टी करत असताना एक प्रकारे आपण आपल्या मनाचे शुद्धीकरण करत असतो, ज्यामुळे आपल्याला आपल्या 'स्व'रूपाची अनुभूती येईल. बौद्ध धर्माच्या अनुयायांच्या मानण्यानुसार हाच 'परमानंद' आहे.

तुम्ही कधी एखाद्या ध्यानवर्गात बसला असाल तर तुम्हाला हे माहीत असेल की मनावर प्रभुत्व मिळवण्याचे सर्व प्रथम तत्त्वच हे आहे, की मनावर ताबा ठेवण्याचा प्रयत्न सोडून द्यावा लागतो.

मनावर खरोखरी प्रभुत्व मिळवण्यासाठी बौद्ध धर्माचे अनुयायी 'अपरिग्रह' आचरणात आणतात. अपरिग्रह म्हणजे वस्तू किंवा विचार/भावना या कशाचाच संचय न करणे. ध्यान करताना निश्चल बसून संथ श्वासोच्छ्वास करत राहायचे, विचार जसजसे येत राहतील, तसतसे त्यांचे त्रयस्थपणे निरीक्षण करत राहून, ते जसे आले तसे त्यांना विरू द्यायचे. हा ध्यानाचा प्रकार म्हणजे अपरिग्रहाच्या सरावाचा भाग आहे.

यामागचा विचार असा आहे की, मनाला ताब्यात ठेवण्याचा प्रयत्न करणे हे एक प्रकारे मनाला शरण जाण्यासारखे आहे म्हणून मनाला शरण न जाता त्याला जसे वागायचे तसे त्याला वागू द्यायचे आणि आपण त्यावरच्या आपल्या प्रतिक्रिया नियंत्रित करायच्या.

आपण आपल्या भावना नियंत्रित करत आहोत की दडपत आहोत, हे आपल्याला कसे समजणार?

लोकांपाशी जेव्हा त्यांच्या भावनात्मक संवेदना नीट हातळण्याचे कौशल्य नसते, तेव्हा त्यांना नियंत्रित करण्यासाठी भावना दडपणे, हे सोयीचे असलेले धोरण उपयोगात आणले जाते.

सहसा ते अशा पद्धतीने केले जाते : संबंधित व्यक्ती एखाद्या प्रसंगातून किंवा अनुभवातून जात असताना त्यावरील स्वत:ची प्रतिक्रिया, एक तर नाकारते तरी किंवा त्याकडे दुर्लक्ष तरी करते. त्या व्यक्तीला असे वाटत असते की तिने त्या प्रसंगाची किंवा अनुभवाची दखलच घेतली नाही तर आपोआप सगळे काही ठीक होईल. पण त्या व्यक्तीच्या लक्षात येते की, दुर्लक्ष करूनही तो प्रसंग किंवा अनुभव यांच्यामुळे जी अस्वस्थता जाणवते ती अस्वस्थता तिचे दैनंदिन आयुष्य विस्कळीत करते आहे. मग एक दिवस असा येतो की, सगळ्याचा कडेलोट होतो आणि त्या व्यक्तीच्या भावनांचा बांध फुटून ती त्या भावनेला आवर घालू शकत नाही.

एखादी व्यक्ती मानसिकरीत्या अस्वस्थ असेल तर तिला भावना दडपण्याची गरज वाटू नये यासाठी उपचारपद्धती असते. या उपचारपद्धतीमध्ये सर्वसाधारणपणे त्या व्यक्तीला स्वत:च्या मनाचा वेध घेण्यासाठी मदत केली जाते. त्याने स्वत:च्या भावना ओळखाव्यात, आणि त्यांना प्रतिसाद कसा द्यायचा, हे त्या व्यक्तीला स्वत:चे स्वत: ठरवता यावे, यासाठी प्रोत्साहन दिले जाते.

बरे होण्याच्या प्रक्रियेत दडपणे आणि नियंत्रित करणे या दोन गोष्टींना वेगळे करणारी अगदी सूक्ष्म सीमारेषा असते.

जेव्हा रस्त्यावर कोणीतरी तुमच्या गाडीला आडवा जातो आणि त्याच्यावर न ओरडण्याचे तुम्ही ठरवता तेव्हा तुम्ही तुमची भावना दडपत असता की तिला नियंत्रित करत असता. ?

भावना ठरवून दडपल्या जात नाही; भावना नियंत्रित करणे ही मात्र एक ठरवून केलेली कृती असते.

दडपलेल्या भावना या तुमच्या मनातील असतात. सुप्त पूर्वग्रहांप्रमाणे काम करतात. याचा एक प्रकार म्हणजे तुमचा आधीच ज्यावर दृढ विश्वास आहे अशा गोष्टीची (पूर्वग्रहाची) पुष्टी करण्यासाठी त्याला पूरक असणाऱ्या पुराव्यांचाच विचार करणे. तुम्हाला तुमच्या पूर्वग्रहाची जाणीव असेलच, असे नाही, पण तरीही त्या पूर्वग्रहाचा परिणाम तुमच्या विचारपद्धतीवर झाल्याशिवाय राहत नाही.

त्याच्या उलट, तुमच्या भावना नियंत्रित करण्यासाठी तुम्हाला तुमच्या भावनांच्या बाबतीत अधिक जागरूक राहणे आवश्यक असते. तुम्हाला राग आला, तुम्ही उदास झालात, दु:खी झालात, तर तुम्हाला त्याची जाणीव होते, त्या भावनेचे काय करायचे, हे तुम्ही ठरवता. म्हणजे तुम्ही तुमची भावना नियंत्रित करत नाही, तर तुमचे वर्तन नियंत्रित करत असता.

जेव्हा तुम्ही तुमच्या भावनांना दडपता तेव्हा तुम्हाला तुमच्या भावनिक जाणिवांची कल्पना नसते आणि तुमच्या वर्तनावर तुमचे नियंत्रण नसल्यासारखे वाटते.

जेव्हा तुम्ही तुमच्या भावनांवर नियंत्रण ठेवता तेव्हा तुम्हाला तुमच्या भावनात्मक संवेदना कळत असतात आणि तुमचे तुमच्या वर्तनावर नियंत्रण आहे, हे दिसते.

जेव्हा तुम्ही गर्दीमध्ये गाडी चालवत असता किंवा तुमचे म्हणणे मांडत असता, किंवा एखाद्या आडमुठ्या सहकाऱ्याला समजवत असता, तेव्हा तुमच्या भावनिक संवेदनांवर तुमचे लक्ष असायला हवे आणि त्यानुसार तुमची प्रतिक्रिया कशी व्यक्त करायची, यावर तुमचे नियंत्रण हवे. भावना तात्पुरत्या असतात, पण तुमची वर्तनपद्धती मात्र कायम स्वरूपाची असते. एखाद्या विशिष्ट परिस्थितीत किंवा प्रसंगात तुम्ही कसे वागता, याची जबाबदारी तुमची स्वत:चीच असते.

आपली बहुधा अशी कल्पना असते की आपण किती वजन घेऊ शकतो, किती लांब अंतर पळू शकतो किंवा आपले स्नायू किती पिळदार आहेत, हेच आपल्या शारीरिक बळाचे मोजमाप आहे. खरे म्हणजे ते, आपले शरीर न थकता किती पळू शकते, दैनंदिन कामे पार पाडण्याची आणि प्रसंगी समोर येणारी आव्हाने पेलण्याची त्याची क्षमता किती आहे, याचे निदर्शक असते.

मानसिक बळाचेही अगदी तसेच आहे. आपण किती आनंदी दिसतो, सर्व गोष्टी कशा परिपूर्ण आहेत, आपण किती निरपेक्षपणे सकारात्मक राहू शकतो, याचे ते मोजमाप नाही, पण आपण दैनंदिन आयुष्य व्यवस्थितपणे पार पाडायला आणि प्रसंगी समोर येणारी आव्हाने सहजतेने आणि विचारपूर्वक पेलायला किती समर्थ आहोत आणि त्यामुळे दबून न जाता आणि मागे न हटता आयुष्यात पुढे कसे जाऊ शकतो, याचे निदर्शक आहे.

एमी मोरेन या लेखिकेने सांगितलेल्या काही गोष्टी खूप प्रसिद्ध झाल्या आहेत. मानसिकरीत्या खूप समर्थ असलेले लोक अशा गोष्टी कधीही करत नाहीत, अशा त्यांच्या सवयी आणि वर्तनपद्धती समजून घेणे आवश्यक आहे, पण तुम्ही अजून त्यासाठी सक्षम नसाल तर? तुम्हाला मानसिकरीत्या खूप समर्थ व्हायचे असेल तर ती सक्षमता मिळवण्याची सुरुवात तुम्हाला अशी करावी लागेल.

पुन्हा नव्याने स्वत:वर विश्वास ठेवायला शिकणे

सगळे काही ठीक आहे आणि सगळे काही नेहमी ठीकच राहणार आहे, याची मनामध्ये खोलवर जाणीव असणे म्हणजे आंतरिक शांती प्राप्त झालेली असणे. शतकानुशतके 'आंतरिक शांती' प्राप्त करून घेणे हा आध्यात्मिक आणि पारमार्थिक आचरणाचा प्रमुख भाग होता आणि आहे आणि अलीकडे मानसशास्त्र लोकभिमुख झाल्यामुळे तो सर्वसामान्य विचारधारेच्या प्रमुख प्रवाहात आला आहे.

अल्बर्ट कामू या फ्रेंच तत्त्वज्ञाने एका ठिकाणी असे म्हटलेले आहे, ''हिवाळ्याच्या मध्यावर मला कळले की, माझ्या आत एक अजेय उबदार उन्हाळा आहे.''

आंतरिक शांती म्हणजे काय याचे हे एक अत्यंत समर्पक रूपक आहे : तुमच्या आवतीभोवती काही घडामोडी घडत असल्या तरी तुमच्या अंतर्मनात जाणतेपणाने परिपूर्ण आणि निवांत असलेली, अशी शांततेची एक जागा असते, याची जाणीव असणे म्हणजे आंतरिक शांती. त्या जागेमध्ये जेव्हा जेव्हा जावेसे वाटेल तेव्हा तेव्हा तिथे जाता येण्याची क्षमता तुमच्यात असते. एवढेच नाही, तर तिथेच स्थित होऊन, त्या निवांतपणाच्या सावलीत राहून, संपूर्ण आयुष्य जगता येणे तुम्हाला शक्य असते. फक्त प्रथम त्या *आंतरिक शांतीच्या जाणिवेमध्ये राहायला शिकणे* आणि त्यासाठी वेगवेगळ्या वाइटांतल्या वाईट आपत्तीची कल्पना करत, माकडचाळे करणाऱ्या तुमच्या मनाला सरळ करणे हे एक मोठेच आव्हान असते.

जेव्हा लोक 'आत खोलवर' असणाऱ्या जाणिवेबद्दल बोलतात, तेव्हा ते कशाबद्दल बोलत असतात, हे तुम्हाला माहीत आहे का? ते असे काहीतरी म्हणतात : ''मला काळजी वाटते आहे, पण आतमध्ये कुठेतरी खोलवर मला माहीत आहे की सगळे काही नीट होणार आहे.'' किंवा, ''मला त्याचा राग आला आहे, पण आतमध्ये कुठेतरी खोलवर मला माहीत आहे, की तो माझ्यावर प्रेम करतो.'' ते नेमके काय म्हणत असतात असे तुम्हाला वाटते? ते आतमध्ये कुठेतरी खोलवर जे काहीतरी असते, ते नेमके कुठे

असते? अशा वेळेस ते त्यांच्या आत असलेल्या त्या जागेबद्दल बोलत असतात, जिथे अपार ज्ञान सामावलेले असते, आसपास घडणाऱ्या गोष्टींचे नीट आकलन आणि अचूक समज असते. ताण निर्माण करणारा आणि भीतीचा जो बागुलबुवा मन उभा करत असते, त्याने ती जागा डळमळीत होत नाही.

असो, थोडक्यात आंतरिक शांती मिळणे म्हणजे काय, तर 'आतमध्ये कुठेतरी खोलवर' असलेल्या त्या जागेपर्यंत पोहोचता येणे आणि सरतेशेवटी सगळे काही ठीक असणार आहे, याबद्दल नि:शंक होणे.

ध्यानाच्या क्रियेत शांत वाटणे, या भावनेचे वर्णन करण्यासाठी आणखी एक रूपक वापरले जाते. ते रूपक आहे शांत तळे किंवा एखाद्या विस्तीर्ण जलाशय, यांतील पाण्यावर उठणारे तरंग शमवण्याचे. तुमचे विचार किंवा कृती या पाण्यात फेकलेल्या दगडासारखे असतात. त्यामुळे मनात तरंग उमटतात. मनात उठणारे तरंग जेव्हा पूर्णपणे शमतात आणि मन त्याच्या नैसर्गिक अचल स्थितीत परतते, त्या शांत अवस्थेचा अनुभव घेणे, हा ध्यान करण्याचा हेतू असतो. पाणी जसे अचल राहावे म्हणून मुद्दाम प्रयत्न करावे लागत नाहीत. तुम्ही त्यात दगड फेकणे थांबवलेत की ते आपोआप अचल राहते, तसेच मनाचे असते.

आंतरिक शांती मिळवणे ही गोष्टही तशीच आहे. ती गोष्ट तुम्ही नव्याने काय निर्माण करायला हवे, यासंबंधीची नाही; तर ती तुम्ही कोणत्या अवस्थेकडे परत जायला हवे, फक्त यासंबंधीची आहे.

आपल्या ध्येयांमध्ये सुसूत्रता आणणे

आंतरिक शांती मिळवायची म्हणजे आपल्या 'सुख' मिळवण्याच्या इच्छेवर पाणी सोडण्याची तयारी असणे, हे अत्यंत महत्त्वाचे आहे.

दुर्दैवाने 'सुख' आशाश्वत असते. त्याची इच्छा मनात धरून ठेवली तर तुम्हाला विशिष्ट प्रकारचे यश, मालमत्ता किंवा एखाद्या विशिष्ट प्रकारच्या

परिस्थितीचीच सवय लागू शकते. त्यामुळे तुम्ही इतर लोकांच्या मतावर अवलंबून राहू लागण्याची किंवा आयुष्य एका विशिष्ट पद्धतीनेच उलगडत जावे, अशा अपेक्षेची सवय लागण्याची शक्यता असते. जर 'सुख' हे तुमचे ध्येय असेल तर सुखाच्या मागे दीर्घ काळ रेंगाळणारी नैराश्याची सावलीही असते, हे तुमच्या लक्षात येईल. समतोल/समस्थिती/अचल अवस्था आणि द्वैत/चल अवस्था यांचे नातेच असे एकमेकांत गुंतलेले आहे. मग आंतरिक शांतीचे काय?

आंतरिक शांती ही तराजूच्या काट्यावरची/समतोल स्थिती आहे. जेव्हा आंतरिक शांती तुमचे ध्येय असते, तेव्हा कोणत्याही परिस्थितीत ती समतोल/समस्थिती/अचल स्थिती ढळू देऊन चालणार नसते.

असा समतोल राखणे बहुतेक लोकांना कठीण जाते. त्या प्रयत्नात लोक स्वतःच स्वतःच्या आयुष्यात ताण, समस्या आणि नाट्यमयता निर्माण करत राहतात, कारण त्यांच्या अहंमन्यतेमुळे सगळे काही ठीक आहे, असे वाटण्यासाठी त्यांना बाह्य गोष्टींची आवश्यकता भासते. ज्यांना आंतरिक शांती प्राप्त झालेली नाही, अशा लोकांमध्ये अशा पद्धतीने बाह्य गोष्टींची आवश्यकता भासणे हे सर्वप्रथम लक्षण असते : ते सतत समाधानाच्या, आपलेपणाच्या, आत्मगौरवाच्या प्राप्तीसाठी वेड्यासारखे भटकत राहतात.

वास्तवात असे म्हणता येणार नाही की, सुखाची इच्छा करणे चुकीचे आहे, किंवा असेही नाही की सुखाची इच्छा करण्याची सवलत आयुष्य तुम्हाला देतच नाही. खरी गोष्ट अशी आहे की, आंतरिक शांती हेच खरे सुख आहे आणि बाकी सर्व गोष्टी 'सगळे काही ठीक आहे,' असा आभास निर्माण करण्यासाठी उपयोगी पडणारी खोटी साधने आहेत.

याबाबतीत असा विचार करून पहा : नेमके तुम्हाला कोणत्या गोष्टीमुळे सुख मिळू शकेल असे तुम्हाला वाटते? पैसा, प्रेम, नोकरीतली बढती? या गोष्टी तुम्हाला मिळाल्या तर नंतर काय? मानवजातीच्या इतिहासात सुरुवातीपासून आतापर्यंत या प्रश्नाचे उत्तर सातत्याने एकच राहिले आहे : 'तुम्हाला सगळे मिळाले, तरीही तुमची परिस्थिती 'जैसे थे' तशीच राहिलेली असते.' कारण

अशा प्रकारचे सुख खरे नसते. प्रत्येक गोष्टीतली नवलाई, सार्थकता पावलेले तुमचे अस्तित्व आणि निखळ आनंद, यांच्या अनुपम अनुभूतीची जाणीव जेव्हा प्रत्येक दिवशी तुमच्या आत जागी असेल, तेव्हाची तुमची स्थिती ही तुम्हाला आंतरिक शांती प्राप्त झालेली आहे, याची निदर्शक असते.

मुळातच आपण आंतरिक शांतीपासून कशामुळे ढळतो?

आपण आतापर्यंत आपल्या 'आंतरिक शांती'च्या मनातल्या आतल्या जागेवर परतण्यासंबंधी जे सर्व बोलतो आहोत, त्यातून एक प्रश्न उद्भवतो, तो म्हणजे मुळातच आपण आंतरिक शांतीपासून कशामुळे ढळतो, हे महत्त्वाचे आहे; हे समजले तरच ती आपल्याला पुन्हा प्राप्त होऊ शकेल.

आपण जेव्हा मोठे होत असतो, तेव्हा आपण आपल्या भोवतीच्या वातावरणाशी जुळवून घ्यायला शिकतो. आपण आपल्या भोवती असलेल्या लोकांची विश्वासप्रणाली आणि त्यांच्या जगण्याबद्दलच्या कल्पना आत्मसात करतो. सुरक्षित वाटण्यासाठी आपण आपले उपजत व्यक्तित्व त्यानुसार बदलतो, तसे केल्याने आपण सुरक्षित आहोत, आता जग आपल्याला काही करू शकणार नाही, असे आपल्याला वाटू लागते. बालपणात आपण जास्त असुरक्षित असतो आणि या वयातच आपण पुढच्या वयात आयुष्याशी जुळवून घेताना उपयोगी पडतील अशा गोष्टी शिकत असतो.

आपल्याला लहानपणीच जर आपली आंतरिक शांती कशी जपायची हे शिकवले गेले नाही, तर आपोआपच आपण आतला आवाज म्हणजेच सदसद्विवेकबुद्धीचे ऐकण्याऐवजी आपल्या डोक्यातल्या गोंगाटाकडे अधिक लक्ष द्यायला लागतो. तिथेच आपण स्वत:ला हरवून बसतो, कारण कोणताही दिवस असो, आपल्या मनातले विचार म्हणजे बौद्ध धर्माचे अनुयायी ज्याला 'माकडचाळे करणारे मन' असे म्हणतात, त्या मनाचे खेळ असतात. चेताशास्त्रज्ञ या गोष्टीचे स्पष्टीकरण असे करतात : मेंदूतील वेगवेगळे संदेश घेणाऱ्या आणि प्रसारित करणाऱ्या पेशी (रिसेप्टर्स) जागृत होऊन वास्तव किंवा वास्तवाशी संबंध नसलेल्या गोष्टींशी संपर्क जोडण्याचे कार्य करत असतात. अशा तऱ्हेने विचारांचा संबंध फक्त वास्तव गोष्टींशीच

असतो, असे नाही. काही विचार अवास्तव गोष्टींशी जोडलेले म्हणजे काल्पनिकही असतात.

जेव्हा आपण आपल्या विचारांवर विसंबायला लागतो तेव्हा आपल्या भावनात्मक संवेदना आपल्यापर्यंत पोहोचवण्याची मुभा आपण त्या विचारांना देतो. त्यातून विचारांचे एक चक्र तयार होते. सरतेशेवटी, त्या चक्राच्या सापळ्यात बहुतेक लोक अडकतात आणि त्यांना ते कळतही नाही. त्यांच्या डोक्यात एखादा विचित्र किंवा भीतिदायक विचार येतो, त्यासंबंधीची एक तीव्र भावनिक जाणीव मनामध्ये उमटते आणि त्या दोन्हींच्या एकत्रित परिणामामुळे जे काही घडते, त्यातून ते सगळे त्यांना खरे वाटू लागते, प्रत्यक्षात मात्र, चेतासंस्थेच्या कार्यप्रणालीतून निर्माण झालेला तो एक गैरसमज असतो.

याचा अर्थ असा होत नाही की, आपल्या विचारांना काही अर्थच नसतो. या सगळ्याचा मथितार्थ एवढाच आहे की, ते आपले विचार प्रत्येक वेळी वास्तवाला धरून असतीलच असे नाही. आपल्या विचारांकडे ते सूचनावजा आहेत, या दृष्टीनेच पाहिले पाहिजे.

लोकांना आंतरिक शांती सहजपणे का प्राप्त होत नाही?

याचे उत्तर असे आहे की, लोकांमध्ये आंतरिक प्राप्ती करून घेण्याची क्षमता असते; पण बहुतेकांना त्या क्षमतेचा उपयोग कसा करून घ्यायचा, हे शिकवले जात नाही. त्याहीपलीकडे जाऊन असे दिसते की, बहुतेकांना स्वतःच्या भावनात्मक संवेदना जाणून घेण्याची अतिशय भीती असते, कारण त्यांच्या 'सुप्त मनात असलेले मूल' भावनिकदृष्ट्या फार आघातग्रस्त झालेले असते.

प्रत्येकाच्या 'सुप्त मनात एक मूल' दडलेले असते; तुमचे अत्यंत निष्पाप आणि निर्दोष असलेले उपजत व्यक्तित्व म्हणजेच ते लहान मूल होय, आणि ते तुमच्या सुप्त मनातून कधीच, कुठेच जात नाही.[२१] मोठे झाल्यानंतर सुप्त मनात असलेले ते मूल जपणे, ही तुमची जबाबदारी असते. अगदी खरे

सांगायचे तर हेच तुमच्या आतले मूल तुमची आंतरिक शांती ढळण्यासाठी कारणीभूत असते. तेच तुम्हाला त्याच्या अस्वस्थतेतून सतत सुचवत राहते की, तुमचे सगळे जग कोलमडण्याच्या बेतात आहे आणि तुमच्या अस्तित्वाला धोका आहे आणि या परिस्थितीला सावरण्याचा प्रयत्न करण्यात काही अर्थ नाही.

जागेपणी तुम्ही एखाद्या लहान मुलाच्या हातात तुमचे आयुष्य कधीही देणार नाही. त्याचप्रमाणे तुमच्या आत असलेले लहान मूल ज्या ज्या गोष्टींना घाबरते, ती सर्व भीती खरी आहे, असे गृहीत धरून त्यानुसार तुम्ही निर्णय घेतले तर चालणार नाही. मात्र, तुम्ही त्या भीतीवर काम करू शकता, त्यावर उपचार करू शकता आणि त्या लहान मुलाला सुरक्षित वाटावे, याची काळजी घेऊ शकता...एखाद्या चांगल्या पालकाप्रमाणे.

स्टीफन डायमंड या मानसशास्त्रज्ञाने असे म्हटले आहे : ''सुरुवातीला सांगायचे तर प्रत्येकाच्या आतले मूल खरेच असते. याचा अर्थ शब्दश: घ्यायचा नाही. त्याचे असणे शारीरिक नाही. त्याचे असणे प्रतीकात्मक, रूपकात्मक असते. जसे मानसिक गंड ही एक मानसशास्त्र किंवा मानसघटनाशास्त्र यांच्या अंतर्गत असणारे संकल्पनात्मक वास्तव असते, त्याचप्रमाणे या आतल्या लहान मुलाचे वास्तवही प्रतीकात्मक असते आणि ते खूप प्रभावीसुद्धा असते.'' स्टीफन डायमंडच्या मते मानसिक बिघाड आणि विध्वंसक वर्तनपद्धती सहसा आपल्या सुप्त मनाशी निगडित असतात आणि त्यांची सुरुवात लहान वयातच झालेली असते.

आंतरिक शांती प्राप्त करणे

आंतरिक शांती मिळवणे म्हणजे फक्त ज्ञानप्राप्ती होईपर्यंत पद्मासनात ध्यानधारणा करत बसून राहणे, एवढ्यापुरतेच मर्यादित नाही; ते आहे, तुम्हाला आतून जाणवणारी अस्वस्थता मुळापासून समजून घेण्याचा अवघड निर्णय घेणे आणि वेगळ्या वाटेने जाणे.

गेल ब्रेनर या अमेरिकन मानसशास्त्रज्ञ आणि लेखिकेने म्हटल्याप्रमाणे : ''आपल्या भावनिक जाणिवांमुळे आपल्या मनात एक प्रकारचा संघर्ष

सुरू राहतो. सगळे नकोसे होणे, लोकांचे वागणे न आवडणे, घडणाऱ्या घटनांबद्दल त्या कशा टाळता येतील, याचेच विचार मनात येत राहणे, अशा प्रकारच्या अंतर्विरोधामुळे आपला हा आंतरिक संघर्ष अधिक दृढ होतो. अशा प्रकारचा अंतर्विरोध खरे तर आपण आपल्या व्यक्तिगत आयुष्याची कहाणी नव्याने लिहावी आणि आपल्या स्वतःच्या योजना प्रत्यक्षात उतरवव्यात यासाठी असतो.'' तिच्या म्हणण्याप्रमाणे असे जरी असले तरी सरतेशेवटी फक्त आंतरिक शांतीचे अस्तित्व एवढेच काय ते खरे आणि अंतिम असते, कारण बाकी काहीच आपल्या हातात नसते.[२२]

आंतरिक शांती प्राप्त करून घेण्याचा आणखी एक खूप प्रभावी मार्ग म्हणजे स्वतःला या गोष्टींची सतत आठवण करत राहणे की, तुमच्या सगळ्या चिंता, काळज्या हा तुमच्या मनाचा खेळ आहे, तुमच्या अस्तित्वाला असलेल्या तथाकथित धोक्याबाबत सतत सजग राहणे ही तुमची केवळ एक मानसिक गरज आहे, वास्तविक गरज नाही. खरा आनंद वर्तमानात जगण्यातच आहे. यावर विश्वास ठेवणे कठीण वाटत असेल, तर पुढील गोष्टींच्या याद्या करा :

- तुमच्या आयुष्यात ज्या ज्या गोष्टींची तुम्ही अतिशय काळजी केलीत, अशी प्रत्येक गोष्ट. जितकी वर्षे मागे जाता येईल, तितके जा आणि जेवढी तपशीलवार यादी करता येईल तितकी करा.

- प्रत्येक अवघड परिस्थिती, ज्यातून तुम्ही कधीच बाहेर पडू शकणार नाही असे तुम्हाला वाटले किंवा त्यातून कधीच बाहेर पडला नाहीत.

- तुम्हाला निखळ आनंद मिळाला आणि शांत वाटले, असा प्रत्येक प्रसंग.

पहिली यादी पाहिलीत की, खात्रीने तुम्हाला हसावेसे वाटेल, कारण ती पाहून तुमच्या हे लक्षात येईल की तुम्ही आयुष्यभर सतत काळजीच करत राहिलात आणि विशेष म्हणजे त्यातील बहुतेक काळज्या बिनबुडाच्या होत्या.

दुसऱ्या यादीच्या बाबतीतही असेच काहीसे होईल. तुम्हाला गंमत वाटेल, कारण ती पाहताना तुम्हाला कळेल की, आयुष्यातल्या ज्या वेदना असह्य

आहेत असे तुम्हाला वाटले होते, त्यांच्याकडे वळून पाहताना त्यांच्याबद्दल तुम्हाला आता काहीच जाणवत नाही.

तुमच्या शेवटच्या यादीतील उत्तर तुम्हाला या गोष्टीची आठवण करून देईल की तुमचा आनंद कधीच बाह्य गोष्टींच्या परिपूर्ण असण्यावर अवलंबून नव्हता. तुमचा आनंद एखाद्या गोष्टीत तुमचा पूर्ण सहभाग असल्यामुळे मनात कसलाही किंतुपरंतु न ठेवल्यामुळे, 'स्व'रूपाशी प्रामाणिक राहिल्यामुळे, तसेच फक्त वर्तमान क्षणाचे अवधान ठेवल्यामुळे तुम्हाला मिळाला होता.

काळजी करण्याचे सोडून देणे

त्याचप्रमाणे परिस्थितीशी तडजोड करण्याचे अनेक जण चोखाळतात असे सोपे मार्ग म्हणजे मादक पदार्थांचे व्यसन लावून घेणे किंवा वर्तमान क्षणाची जबाबदारी टाळता येईल, असे वर्तन करणे, सतत कशाची ना कशाची काळजी करणे. अशा गोष्टींचा उपयोग लोक आयुष्यात महत्त्वाच्या असलेल्या गोष्टींपासून पळ काढण्यासाठी करतात.

काळाबरोबर तुम्ही स्वत:ला पटवून देता की काळजी करणे आणि सुरक्षित असण्याची भावना यांचे समीकरण आहे. तुम्हाला असे वाटत राहते की, वाइटांत वाईट काय घडू शकते, याचा विचार पुन्हा पुन्हा डोक्यात घोळवत राहिल्याने त्याला तोंड देण्याची चांगली तयारी आपण करू शकतो. हे पूर्णत: खोटे आहे. पूर्णत: काल्पनिकरीत्या उभ्या केलेल्या परिस्थितीचा विचार करण्यात तुमची ऊर्जा तुम्ही विनाकारण खर्च करता, एवढेच नव्हे; तर आधीच ज्या भीतीमुळे किंवा कल्पनेमुळे तुम्ही खूप हळवे झालेले आहात, ती टाळण्यासाठी प्रयत्न करता करता किंवा तिच्याकडे जरुरीपेक्षा अधिक लक्ष देता देता, तीच काल्पनिक परिस्थिती प्रत्यक्षात उतरवत असता.

माकडचाळे करणाऱ्या तुमच्या मनाविषयी तुम्हाला जे जे काही माहीत असायला हवे, त्यातली एक गोष्ट इथे आवर्जून सांगायला हवी. त्याच माकडचाळे करणाऱ्या मनामुळे तुमच्या डोक्यात सतत अशा परिस्थितीच्या आणि अनुभवाच्या संबंधीचे विचार जोर धरतात की, तीच परिस्थिती आणि

अनुभव सत्य आहेत असे तुम्हाला वाटू लागेल. तुम्हाला जर खात्रीने असे वाटत असेल की, एखादी चांगली गोष्ट घडणार आहे, तर ती घडेल. कदाचित तुम्ही जशी कल्पना केली होती, अगदी तशीच्या तशीच ती असणार नाही, पण त्याचा सर्वसाधारण परिणाम तुम्हाला जसा अपेक्षित असेल तसाच असेल.

आंतरिक शांती मिळवणे म्हणजे दुसरेतिसरे काही नसून फक्त तुमच्या सुप्त मनाच्या तळाशी असलेल्या जाणतेपणाला जागे ठेवणे असते. आंतरिक शांती तुम्ही निर्माण करत नाही, ती असते. तिचे समर्थन करायला लागत नाही, तिची कल्पना करावी लागत नाही, तिच्या शोधात कुठे बाहेर हिंडावे लागत नाही. ती कायम तुमच्या आत असतेच. तो नेहमीच उपलब्ध असणारा पर्याय आहे आणि कायम तिचीच निवड करायला हवी. तुम्ही फक्त तिची निवड करण्याचा पर्याय स्वीकारायला हवा.

तुमच्या भावनात्मक संवेदना प्रत्येक वेळी वास्तवाच्या निदर्शक असतातच असे नाही, हे लक्षात ठेवणे

या सर्व प्रक्रियेत एक सर्वांत मोठे आव्हान आहे. तुमच्या कोणत्या भावनात्मक संवेदना तुमच्या सहज ऊर्मीतून आलेल्या आहेत, कोणत्या तुम्हाला सावध करण्यासाठी आहेत आणि कोणत्या भीतीपोटी किंवा तुमच्या 'अहं'मधून जन्माला आल्या आहेत, हे तुम्हाला समजू शकेल, अशी स्थिती तुम्हाला प्राप्त करून घ्यायची आहे.

या जगात तुम्हाला सतत असे सांगितले जाते की, तुम्हाला पोटातून जाणवणाऱ्या गोष्टी आणि तुमच्या भावनात्मक संवेदना खऱ्या असतात, त्यांच्या रूपात तुमच्या आतमध्ये जणू काही जाणतेपणाचा एक जिवंत झराच असतो... अशा जगात, तुमची प्रत्येक भावनिक जाणीव आणि कल्पना ही केवळ खरीच नव्हे, तर भविष्यात काय घडणार आहे, हेसुद्धा वर्तवणारी आहे, असे तुम्हाला वाटणे स्वाभाविक आहे.

तुमच्या भावनात्मक संवेदना म्हणजे भविष्यासंबंधीचा होरा नव्हे. त्या भविष्य सांगणाऱ्या यंत्रणा नव्हेत. त्या फक्त वर्तमानातल्या तुमच्या मन:स्थितीचे

प्रतिबिंब तुम्हाला दाखवत असतात. एखाद्या दु:स्वप्नात जसे घडते तसेच हे असते. त्या स्वप्नात दिसणारे राक्षस खरे नसतात, ते जागेपणी तुम्ही ज्या गोष्टींची काळजी करत असता, त्या गोष्टींची प्रतीके असतात.

काय चूक, काय बरोबर यांतला फरक ओळखता न आल्यामुळे लोकांना आंतरिक शांती मिळू शकत नाही. बऱ्याच लोकांना त्यांची भीती की त्यांना ज्यामध्ये शांती जाणवते त्या गोष्टी या दोहोंमध्ये काय खरे आहे, ते समजत नाही.

हे लक्षात ठेवा : शांतीची भावनिक जाणीव ही खरी, तिच्या द्वारे तुम्ही जे अनुभवता ते सत्य असते.

पुढे काय घडणार आहे, याचे भविष्य वर्तवणे, हे तुमच्या भावनात्मक संवेदनांचे कार्य नाही. आता तुमची ऊर्जा आणि मानसिक स्थिती कशा स्वरूपाची आहे आणि तुमच्या भोवती जे घडते आहे, त्याला तुम्ही कशा पद्धतीने सामोरे जायला हवे, फक्त याची जाणीव त्या तुम्हाला करून देत असतात. तुम्ही घाबरावे आणि सुरक्षित राहण्यासाठी स्वत:ला आक्रसून घ्यावे, यासाठी भीतीची भावनिक जाणीव उत्पन्न झालेली असते. ती फार काळ टिकत नाही, तिला स्वत:ची एक मर्यादा असते. शांतीची भावनिक जाणीव, सगळे काही ठीक होईल, याचे भान तुम्हाला देण्याचा प्रयत्न करत असते, कारण सत्य हेच आहे की, सगळे नेहमी ठीकच असते... आणि काहीही झाले तरी सगळे नेहमीच ठीक असणार आहे.

मानसिकरीत्या सबल होणे

तुम्ही कोणीही असा किंवा तुमच्या आयुष्याचा हेतू काहीही असो, तुमच्यातील सुप्त गुण साकार होण्यासाठी तुमच्या व्यक्तित्वातील मानसिक सबलता हा घटक अत्यंत महत्त्वाचा असणार आहे.

मानसिक सबलतेचे एकच एक असे स्वरूप ठरलेले नसते. ते आनुवांशिक असते किंवा नाही, याबद्दलही निश्चित काही सांगता येत नाही. यातला

विरोधाभास असा आहे की, तुम्हाला आयुष्यात आव्हानांचा सामना करण्याची वेळ कधी आली नसेल, तर मानसिक सबलता मिळवणे आणि ती सतत वाढवत नेणे सहजपणे साध्य होत नाही. खरे तर जे लोक आत्यंतिक कठीण परिस्थितीचा सामना करत असतात, त्यांना मानसिक सबलता, तीही खूप वरच्या स्तरावरची, मिळवण्याखेरीज दुसरा काही पर्यायच नसतो.

मानसिक सबलता मिळवणे आणि ती वाढवत नेणे हा एक प्रवास आहे आणि खडतरतेचा सामना जाणीवपूर्वक आणि समर्थपणे करत राहण्यातूनच ते साध्य होते.

त्याची सुरुवात अशी करायला हवी.

योजनाबद्ध रीतीने काम करा, कारण त्यामुळे समस्या सुटतात

मानसिकदृष्ट्या सबल असलेले लोक योजनाबद्ध रीतीने काम करतात.

ते कामाला सुरुवात करण्यापूर्वी विचार करतात. त्याप्रमाणे पूर्वतयारी करतात. ते दीर्घकालीन परिणामांचा विचार करून जे उत्तम असेल तेच करतात.

आता तुम्हाला असे वाटू शकेल की, योजनाबद्ध रीतीने काम करणे म्हणजे भविष्याचा विचार करावा लागतो. म्हणजेच तुम्ही वर्तमान क्षणापासून दूर जाता. पण खरी गोष्ट नेमकी त्याच्या विरुद्ध आहे. कृती न करता नुसती काळजी करत राहण्यामुळे तुम्हाला वर्तमान क्षणापासून दूर होता. अति विचार करण्याने तुमची वर्तमानाशी जोडलेली नाळ तुटते. तुमच्या समस्येवर काम करण्याचे तुम्ही सतत पुढे ढकलत राहता, कारण ज्या गोष्टीची तुम्हाला भीती वाटत असते, ती घालवण्यासाठी तुम्ही काय करणार आहात, याची कसलीही योजना तुमच्याकडे नसते.

तुम्हाला ज्याची भीती वाटत नाही, अशा एखाद्या गोष्टीचा विचार करा. त्या गोष्टीची तुम्हाला भीती का वाटत नाही, याचे कारण तुम्हाला माहीत आहे का? तुमच्या लक्षात येईल की, एखाद्या गोष्टीची भीती तुम्हाला वाटत नाही

याचा अर्थ ती गोष्ट प्रत्यक्षात घडली तर काय करायचे, याची पक्की योजना तुमच्याकडे तयार असते. त्यामुळे तुम्हाला त्या गोष्टीची काळजी करण्याची गरज भासत नाही आणि भविष्याची काळजी न करता वर्तमान क्षणामध्ये राहणे तुम्हाला शक्य होते.

संदर्भ कोणताही असो, तुमच्या आर्थिक सुस्थितीबाबतचे काही असो; तुमची नाती जपण्याविषयीची गोष्ट असो, उपचार घेण्याबाबत काही असो, नवीन नोकरी मिळवण्यासंबंधी असो किंवा व्यवसायाच्या नवीन क्षेत्रात प्रवेश करण्याविषयी अथवा त्यासंबंधीच्या तुमच्या स्वप्नाविषयीचे काही असो : त्यासाठी तुमच्याकडे जर पक्की योजना आखलेली नसेल तर तुमच्या पुढे समस्या उभ्या राहतील.

अंगी थोडी नम्रता येऊ द्या, कारण जग तुमच्याभोवती फिरत नाही

अनेकदा तुम्हला असे वाटू शकते की, तुमच्या आसपासचे सर्व जण तुमच्यावर नजर ठेवून आहेत, ते तुमच्याबद्दल सतत आडाखे बांधत आहेत, तुमची परीक्षा घेत आहेत, आणि तुमची पात्रता ते ठरवत आहेत. कोणीच तसे काहीच करत नसते.

आपल्यापैकी प्रत्येकाला असे वाटत असते की, आपण ज्या वर्तुळामध्ये वावरतो त्या वर्तुळात आपल्याला खूप महत्त्वाचे स्थान आहे. आपल्या मनातला हा आभास समाजमाध्यमांनी निर्माण केलेला आहे.

लक्षात घ्या, काही दशकांच्या अवधीत तुमचे इथले अस्तित्व संपलेले असेल. तुमचे घर एखाद्या नवीन कुटुंबाला विकले जाईल. तुमच्या नोकरीच्या जागी कोणीतरी दुसरे रुजू होईल. तुमची मुले प्रौढ होतील. तुमचे काम इतर कोणी करेल. अर्थातच, असा विचार करून तुम्ही निराश होऊ नका ते अपेक्षित नाही; तर तुम्ही तुमच्या आभासी प्रतिष्ठेचे बंध तोडून मुक्त व्हावे, हे अपेक्षित आहे.

तुम्हाला जसे वाटते तसा तुमचा विचार कोणीच करत नसते. स्वाभाविकपणे ते स्वत:चा विचार अधिक करत असतात. तुम्हाला व्यायामाची पॅन्ट

घालून किराणा आणायला जायला लाज वाटत असेल तर कृपा करून हे लक्षात घ्या की, इतर कोणालाही तुम्ही काय कपडे घातले आहेत याच्याशी काही देणेघेणे नसते आणि कोणीही तुमच्याकडे पाहत नाही. जेव्हा तुम्ही तुमच्या कर्तृत्वाबद्दल किंवा ते नसण्याबद्दल फार विचार करत असता, तेव्हा कृपा करून लक्षात घ्या की, बहुतेक वेळा कोणालाच त्याची पर्वा नसते आणि कोणीही तसेच कारण असल्याशिवाय आवर्जून तुमच्या कर्तृत्वाचा आलेख पाहत बसत नाही. आयुष्यातल्या जवळजवळ प्रत्येक गोष्टीबद्दल हे खरे आहे.

ज्या पद्धतीने तुम्ही तुमचे कर्तृत्व, पद यांसारख्या गोष्टीच्या बळावर स्वत:चे महत्त्व ठरवत असता, त्या पद्धतीने इतर कोणीच ते करत नसते. लोक बहुतेक वेळा तुम्हाला तुमच्या दर्शनी रूपाच्या आधारेच जोखत असतात. तुम्ही सूर्य आहात आणि प्रत्येक जण तुमच्या भोवती फिरतो आहे, अशा समजुतीत असल्यासारखे वागणे बंद करा. तुम्ही म्हणजे हे जग नव्हे. खरे म्हणजे तुमचे आयुष्य हे फक्त तुमच्या एकट्याचेच, हासुद्धा एक भ्रम असतो. एकट्यानेच प्रकाशझोतात राहण्याचा अट्टाहास तुम्ही जेवढा बाजूला ठेवाल तेवढे तुम्हाला मोकळे वाटेल.

जरुरी भासली तर अवश्य मदत मागा, कारण प्रत्येकच गोष्ट तुम्हाला अवगत असणे अपेक्षित नाही

आपण नैपुण्यानुसार श्रमविभागणी असलेल्या जगात राहतो.

लोक शाळा-कॉलेजात जातात; त्यानंतर ते त्यांच्या क्षेत्रात शिकाऊ उमेदवार म्हणून काम करतात आणि एखादे कार्य करण्यात वरच्या दर्जाचे नैपुण्य मिळवतात. मग त्यांच्या नैपुण्याच्या बळावर ते अर्थार्जन करतात आणि दुसऱ्या लोकांच्या नैपुण्याचा उपयोग करण्याचा मोबदला त्यांनी मिळवलेल्या पैशातून चुकता करतात.

तुमच्याकडे प्रत्येक प्रकारचे नैपुण्य असणे अपेक्षित नसते.

तुम्ही इतर एखाद्या क्षेत्रातले तज्ज्ञ असाल तर मग आर्थिक व्यवहारांचे तज्ज्ञ असणे अपेक्षित नसते, म्हणूनच तुम्ही करभरणा करण्यासाठी किंवा आर्थिक गुंतवणूक करण्यासाठी एखाद्या आर्थिक सल्लागाराची मदत घेता.

तुम्ही कुशल बल्लवाचार्य (शेफ) असावे अशी अपेक्षा नसते, म्हणून तर तुम्ही एखादे पाककलेचे पुस्तक विकत घेता किंवा तुमच्या आईकडे मदत मागता. तुम्ही जगद्विख्यात प्रशिक्षक असायला पाहिजे असे अपेक्षित नसते, पण तुम्ही एखाद्या प्रशिक्षकाकडे जाऊन प्रशिक्षण घेणे अपेक्षित असते. मानसिक आरोग्याच्या आणि चेता-मानसशास्त्राच्या सर्व गुंतागुंतीच्या गोष्टी तुम्हाला समजायला हव्यात असे अपेक्षित नसते; पण तुम्ही एखाद्या मानसोपचार तज्ज्ञाचा सल्ला घेतलात तर तो तुम्हाला बरे होण्यासाठी मदत करू शकतो.

तुम्हाला प्रत्येक गोष्ट माहीत असलीच पाहिजे किंवा करता आली पाहिजे असे नाही. तुम्ही सगळ्या गोष्टींत निपुण असले पाहिजे, असेही नाही. कामानुसार तुम्ही लोक नेमू शकता किंवा त्यांच्याकडून शिकून घेऊ शकता. स्वत:ला थोडी मोकळीक द्या आणि तुम्ही ज्यात निष्णात आहात त्यावर लक्ष केंद्रित करा. बाकी सर्व गोष्टी करण्यासाठी त्या त्या क्षेत्रात नैपुण्य कमावलेल्या लोकांना नेमा.

तुम्हाला जे माहीत नाही, ते माहीत करून घ्या आणि भ्रामक, दुग्ध्यात टाकणाऱ्या विचारांच्या कात्रीत अडकू नका

अनेक लोक अस्वस्थतेतून दीर्घ काळ बाहेर पडू शकत नाहीत कारण ते किंतु परंतुमध्ये/हे की ते, अशा भ्रामक, द्विधा विचारांच्या कात्रीत अडकलेले असतात.

ही त्यांच्या आकलनाच्या प्रक्रियेतील त्रुटी आहे. प्रत्यक्षात होण्याची शक्यता असलेल्या कितीतरी गोष्टी नजरेआड करून, होण्याची फारशी शक्यता नसलेल्या गोष्टींची भीती त्यांना वाटत असते. ते फक्त अशा काही टोकाच्या परिणामांचाच विचार करतात, ज्यातला एकही परिणाम संभाव्य किंवा तर्काच्या कसोटीवर उतरणारा नसतो.

माझी नोकरी गेली, तर मी अपयशी ठरेन. – खोटे.

माझा हा प्रेमसंबंध तुटला, तर मला पुन्हा कधीही प्रेम मिळणार नाही. – खोटे.

ही भयकारी गोष्ट प्रत्यक्षात घडली, तर मला आयुष्य जगणे मुश्किल होईल. – खोटे.

त्यांच्याप्रमाणेच तुमच्याही अस्वस्थतेच्या मुळाशी तुमच्या विचारातला तर्कदोष असतो. तर्काच्या सर्व पायऱ्या लक्षात न घेता केवळ एका प्रसंगाच्या आधाराने तुम्ही एकदम एका असंभाव्य निष्कर्षांपर्यंत पाहोचता आणि तसेच घडेल असे तुम्हाला तीव्रतेने वाटते म्हणून तुम्ही तेच गृहीतही धरता. सरतेशेवटी हे खरे की ते खरे, अशा दुग्ध्यात टाकणाऱ्या विचारात तुम्ही सापडता, जे निष्फळ तर असतातच, पण ते तुम्हाला इतके पछाडून टाकतात, की तुमचे आयुष्य जगणे कठीण होऊ लागते.

मानसिक संप्रेषणाच्या (सायकिक थिंकिंग) आधाराने भाकीत करण्याचा प्रयत्न थांबवा, कारण ते आकलनाच्या प्रक्रियेचे विकृतीकरण आहे

अज्ञाताची भीती ही आपल्या मानवी जगातील सर्वांत मूलभूत भीती आहे. त्यामुळे आपल्या आयुष्यातील काही विशिष्ट गोष्टींच्या संदर्भातील भविष्य जाणून घेण्यासाठी काही अतार्किक गोष्टी करण्याचा मोह आपल्याला झाला, तर ते समजण्यासारखे आहे.

परंतु मानसिक संप्रेषणाच्या आधारे भाकीत करणे किंवा तुमच्या भावनात्मक संवेदना या अनिष्टाची चाहूल देणारी पूर्वसूचना आहे असे वाटून घेणे, भविष्याच्या उदरात काय दडले आहे हे तुम्हाला मानसिक संप्रेषणाच्या आधारे समजू शकते अशा समजुतीत राहणे किंवा तुमचे नशीब रत्ने आणि उपरत्ने यांच्यामध्ये आहे असा विश्वास ठेवणे, यांसारख्या गोष्टी तुमच्या मनाला दुर्बल बनवतात. वास्तविक पाहता तुम्ही स्वतःच्या आयुष्याचे चालक असणे अपेक्षित आहे; परंतु अशा गोष्टी तुम्हाला अगतिक प्रवाशाच्या जागेवर बसवतात.

जेव्हा तुम्ही मानसिक संप्रेषणाच्या आधारे भविष्य जाणण्याचा प्रयत्न करता, तेव्हा तुम्ही फक्त अनुमान बांधत असता, तुम्ही एखाद्या एकांड्या संवेदनेवर किंवा अनुभवावर अवलंबून, तुमच्या संपूर्ण आयुष्याचा पुढचा प्रवास पाहता, ते केवळ भ्रामक असते, एवढेच नाही; तर त्यामुळे तुमची भीती प्रत्यक्षात येण्यासाठी तुमची स्वत:चीच वर्तणूक कारणीभूत होऊ शकते.

जे तुमच्या आकलनाबाहेरचे असते, त्यासंबंधीचे भाकीत जाणून घेण्याचा प्रयत्न करणे थांबवा आणि तुम्हाला जे करणे खरोखरी शक्य आहे, त्यासाठी तुमची ऊर्जा वापरा. त्यामुळे तुम्ही आणि तुमचे आयुष्य अधिक चांगले होऊ शकेल.

तुमच्या वर्तणुकीच्या सर्व परिणामांची जबाबदारी तुम्ही स्वत: स्वीकारा – हो, सर्व परिणामांची जबाबदारी!

जे परिणाम पूर्णत: तुमच्या आवाक्यातले असतात, त्यांनाच फक्त तुमच्या आयुष्याच्या असाधारण वाटचालीत महत्त्व असते. आपण फक्त चाकाबरोबर आपोआप फिरणारा चाकाचा तुंबा (चाकाचा मध्यभाग) आहोत, असे मानून जगणे सोपे आहे, पण तुम्ही म्हणजे नुसता तुंबा नाही हे सत्य आहे.

तुम्ही तुमची ऊर्जा खरोखरीच निर्मितिक्षम होण्यासाठी वापरलीत, तुमच्या आरोग्याची आणि कल्याणाची काळजी घेतलीत, तुमची नाती आणि आत्मभान यांमध्ये सुधारणा घडवलीत, तर तुमचा आयुष्याचा अनुभव अत्यंत अनोखा असेल. यातील प्रत्येक गोष्ट वेगळेपणाने घडवण्याची किंवा त्याचे रूप काही अंशी तुम्हाला हवे तसे साकार करण्याची क्षमता तुमच्यात निश्चितच आहे.

आयुष्यातल्या ज्या काही गोष्टींवर तुमचे नियंत्रण असू शकत नाही; फक्त त्यांच्यावरच तुम्ही लक्ष केंद्रित केलेत, तर एका फार महत्त्वाच्या सत्याकडे तुमचे दुर्लक्ष होईल : तुमचे बहुतांश आयुष्य तुमच्या स्वतःच्या कृतींचा, वर्तनाचा आणि तुम्ही केलेल्या निवडीचा परिणाम असतो.

बरे होण्यासाठी तुमच्या गुंतागुंतीच्या भावनांवर काम कसे करायचे, ते शिका

तुम्ही कायमच आनंदात असणे अपेक्षित नाही. सतत आनंदी असण्याचा प्रयत्न करणे हा कोणत्याही गोष्टीवरचा उपाय नाही, उलट तसे करण्याचा प्रयत्न हीच एक समस्या बनू शकते.

केवळ सकारात्मक भावनाच टिकवून ठेवण्याचा अट्टाहास करत राहण्यापेक्षा कधीकधी दुःख, संताप, उदासी, अस्वस्थता किंवा भीती, यांसारख्या गुंतागुंतीच्या भावनांच्या अनुभवांमधून जाणे, हे मानसिकदृष्ट्या समर्थ होण्यासाठी आवश्यक असते.

जर तुम्ही स्वतःला गुंतागुंतीच्या भावनांपासून दूर ठेवण्याचा प्रयत्न करत राहिलात, त्यांच्या अनुभवाला कसे सामोरे जायचे हे शिकला नाहीत, त्यांच्यापासून काही धडा घेतला नाहीत किंवा त्यांचे अस्तित्व नाकारलेत, तर तुम्ही त्या भावनांच्या जाळ्यात अधिकाधिक अडकत जाता. तुम्ही त्या भावना गाडून टाकायला पाहता, पण प्रत्यक्षात मात्र तुमच्या भोवतीची प्रत्येक गोष्ट त्या भावना उत्तेजित व्हायला आणि दबलेल्या भावना उफाळून त्यांचा महापूर यायला कारणीभूत होऊ शकते.

तुम्हाला असे वाटू शकते की तुमचा हा सगळा आटापिटा आपल्या भावना चेहऱ्यावर दिसू न देण्यासाठी त्या लोकांना कळू नयेत म्हणून तुम्ही करत असता, पण तसे नाही. जेव्हा आयुष्यात दुःख आहे तेव्हा रडले पाहिजे, अन्याय होत असेल तर संताप यायला पाहिजे, आणि समस्या उद्भवली तर त्याच्यावर उपाय शोधण्याचा निश्चय करता आला पाहिजे. एखादी घटना घडल्यानंतर तीव्र प्रतिक्रियेच्या स्वरूपात व्यक्त न होता, त्यावर प्रतिसादरूपी कृती करता येणे, हे मानसिक बळाचे निदर्शक असते.

काय घडले ते विसरा आणि सगळे पुन्हा नीट मार्गी कसे लावाल, यावर लक्ष केंद्रित करा

नेमके कुठे आणि काय चुकले याचा विचार करा, त्यापासून धडा घ्या आणि त्यामुळे झालेले नुकसान तुम्ही कसे भरून काढणार आहात, किंवा जे झाले

त्याचा भविष्यावर परिणाम जो काही होईल त्याचे स्वरूप कसे बदलणार आहात, ते मनात ठरवा.

आणि मग भूतकाळावर पडदा टाका.

जेव्हा तुम्ही तुमच्या भूतकाळापासून घ्यायला हवा असलेला धडा घेत नाही, तेव्हाच फक्त तुम्ही त्यात अडकून पडता; जेव्हा तुम्ही त्यापासून योग्य तो बोध घेता, तेव्हा पूर्वी मिळालेल्या अनुभवाचा उपयोग वर्तमानात करून घेऊ शकता आणि तुम्हाला जे अनुभवण्याची इच्छा होती, ते निर्माण करू शकता.

वर्तमानातील गोष्टींवर लक्ष देण्याऐवजी भूतकाळात काय अयोग्य घडले, किंवा भविष्यकाळात काय घडावे, अशी तुमची इच्छा आहे, यांवर प्रमाणाबाहेर लक्ष केंद्रित केलेत, तर तुम्ही त्यातच पूर्णपणे अडकून राहता. त्यामुळे तुम्हाला असे वाटू लागते की, आयुष्यात तुमच्या वाट्याला फक्त अपयशच येत राहिले आहे. लक्षात घ्या की हाच तो क्षण आहे, जेव्हा तुम्ही आयुष्यात पुढे सरकणे आणि तुम्हाला आता जे अनुभवावेसे वाटते, ते निर्माण करणे, या गोष्टीला अधिकच महत्त्व आलेले आहे.

तुमचे आयुष्य अजून संपलेले नाही. तुमचे अपयश कायमचे नाही, पण तुम्ही जर भूतकाळातल्या काही गोष्टींवर पडदा टाकायला आणि पुन्हा प्रयत्न करायला शिकला नाहीत, तर मात्र तुम्ही अपयशी ठराल.

मनातले स्पष्टपणे व्यक्त करा कारण ते व्यक्त न होता डोक्यात तसेच राहिले तर अधिक गुंतागुंतीचे होत जाते

खरोखरीच विचारांच्या, भावनांच्या आणि भीतीच्या जाळ्यात अडकल्यासारखे तुम्हाला वाटत असेल, तर कोणाशीतरी मनातले सर्व स्पष्टपणे बोला. कदाचित एखादा मानसोपचार तज्ज्ञ किंवा एखादा विश्वासातला मित्र. कोणीच उपलब्ध नसेल तर स्वत:शी बोला. स्वत:शी अशा तऱ्हेने बोला की, जणू काही कोणीतरी तुमच्या समोर उभे राहून तुमचे बोलणे लक्ष देऊन ऐकते आहे.

कधीकधी आपल्याला गोष्टी नीट मार्गी लावण्यासाठी एखाद्या निष्पक्ष त्रयस्थाच्या मदतीची गरज असते. सगळे काही स्वतःच्या डोक्यात आणि मनात दडपून ठेवण्याने गोष्टी आणखी बिघडतात. त्याला मोकळी वाट करून देण्यामुळे समस्या सोप्या होतात, भावना मोकळ्या होतात आणि तुम्हाला पुढे जायला मदत होते.

तुम्ही तुमचा वेळ घ्या, कारण सगळे काही आता या क्षणी सावरले गेले पाहिजे, असे नाही

जन्म झाल्यानंतर आपले मोठे होणे ही काही झटकन होणारी गोष्ट नाही. आपण टप्प्याटप्प्याने मोठे होत असतो. ते मोठे होणे अचानक घडणाऱ्या छोट्या छोट्या घटनांमधून, तसेच पायरीपायरीनेही असे दोन्ही पद्धतींनी होत असते. मोठे होत असताना आपण आपले क्षेत्र विस्तारत असतो, आपल्या सुखसोयीचे क्षेत्र पुन्हा पुन्हा नव्याने घडवत असतो. आपण वारंवार आयुष्याच्या नव्या पद्धतीशी जुळवून घेत असतो, हे सगळे होत असताना आपल्या आंतरिक यंत्रणांना जर खूप थोड्या अवधीत खूप बदलांचा सामना करावा लागला, तर त्या धक्क्यांमुळे आपली वाढ खुंटते, कारण अशा परिस्थितीत पुढे पाऊल टाकण्याऐवजी आपल्याला परिचित असलेल्या पूर्वीच्या गोष्टींकडे परत जाणे आवश्यक वाटते.

तुमच्या आयुष्यात बदल घडवण्याचा सर्वाधिक प्रभावी आणि हितकारक मार्ग म्हणजे पाहिजे असलेला बदल हळूहळू घडवणे. तुम्हाला याचे प्रत्यंतर त्वरेने हवे असेल, तर त्या दिशेने दररोज उचललेले एक छोटेसे पाऊल हेच तुमचे त्या दिवसासाठीचे ध्येय असेल. हळूहळू जसजसा काळ पुढे जाईल तसतसे तुमच्या प्रवासाला वेग येईल. एक दिवस तुमच्या लक्षात येईल की, तुम्ही जिथून सुरुवात केली होतीत, तिथून अनेक मैलांचे अंतर पार करून तुम्ही पुढे निघून आला आहात.

तुमच्या भावनांची तीक्ष्णता वाढवणाऱ्या गोष्टींकडे एक इशारा म्हणून पहा, कारण तुमच्या दुखऱ्या जागांकडे तुम्ही अधिक लक्ष देण्याची गरज आहे.

तुमच्या भावना चेतवणाऱ्या गोष्टी अचानक उद्भवलेल्या नसतात; त्या तुम्हाला तुमच्या कुठल्या आंतरिक जखमा सर्वांत जास्त दुखऱ्या आहेत किंवा तुम्हाला कुठे सुधारण्याची गरज आहे, हे दाखवत असतात.

आपण आपल्या भावनांची तीक्ष्णता वाढवणाऱ्या गोष्टींकडे पाहताना हे समजून घेतले पाहिजे की, आपल्या आयुष्यातल्या काही दुखऱ्या गोष्टींवर उपचार करण्याची, त्यांना अधिक निरोगी होण्याची आणि सुधारणा करण्याची गरज आहे. त्या दुखऱ्या गोष्टींकडे आपले लक्ष वेधण्यासाठी आपल्या भावनांची वाढलेली तीक्ष्णता काहीतरी इशारा करत असते, हे समजले की तीक्ष्ण झालेल्या आपल्या भावना आपल्याला मदत करण्यासाठी आहेत, दुखवण्यासाठी नाहीत, हे आपल्या लक्षात येईल.

तुम्ही तुमच्या समस्यांकडे दुर्लक्ष करू शकत नाही. तुम्ही तुमच्या जखमांकडे दुर्लक्ष करू शकत नाही. तुमच्या समस्या काय किंवा तुमच्या दुखऱ्या जागा काय, त्यांचे गाठोडे तुम्हाला सोडावेच लागेल, त्यांच्यावर काम करावे लागेल, त्यातून शिकावे लागेल, आणि त्याप्रमाणे तुमचे वर्तन सुधारावे लागेल. त्यामुळे केवळ तुमचे मानसिक बळच वाढणार नाही; तर तुमच्या आयुष्याची एकूणच गुणवत्ता सुधारेल.

तुम्हाला जाणवणाऱ्या अस्वस्थतेकडे व्यवस्थित लक्ष द्या, कारण ती तुम्हाला काहीतरी सांगण्याचा प्रयत्न करत आहे

कदाचित तुम्हाला हे खरे वाटणार नाही पण तरीही हे खरे आहे की आयुष्याने तुम्हाला बहाल केलेल्या अनेक देणग्यांमध्ये अस्वस्थतेची भावना ही एक फार मोठी देणगी आहे.

अस्वस्थतेची भावना ही तुम्हाला अडचणीत टाकण्यासाठी नसते! ती तुम्हाला फक्त हे सांगण्याचा प्रयत्न करत असते की, तुम्ही अस्वस्थ होता कारण तुम्ही कोणत्या गोष्टीत जास्त सक्षम आहात, अधिक चांगल्या गोष्टींसाठी कसे लायक आहात, बदल घडवण्यासाठी कसे तयार आहात, हे तुम्हाला कळावे. म्हणूनच तुमच्या जवळ आता जे आहे, त्यापेक्षा अधिक चांगल्या

गोष्टी मिळवण्यासाठी तुम्ही जन्माला आलेले आहात – प्रत्येक प्रसंगात तुमची अस्वस्थता तुम्हाला सांगत असते की, बाहेरच्या जगात तुमच्यासाठी खूप काही ठेवलेले आहे आणि बाहेर जाऊन तुम्ही ते मिळवावेत, म्हणून तुम्हाला ती पुढे पुढे ढकलत असते.

तुमची अस्वस्थता कमी करण्याचे वरवरचे उपाय करण्यापेक्षा तुम्ही मानसिकदृष्ट्या समर्थ व्हावे म्हणजे तुम्ही लक्ष देऊन ऐकण्याची, शिकण्याची आणि तुमच्या आयुष्याचा मार्ग बदलण्याची आवश्यकता असते.

जर तुम्ही तुमच्या आयुष्याकडे एका समीक्षकाच्या दृष्टीतून पाहिलेत तर तुम्ही कोण आहात, चांगले आयुष्य जगण्यासाठी तुमचे अंतिम ध्येय काय आहे, हे तुमच्या लक्षात येऊ लागेल आणि सर्वांत महत्त्वाचे म्हणजे अचानक तुमच्या लक्षात येईल की तुमच्या मार्गात बाहेरचे जग अडचणी निर्माण करत नव्हते, तर तुमचे स्वत:चेच मन तुम्हाला अडवत होते.

आयुष्यात खरोखरचा आनंद कसा मिळवायचा?

तुम्ही जर विचारलेत, तर अनेक जण नि:शंकपणे सांगतील की, त्यांच्या मते आपले आयुष्य मौजमजा करण्यासाठी आहे. मात्र, त्यासाठी ते कधीच वेळ काढू शकत नाहीत आणि प्रत्यक्षात त्या मौजमजेचा अनुभव घेऊ शकत नाहीत. त्यात आड येणाऱ्या अनेक गोष्टी असतात, ज्यामध्ये अवास्तव अपेक्षांसह छान वाटावे म्हणून अतिशय झटून प्रयत्न करण्यापर्यंत अनेक गोष्टींचा समावेश असतो. (स्वत:ला छान वाटण्यासाठी स्वत:च्याच मनाची तयारीसुद्धा असावी लागते. पण ती कित्येकदा नसते.)

जेव्हा तुम्ही एखादे ध्येय गाठण्यासाठी धडपडत असता, तेव्हा कोणीतरी येऊन तुम्हाला ''थोडा आराम करा हो'' किंवा ''करा की, मस्त मजा करा'' असे सांगितले, तर तुम्हाला हा सल्ला कुचेष्टेचा वाटतो आणि तो सल्ला मानणे अवघडही असते. आणि जर तुमच्या समोर जीवनमरणाचा प्रश्न असेल, तर त्या सल्ल्याचा विचार करणेही त्या क्षणी शक्यच नसते तसे केले तर फक्त एका जागी बसून हवेत वार केल्यासारखे होईल. आयुष्याचा

आनंद पुन्हा एकदा उपभोगता येण्यासाठी काही महत्त्वाच्या गोष्टी शिकाव्या लागतात : जेव्हा तुम्ही आघात आणि वेदना सोसत असता तेव्हा तुम्ही बळेबळे आनंदाचा आव आणू शकत नाही. त्यासाठी तुम्हाला आताच्या परिस्थितीतून थोडे बाजूला होऊन, तटस्थ होण्याची गरज असते.

जेव्हा तुम्ही काहीतरी मिळवण्यासाठी धडपडत असता, विशेषतः छान वाटावे म्हणून प्रयत्न करत असता, तेव्हा तुमच्या भावनांमधील परस्परविरोध तुम्ही आणखी तीव्र करत असता. तुमच्या मनाला चांगले किंवा वेगळे वाटावे म्हणून 'नकोशा' वाटणाऱ्या भावनांना तुम्ही खाली दाबण्याचा प्रयत्न करता. यातही एक भावनांचा परस्परविरोध दिसतोच. जे लोक भावनिक संघर्षातून जात असतात, त्यांना त्यातून सुटका मिळवण्यासाठी आयुष्यात मौजमजा करण्याची निकड अधिक भासते.

सुख मिळवण्याचा ओढूनताणून चाललेला प्रयत्न थांबवा

सुखाच्या मागे लागून सुख मिळत नसते. सुखाचा स्वीकार करण्यासाठीही तुमच्या मनाची तयारी व्हावी लागते. खूप लोकांना या म्हणण्याचे आश्चर्य वाटू शकेल, कारण सकारात्मक मानसशास्त्रापासून ते पिंटरेस्टवरील स्फूर्तिदायक फलकांपर्यंत, सुख/आनंद/समाधान ही संकल्पना काहीही करून तुमच्या गळी उतरवण्याचा अट्टाहास बाहेरचे जग सतत करत असते. पण सुख/आनंद ही जाता जाता, अगदी सहजपणे स्वतःला प्रशिक्षित करता येईल, अशी गोष्ट नव्हे हे लक्षात घ्यायला हवे.

सुख/आनंद/समाधान ही तुमची उपजत अवस्था आहे. म्हणजे जर तुम्ही इतर भावनांना व्यक्त व्हायला पुरेसा अवसर दिलात, त्या त्या भावनेची संवेदना खोलवर जाणून घेतलीत, तिच्यावर पुरेसे काम केलेत आणि त्या भावनेच्या व्यक्त होण्याला प्रतिकार केला नाहीत, तर तुम्ही त्या सुख/आनंद/समाधान या स्थितीत स्थिरावू शकता. तुमचे दुःख/असमाधान दाबून ठेवण्याचा प्रयत्न जितका कमी कराल, तेवढे तुम्ही सुखी/आनंदी/समाधानी व्हाल. बऱ्याचदा आपण एकाच विशिष्ट पद्धतीने आयुष्य पुढे गेले पाहिजे यासाठी हटवादी असतो. त्यामुळे निश्चितच अपयश पदरात पडते.

तुमचे अवधान वर्तमानावर केंद्रित करा

एक म्हण आहे की, जर तुम्ही अस्वस्थ असाल तर तुम्ही भविष्यकाळात जगता आहात आणि जर तुम्ही उदास असाल तर तुम्ही भूतकाळात जगता आहात. जर तुमचे अवधान वर्तमानावर केंद्रित झालेले असेल, तर तुम्हाला समजेल की भूत आणि भविष्य दोन्ही अनंत आणि चिरस्थायी वर्तमानाच्या पटावर उमटणारे फक्त आभास आहेत, असे आभास ज्यांमुळे आपल्याला वर्तमानातल्या आपल्या ऐहिक अस्तित्वाचेच विस्मरण होते.

सुख/आनंद/समाधान फक्त वर्तमानातच अनुभवता येते, कारण फक्त वर्तमानाचेच अस्तित्व खरे आहे. भविष्यात काय होऊ शकेल, यावर लक्ष केंद्रित करून आनंद शोधण्याचा प्रयत्न करणे हे एक प्रकारे वर्तमानापासून दूर जाणे असते. तुमचे अवधान वर्तमानात स्थिर ठेवण्याचा प्रयत्न करा, त्यासाठी एका वेळेस एकाच दिवसाचा विचार करा, आणि आता या क्षणी जे तुमच्या समोर आहे, त्याचा उत्तमातला उत्तम विनियोग करा.

आताच्या क्षणासाठी जगणे आणि आपल्या भविष्यातील आयुष्याची काळजी घेण्यासाठी जगणे, या दोन गोष्टीतला समतोल सुईच्या अग्रासारख्या अति सूक्ष्म काट्यावर तोललेला असतो.

इतरांवर हुकमत गाजवण्याचा प्रयत्न थांबवा

'ह्यूग(अ)', ही डॅनिश संस्कृतीमधली संकल्पना असून त्याचा अर्थ सुख/आनंदाची ऊब असलेले आणि समाधानी आयुष्य जगण्याची कला, असा होतो. अनेकांच्या मते, डेन्मार्कमधील लोकांच्या अतिशय आनंदी असण्याचे रहस्य ह्यूग(अ) या संकल्पनेवर आधारित जीवनपद्धतीमध्ये आहे. माइक वायकिंग या 'आनंदी जीवनाचे शास्त्र' या विषयातील डॅनिश तज्ज्ञाने ह्यूग(अ) या विषयावर लिहिलेल्या पुस्तकात म्हटल्याप्रमाणे इतरांशी संवाद साधणे हे केवळ वेळ घालवण्याचे साधन नाही; ते इतरांवर प्रभुत्व गाजवण्यासाठी, त्यांच्यावर छाप टाकण्यासाठी किंवा इतरांना भावनिक करण्यासाठी नसते.[२३] स्वत:ला सिद्ध करण्याच्या फंदात न पडता आयुष्य जगता आले, तर तुम्हाला खूप जास्त आनंद मिळतो.

ज्या लोकांना इतरांवर आपली हुकमत गाजवण्याची इच्छा आणि गरज असते, ते लोक बहुतेक वेळा गोष्टी गृहीत धरतात आणि त्यावरून इतरांशी सतत वाद घालत राहतात, इतरांसाठी महत्त्वाच्या असणाऱ्या सुट्टीच्या दिवशी किंवा समारंभाच्या प्रसंगी गोंधळ घालून परिस्थिती बिघडवतात किंवा त्यांनी ज्या लोकांना अत्यंत प्रेमाने वागवणे अपेक्षित आहे, त्यांनाच अत्यंत वाईट वागणूक देतात.

तुम्हाला सुख/आनंद/समाधान मिळवायचे असेल तर तुम्ही इतरांना तुमच्या बरोबरीने वागवण्याची गरज असते. ज्या क्षणापासून तुम्हाला इतरांकडून शिकण्यासारखे खूप आहे या वृत्तीने वावरू लागता, त्या क्षणापासून प्रेमाने वागलो तर इतर लोक डोक्यावर चढून बसतील ही भीती नाहीशी होते.

आनंद, कितीही छोटा असला तरी तो सापडला की त्याला आपलासा करा

जेव्हा आपल्याला आयुष्यात आनंद मिळवायचा ठरवतो, तेव्हा सर्वसाधारणपणे असे दिसते की, आपण मोठ्या मोठ्या गोष्टी मिळवण्याच्या, डोळे दिपवून टाकेल, असे उत्तुंग यश मिळवण्याच्या मागे लागतो. किंवा मग सुट्टीवर जाणे किंवा खूप मोठा बोनस मिळणे, यातच मौजमजा, आनंद आहे, असे आपल्याला वाटते.

खरे म्हणजे प्रत्यक्षात हे आनंदाच्या अगदी विरुद्ध असते, कारण त्यामध्ये आपण आनंद मिळवणे ही गोष्ट अनेक अटीतटींवर अवलंबून ठेवतो. आयुष्यातला खरा आनंद खूप छोट्या छोट्या गोष्टींमध्ये असतो : एखाद्या उबदार, प्रसन्न सकाळी पाहिलेला सूर्योदय, सोबत गरमागरम कॉफीचा कप किंवा एखादे उत्तम पुस्तक. फक्त महत्त्वाच्या, मोठ्या गोष्टी पूर्ण झाल्या म्हणजेच आनंद मिळतो, असे नाही. दर दिवशी मिळणाऱ्या छोट्या छोट्या समाधानांसाठीसुद्धा कृतज्ञ राहता येणे म्हणजे आनंद.

बहुतेक लोक आनंदाचा विचार हा फार गंभीर विषय असल्यासारखे वागतात आणि त्याचा नको एवढा विचार करतात. आयुष्यातील प्रत्येक गोष्ट बिनभोभाटपणे सुरू राहण्यात खरा आनंद आहे, असे त्यांना वाटत असते.

पण असे नसते. खरा आनंद तुम्ही जिथे, जसे आहात, त्यातच शोधावा लागतो.

जेव्हा तुमचे लोक तुमच्या जवळ असतात, तेव्हा त्यांच्या बरोबरची नाती जपा

तुम्ही वृत्तीने अंतर्मुख आहात की बहिर्मुख आहात, यावर तुमच्या आयुष्यात तुम्हाला कशा प्रकारचे अनुभव येतात, हे अवलंबून नसते. ते तुमच्या नात्यांच्या गुणवत्तेवर अवलंबून असते. या गोष्टीला पुष्टी देणारे संशोधन खूप मोठ्या प्रमाणावर झालेले आहे : ज्या लोकांबरोबर जास्तीतजास्त वेळ घालवतो, आपण त्यांच्यासारखेच होत जातो आणि आपल्या आनंदाचा संबंध आपल्या भोवती असणाऱ्या लोकांच्या संख्येशी नसतो, त्यांच्यातल्या प्रत्येकाबरोबर असलेल्या आपल्या नात्याच्या गुणवत्तेशी त्याचा थेट संबंध असतो, आपण एकलकोंडे राहिलो, तर तेही आपल्या आरोग्याला धूम्रपानाइतकेच घातक आहे.[२४]

परंतु, खूप लोक या सांगण्याचा चुकीचा अर्थ गृहीत धरतात. त्यांना असे वाटते की, कोणीही परिचयाचे झाले की त्यांच्याशी मैत्री करायला हवी आणि जरी आवडले नाहीत तरी, त्यांच्या कुटुंबातील लोकांशीही चांगले संबंध राखायला हवेत. हे म्हणजे मूळ मुद्दाच विसरल्यासारखे आहे. तुम्हाला नको असलेली नाती बळेबळे जोपासण्यावर आनंद अवलंबून नाही. मात्र, तुमच्या आयुष्याची गुणवत्ता ज्यांच्यामुळे वाढेल अशा तुम्हाला आवडणाऱ्या लोकांबरोबर नाती जोडून ती जपण्याचा परिणाम आनंदाच्या निर्मितीत होतो.

तुम्ही संवाद साधू शकता, असे कोणीतरी तुम्हाला खरोखरी भेटले तर त्या व्यक्तीची भेट घेण्यासाठी आवश्यक ते सर्व प्रयत्न करा आणि तुमची मैत्री निकोप ठेवा.

जेव्हा जेव्हा शक्य आहे, तेव्हा तेव्हा नव्याने काहीतरी शिकत रहा.

जेव्हा तुम्हाला असे वाटू लागते की, आयुष्यात जे जे काही माहीत करून घेण्यासारखे आहे, ते ते सर्व तुम्हाला माहीत झालेले आहे, तेव्हा तुम्ही खरे तर आयुष्यातील अनेक नवीन आणि चांगल्या की, यापूर्वी तुम्ही न घेतलेला एखादा नवा अनुभव कसा असेल किंवा यापूर्वी तुम्ही भेट दिलेली नाही अशी स्थळे कशी असतील, हे तुम्हाला आधीच माहीत आहे असे जर तुम्ही गृहीत धरले असेल... तर तुमच्या या समजुतीला आश्चर्याचा सुखद धक्का मिळण्यासाठी स्वत:च्या आयुष्यात जरूर थोडा मोकळा अवकाश आणि अवसर ठेवा.

सतत काहीतरी नवीन शिकण्याची संधी आयुष्य तुम्हाला देत असते, त्या दृष्टीने त्याच्याकडे पहा. तुम्हाला कशामुळे चांगले वाटत नाही आणि कोणत्या गोष्टी करणे तुम्ही सोडून द्यायला हवे, हे तुमची वेदना शिकवते. पण आयुष्याबरोबरचा सांधा योग्य रीतीने जुळलेला असणे म्हणजे काय, हे तुम्हाला तुमचा आनंद सांगतो. प्रत्येक गोष्टीत तुम्हाला एक शिक्षक भेटू शकतो आणि तुमच्या आयुष्यात तुम्ही जितके जास्त वेगवेगळे अनुभव घ्यायला व त्या अनुभवांमुळे होणारे बदल स्वीकारायला तयार व्हाल, तितकी तुमच्यात (आणि त्या अनुभवांमध्ये) सुधारणा होत जाईल.

कठीण काळाकडे परिवर्तनाची संधी, या दृष्टीने पहा

बाह्यतः आनंदी दिसतात म्हणून ते लोक कायमच आनंदात असतील, असे नाही आणि हा फरक समजणे महत्त्वाचे आहे. खरे म्हणजे खरोखरी आनंदी असणारे लोक कोणत्याही नवीन अनुभवाने हुरळून जात नाहीत किंवा त्यांच्यात बाह्यतः फारसा फरक झालेला दिसत नाही, नवीन अनुभव घेतानाही ते शांत असतात.

त्याचे कारण म्हणजे आनंदी वृत्तीच्या लोकांमध्ये नवे शिकण्याची किंवा स्वत:मध्ये बदल घडवण्याची तयारी अंगभूतच असते. त्यांच्या सवयीच्या पद्धतींमध्ये ते अडकून पडलेले नसतात. त्यांना हे समजलेले असते की

आयुष्याला प्रगतीची गरज असते आणि जर प्रगती खुंटली तर आयुष्यातली अस्वस्थता वाढू लागते.

सतत पुढे जात राहणे आणि उत्क्रांत होत राहणे हा आयुष्याचा मूलभूत गुणधर्म आहे. तुम्ही जर त्याच्याबरोबर जुळवून घेतले नाहीत, तर तुम्ही ज्या एकाच ठिकाणी थांबून राहिलात, तिथे राहणे अधिकाधिक कष्टाचे होऊ लागते. म्हणजे काही झाले तरी, तिथून पुढे सरकायला आयुष्य तुम्हाला भाग पाडतेच. वेदनांचा अनुभव पूर्णतः टाळता येणे कुणालाच शक्य नसते. पण तुम्ही तुमच्या आंतरिक प्रगतीवर लक्ष केंद्रित केलेत, तर निश्चितच त्या वेदना सोसण्याचा त्रास बऱ्याच प्रमाणात कमी होऊ शकतो.

तुम्ही तुमची ऊर्जा कशासाठी खर्च करत आहात, त्याकडे लक्ष असू द्या बहुतेकांना हे नक्कीच उमजलेले असते की, न आवडणाऱ्या नोकरीत फार काळ काम करत राहण्याने किंवा ज्या नात्याचा उबग आलेला आहे, असे नाते टिकवण्याचा प्रयत्न केल्याने, त्यांच्या आयुष्यात फार महान असे काही घडणार नाही. पण त्यांच्या लक्षात एक गोष्ट येत नाही की ज्यांमध्ये ऊर्जा खर्च केली तर आयुष्याला गुणवत्ता प्राप्त होईल, अशा इतर अनेक महत्त्वाच्या गोष्टी असतात, त्याही अजमावून पाहायला हव्यात.

त्या न आवडणाऱ्या नोकऱ्या आणि शिळी झालेली नाती, या खऱ्या समस्या नाहीत, त्या फक्त वरवरच्या गोष्टी आहेत. तुमचे मनाला इतस्ततः भटकू देणे, हे त्या सगळ्या समस्यांच्या मुळाशी असते. कोणत्याही विचारांमध्ये जेव्हा तुम्ही स्वतःची ऊर्जा ओतता, तेव्हा त्या विचारांना स्वतःचे आयुष्य मिळते. एक म्हण आहे, 'ज्या लांडग्याला तुम्ही खायला घालता, तोच जिंकतो.' जेव्हा तुमच्या आयुष्याच्या गुणवत्तेचा प्रश्न असतो, तेव्हा तुम्ही मनात कोणत्या विचारांना थारा देता, याबद्दल अत्यंत सजग राहणे आवश्यक आहे. फार थोड्या अवधीत विचारांचे रूपांतर, तुमच्या भावनात्मक संवेदनांमध्ये होते, मग त्यांचे रूपांतर तुम्हाला त्यांबद्दल वाटणाऱ्या खात्रीमध्ये होते, मग त्यानुसार तुमच्या वर्तनात बदल होतो आणि नंतर तो बदल नक्कीच तुमच्या जीवनपद्धतीत उतरतो.

काहीही न करण्यासाठी वेळ राखून ठेवा

आनंदी राहण्यासाठी विशेष कृती करण्याची गरज नाही, पण त्यासाठी कृतिशील असण्याची गरज असते. कायम समाधानी असणे ही पूर्णत: जाणूनबुजून अंगीकारलेली वृत्ती आहे (तुमच्या माहितीसाठी : ती सहजासहजी येत नाही), खरोखरी समाधानी असण्यातले मर्म हे आहे की, समाधान ओढूनताणून आणता येत नाही; ते अनुभवण्याची तुमची मानसिकता असायला हवी.

तुमच्या दैनंदिन कार्यक्रमातला प्रत्येक सेकंद आणि सेकंदाचा पुरेपूर उपयोगात करून घ्यायचा, म्हणून तुमचा दिवस तुम्ही भरगच्च कार्यक्रमांनी भरून टाकत असाल, तर अशा वेळापत्रकाला नकार देणे म्हणजे आनंदी असणे. आनंदी असणे म्हणजे तुमच्या दररोजच्या लौकिक जीवनातला तोचतोचपणा आनंदाने स्वीकारणे. आनंदी असणे म्हणजे निवांतपणे आरामात बसणे आणि एखादे पुस्तक वाचणे, जेवणाच्या वेळी तुमच्या प्रिय व्यक्तींशी मनमोकळ्या गप्पा मारणे किंवा छोट्या छोट्या गोष्टींचीही मनापासून मजा घेता येणे. असा मोकळा वेळ काढणे आपोआप घडत नाही; तो ठरवून काढावा लागतो.

खेळासाठी दिवसातली एक निश्चित वेळ ठरवा

आमच्या लहानपणी आम्ही कल्पना करायचो आणि त्याप्रमाणे नवे नवे खेळ शोधून काढायचो. आयुष्य हा जणू जिवंत चित्र चितारण्यासाठी आम्हाला दिलेला एक मोठा पट होता आणि आम्हाला निसर्गत:च उमजलेले होते की, त्या चित्रात आमच्या कल्पनेतली प्रत्येक गोष्ट खरी असल्यासारखे चितारणे शक्य आहे.

मोठेपणीसुद्धा असे करणे, खरे म्हणजे तितकेच शक्य आहे, पण काही दशकांच्या अवधीतच तुमच्या जवळची ही जादू कशी हिसकावून घ्यायची, हे जगाला ठाऊक असते. तुम्हाला खरोखरीच आयुष्यात आनंदाचा उपभोग घ्यायचा असेल तर तुम्ही लहान असताना ज्या गोष्टींमध्ये सहजपणे रमत होतात, त्या गोष्टी पुन्हा करण्यासाठी आवर्जून वेळ काढा. चित्र

काढा, वाळूत खेळा, तुम्हाला आवडणारे खेळ खेळा आणि निर्मितीच्या आनंदासाठी निर्मिती करा.

हे सगळे बालिश वाटते का? असू दे, खुशाल तसे वाटू दे. त्याचा अर्थ तुमच्या 'आत असलेले मूल' पहिल्यापासून त्याच्या हक्काच्या स्थानावर आहे आणि ते तिथेच असणार आहे, त्याला पुन्हा आपलेसे करण्यासाठी तुम्ही तयार आहात. आयुष्याचा आनंद घेणे म्हणजे तुमची सर्वसाधारण लौकिक जीवनपद्धती आणि पूर्णत: परिवर्तनाच्या मार्गाकडे नेणारी जीवनपद्धती या दोन्हींची व्यवस्थित सांगड घालता यायला हवी. तुम्ही तुमच्या 'स्व'रूपात वावरणे आणि जे आहात, जसे आहात तसेच राहणे, हा त्या प्रवासातला महत्त्वाचा भाग आहे.

आत्मप्रभू होणे

जेव्हा तुम्ही आयुष्याच्या उत्तरार्धात प्रवेश कराल, तेव्हा तुमच्या मार्गातील अडथळ्यांच्या डोंगरांचे खरे स्वरूप तुमच्या लक्षात येईल. तुम्हाला कळेल की तुमच्या आयुष्यातला तो अडथळ्यांचा डोंगर हीच खरे म्हणजे तुम्हाला मिळालेली एक अमूल्य अशी देणगी होती.

जेव्हा तुम्ही आयुष्याकडे मागे वळून पाहाल तेव्हा तुम्हाला केलेले कष्ट ठळकपणे आठवणार नाहीत. पण ते कष्ट तुम्हाला, तुमचे आयुष्य ज्यावर तोललेले आहे, त्या आधारसूचीसारखे किंवा विकासाच्या संधीसारखे भासतील. तो कष्टाचा काळ आयुष्य बदलण्यापूर्वी खडबडून जाग आणणाऱ्या दिवसांचा होता, असे लक्षात येईल.

आत्मप्रभू होण्यासाठी तुम्ही तुमच्या आयुष्याची मुळापासून आणि संपूर्ण जबाबदारी स्वीकारायला हवी. ज्यावर तुमचे नियंत्रण नाही, अशा गोष्टींचाही त्यामध्ये समावेश असायला हवा. खऱ्या आत्मप्रभूला हे माहीत असते की, काय घडते हे महत्त्वाचे नाही. जे घडत आहे त्याला आपण प्रतिसाद कसा देतो, हे महत्त्वाचे असते. अंतिम परिणाम त्यावर अवलंबून असतो.

प्रत्येकालाच हे जमते असे नाही. बऱ्याच लोकांना हे समजतच नाही की, त्यांच्या आयुष्यात उसळणाऱ्या बहुतेक लाटा त्यांनीच निर्माण केलेल्या आहेत आणि त्या लाटांवर स्वार होण्याचे काम आता त्यांनाच करायला हवे. बहुतेक लोक स्वतःच्याच विचारांच्या आणि भावनांच्या धुक्यात हरवून जाऊन दिवस काढतात. ते धुके विरेल असे काही करण्याची क्षमता त्यांच्या जवळ नसते.

तुम्ही अनेक वर्षे जी अस्वस्थता अनुभवलीत, ती केवळ तुमच्या पापक्षालनासाठी नव्हती, या गोष्टीचे अंतिमतः आकलन होणे म्हणजे आत्मप्रभुत्व मिळवणे. ती अस्वस्थता तुम्हाला जाणवत होती, कारण तुमच्या आत खोलवर असलेले तुमचे 'स्व'रूप तुम्हाला जागे करत होते, सांगत होते की, तुमच्यात अधिक काहीतरी करण्याची क्षमता आहे, अधिक चांगल्या जीवनासाठी तुम्ही लायक आहात आणि तुमच्या स्वप्नातल्या 'स्व'मध्ये परिवर्तित होण्यासाठीच तुमचे अस्तित्व आहे.

जे तुमचे आहे ते तुम्ही ताब्यात घ्यायला हवे. त्यातून तुम्हाला जे हवे आहे, ते तुम्ही त्यातून घडवायला हवे. तुम्ही व्यक्ती म्हणून बरे होत असताना त्याचे जे तरंग उमटतील, त्याचा परिणाम सर्वांपर्यंत पोहोचेल. आपल्याला जग बदलायचे असेल तर आपण प्रथम स्वतःत बदल घडवू आणि आपल्याला आपले आयुष्य बदलायचे असेल तर स्वतःत बदल घडवूच घडवू. आपल्याला आपल्या समोरचे उंचातले उंच अडचणींचे डोंगर चढून जायचे असतील तर आपण त्या मार्गापर्यंत पोहोचण्याची पद्धत बदलून योग्य त्या मार्गावरून पुढे जाऊ.

आपण जेव्हा या डोंगराच्या शिखरापर्यंत पोहोचाल - प्रत्येकासाठी ते शिखर वेगवेगळे असते - आणि मागे वळून पाहाल, तेव्हा तुम्हाला कळेल की, तुम्ही इथपर्यंत पोहोचण्यासाठी चढलेली प्रत्येक पायरी अपूर्वाईची होती. इतर गोष्टींचे राहू द्या, पण तुम्ही ज्या वेदनेमुळे हा प्रवास करायला उद्युक्त झालात, त्या वेदनेचे तुम्ही उतराई व्हाल, कारण खरोखरीच तुम्हाला दुखवावे हा त्या वेदनेचा हेतू नव्हताच, तर काहीतरी चुकते आहे, हे तुम्हाला कळावे, हा तो हेतू होता हे तुमच्या लक्षात येईल. ते चुकणारे

काहीतरी, म्हणजे तुमच्यातील क्षमता तशीच अंधारात राहण्याची संभावना, तुम्ही चुकीच्या संगतीत आयुष्यभर राहण्याची संभावना, चुकीच्या गोष्टी करण्याची संभावना आणि तुम्हाला सगळे ठीक असल्याची भावना कधीच का जाणवली नाही, हा प्रश्न अनुत्तरित राहण्याची संभावना होती.

आता तुमच्या खऱ्या आयुष्याची सुरुवात झाली आहे.

जो अडथळ्यांचा डोंगर तुमच्या समोर उभा होता, एक दिवस तो पार करून तुम्ही त्याला खूप मागे टाकलेले असेल, दुरून त्याच्याकडे पाहताना तो खूप धूसर झालेला असेल. पण तो चढून जाण्यापूर्वी तुम्ही काय होतात आणि तो पार करण्याच्या प्रवासात, आता तुम्ही काय झालात? तुम्ही जे (आत्मप्रभू) झालात, ते तुमचे 'स्व'रूप तुमच्या बरोबर कायम असणार आहे.

त्यासाठीच तर डोंगराचे अस्तित्व आहे.

संदर्भ

१. हॅलिफॅक्स, जॉन. *स्टँडिंग अॅट द एज : फाइंडिंग फ्रीडम व्हेअर फियर अँड करेज मीट*. न्यू यॉर्क : फ्लॅटआयर्न बुक्स, २०१८

२. हॉकिंग, स्टीफन. *अे ब्रीफ हिस्टरी ऑफ टाइम*. न्यू यॉर्क : पेंग्विन रँडम हाउस, १९८८.

३. लाकमन, गॅरी. *युंग द मिस्टिक : द इसोटेरीक डायमेंशन ऑफ कार्ल युंग'ज लाइफ अँड टिचींग्ज*. न्यू यॉर्क : पेंग्विन रँडम हाउस, २०१०.

४. हेंडरिक्स, ग्ये. द *बिग लीप : कॉन्कर युअर हिडन फिअर अँड तेक् लाइफ टू द नेक्स्ट लेव्हल*. न्यू यॉर्क : हार्पर वन, २००९.

५. स्वान टील. 'फाइंड युवर सबकॉन्शस कोअर कमिटमेंट,' tealswan.com.

६. सीमोर, टॉम. 'वेगस नर्व्ह : फंक्शन, स्टीम्युलेशन, अँड फरदर रिसर्च.' *मेडिकल न्यूज टुडे*, २०१७.

७. लीबरमॅन, डॅनिएल झी.; लॉन्ग मायकेल इ. द *मॉलेक्यूल ऑफ मोर : हाऊ अे सिंगल केमिकल इन युवर ब्रेन ड्राईवज, लव्ह, सेक्स, अँड क्रिएटिव्हिटी – वुइल डिटरमिन द फेट ऑफ ह्युमन रेस*. डालस : बेनबेला बुक्स, २०१८.

८. ट्रेसी, ब्रायन. 'द रोल युवर सबकॉन्शस माइंड प्लेज इन युवर एव्हरीडे लाइफ,' briantracy.com, २०१९.

९. हॉलिडे रायन, 'सॉरी, ॲन एपिफॅनी इजन्ट व्हॉटस् गोइंग टू चेज युवर लाइफ.' ryanholide.net, २०१६.

१०. सिम्स, स्टेसी टी., पीएच.डी. 'द ३ बॉडी टाइपस : एक्स्पलेन्ड.' *रनर'स वर्ल्ड*, २०१६. https://www.runnersworld.com/health-injuries/a20818211/the-3-body-types explained

११. टेलर, ख्रिस्ता. 'क्रिएटिव्हिटी अँड मूड डिसऑर्डर: अे सिस्टीमॅटिक रिव्ह्यू अँड मेटा–ॲनॅलिसिस.' *पर्सपेक्टीव्ह ऑन सायकॉलॉजिकल सायन्स*, २०१७.

१२. कोल, ॲडम. 'डज युवर बॉडी रिअली रीफ्रेश इटसेल्फ एव्हरी ७ इयर्स?' एनपीआर, २०१६. https://www.npr.org/sections/health-shots/2016/06/28/483732115/how- old-is-your-body-really,

१३. ब्रेमनेर, जे. डग्लस, एमडी. *ट्रॉमॅटिक स्ट्रेस : इफेक्टस ऑन द ब्रेन.* युएस नॅशनल लायब्ररी ऑफ मेडिसीन नॅशनल इन्स्टिट्यूट ऑफ हेल्थ, २००६

१४. बर्टन नील, एमडी. 'अवर हायरार्की ऑफ नीडस.' *सायकॉलॉजी टुडे*, २०१२.

१५. जॅकोबसन, शेरी. 'इनर चाइल्ड वर्क: व्हॉट इज इट, अँड हाऊ कॅन यू बेनिफिट?' हार्ले थेरपी, २०१७. https://www.harleytherapy.co.uk/counselling/inner-child work-can-benefit.htm

१६. हेनरीक्स मार्था. 'कॅन द लेगसी ऑफ ट्रॉमा बी पास्ड डाऊन द जनरेशनस?' बीबीसी, २०१९. https://www.bbc.com/future/article/20190326-what is-epigenetics1 https://www.bbc.com/future/article/20190326-what%20is-epigenetics1

१७. कॉव्हे, स्टीफन. द ७ *हॅबिट्स ऑफ हायली इफेक्टीव्ह पीपल.* मँगो मीडिया. इनकॉर्पोरेशन. १९८९.

१८. १९. हार्डी, बेंजामिन, पीएच.डी. 'यू डोन्ट कंट्रोल द आउटकमस ऑफ युवर लाइफ, प्रिन्सिपल्स डू.'
लिंकड्इन, २०१७. https://www.linkedin.com/pulse/you-dont-control-outcomes your-life-principles-do-benjamin-hardy-3 https://www.linkedin.com/pulse/you-dont-control-outcomes%20your-life-principles-do-benjamin-hardy-3

२०. लोपेझ, डोनाल्ड एस. 'एटफोल्ड पाथ : बुद्धिझम.' *ब्रिटानिका, दिनांकाची नोंद नाही.* https:// www.britannica.com/topic/Eightfold-Path http://www.britannica.com/topic/Eightfold-Path

२१. डायमंड स्टीफन पीएच.डी. 'इसेन्शियल सिक्रेटस ऑफ सायकोथेरपी : द इनर चाइल्ड.' *सायकॉलॉजी टुडे*, २००८. https://www.psychologytoday.com/us/blog/evil deeds/200806/essential-secrets-psychotherapy-the-inner-child

२२. ब्रेनर, गेल. पीएच.डी. 'द वॉरीयर'स वे टू इनर पीस: व्हॉट इज इनर पीस?' gailbrenner.com. https://gailbrenner.com/2009/11/the-warriors-way-1 inner-peace/ https://gailbrenner.com/2009/11/the-warriors-way-1%20inner-peace/

२३. वायकिंग, माइक. द *लिटिल बुक ऑफ हयुग : डॅनिश सिक्रेटस टु हॅपी लिव्हिंग*, न्यू यॉर्क : हार्पर कॉलिन्स, २०१६.

२४. पॉमराय, क्लेअर. 'लोनलीनेस इज हार्मफुल टु आवर नेशन्स हेल्थ.' सायंटिफिक अमेरिकन, २०१९. https://blogs.scientificamerican.com/observations/loneliness-is harmful-to-our-nations-health/ https://blogs.scientificamerican.com/observations/loneliness-is%20harmful-to-our-nations-health/

अनुवादक परिचय

शुभांगना अत्रे

पुण्यातील डेक्कन कॉलेज पदव्युत्तर आणि संशोधन संस्था (मानद विद्यापीठ) आणि टिळक महाराष्ट्र विद्यापीठ या संस्थांमध्ये पुरातत्त्व, प्राचीन भारतीय इतिहास, भारतीय विद्या या विषयांचे अध्यापन. पुण्याजवळ शिरूर तालुक्यातील इनामगाव हे प्रसिद्ध ताम्रपाषाणयुगीन स्थळ तसेच इतर स्थळांच्या उत्खननात सहभाग. *हडप्पन रिलिजन* या विषयावर लिहिलेल्या प्रबंधावर पुणे विद्यापीठातून विद्यावाचस्पती पदवी मिळवली. *आर्किटाइपल मदर : अ सिस्टिमिक ॲप्रोच टू हडप्पन रिलिजन* या शीर्षकाखाली प्रबंध प्रकाशित. राष्ट्रीय आणि आंतरराष्ट्रीय नियतकालिके आणि इतर प्रकाशनांमधून संशोधनपर लेख प्रकाशित. मराठी नियतकालिकांमधून नैमित्तिक लेखन. म. के. ढवळीकर लिखित *कोण होते सिंधू लोक* या पुस्तकाचे संपादन.